मोहतरम्मा ते अम्मा

सुधा गोखले

(ललित लेखनासाठी महाराष्ट्र साहित्य परिषदेचा
प्रा. उमाकांत कीर पुरस्कृत
'कृष्णाजी वामन कीर पुरस्कार' २००८)

मेहता पब्लिशिंग हाऊस

Please contact us at **Mehta Publishing House Pvt. Ltd.,** Pune 411030.
✆ +91 020-24476924 / 24460313 / Mob. No. 9545000513
Email : production@mehtapublishinghouse.com
Website : www.mehtapublishinghouse.com
- *या पुस्तकातील लेखकाची मते, घटना, वर्णने ही त्या लेखकाची असून त्याच्याशी प्रकाशक सहमत असतीलच असे नाही.*

MOHATARMMA TE AMMA by Sudha Gokhale

मोहतरम्मा ते अम्मा : सुधा गोखले / लेखसंग्रह

Email : author@mehtapublishinghouse.com

मराठी पुस्तक प्रकाशनाचे हक्क : मेहता पब्लिशिंग हाऊस प्रा. लि., पुणे.

संस्थापक : सुनील अनिल मेहता

प्रकाशक : मेहता पब्लिशिंग हाऊस प्रा. लि.,
१९४१ सदाशिव पेठ, माडीवाले कॉलनी, पुणे - ४११०३०.

मुद्रक : ट्रिनिटी ॲकॅडमी फॉर कॉर्पोरेट ट्रेनिंग लिमिटेड

मुखपृष्ठ : चंद्रमोहन कुलकर्णी

प्रकाशनकाल : जानेवारी, २००८ / मे, २००९ / पुनर्मुद्रण : डिसेंबर, २०२४

किंमत : ₹ २५०

P Book ISBN 9788177669268
E Book ISBN 9789357209564
E Books available on : amazonkindle Apple Books Google Play Books

---

माझी नात – मुलीची मुलगी – अमृता हिच्यासाठी
मी हे लेखन प्रकृती साथ देत नसतानाही नेटाने केले.
मराठी पुस्तके वाचू लागल्यापासून अमृता माझ्या मागे लागली.
‘आजी आता माझ्यासाठी पुस्तक लिही. ते फक्त मलाच दे.’
माझे पहिले पुस्तक ‘ब्लॅक इज ब्युटिफुल’ तिचा भाऊ रोहित याला
दिले होते. तिच्या हट्टामुळेच हे लेखन पुरे झाले.
योगायोगाने हेही मला प्रवासात आलेले अनुभव आहेत.
म्हणून, अमृता, हे पुस्तक तुला आणि फक्त तुलाच.

– तुझी आजी

सुखी संतोषा ना यावे। दुःखी विषादा ना भजावे।

काश्मिरवर कितीतरी लेखन झाले आहे. इतिहास संशोधक, राजकीय विश्लेषक, तज्ज्ञ लेखक, प्रवासी लेखक, अभ्यासक अशी कितीतरी नावे घेता येतील. प्रवासावर, निसर्गावर, मोगलांच्या बागा, मंदिरे, घरे, नद्या याबरोबरच अमरनाथ-वैष्णवदेवी यात्रा यांवरही भरपूर लेखन आहे. कसे जायचे, काय पाहायचे, कुठे खरेदी करावी, किती खर्च येईल अशी सर्व माहिती प्रवासवर्णनात्मक पुस्तकातून असते. विविध प्रवासी कंपन्यांची स्थलदर्शनाची माहिती गोळा करून त्यात 'जे आणि के'ची माहितीपत्रके आणि काही अनोळखी ठिकाणे लिहिली की झाले. काश्मिरच्या राजकीय परिस्थितीवर इंग्रजीत, हिंदीत कैक पुस्तके आहेत. मराठीतील पुस्तकांची संख्याही कमी नाही. शिवाय हिंदी, इंग्रजी, उर्दूतले मराठी साहित्याचे अनुवाद आहेतच. मग ते शेख अब्दुल्लांचे आत्मचरित्र असो अथवा काश्मिरचे माजी राज्यपाल श्री. जगमोहन यांची 'धुमसते बर्फ' ही डायरी असो. अनामिक काश्मिरी पंडिताची, त्याच्या झालेल्या छळाची मराठीत अनुवादित डायरी वाचून मन अस्वस्थ होतेच. काश्मिरचा हिमालय सतत पेटलेला ज्वालामुखी आहे. धूर, आग ओकणारा, यवनांकडून सतत अत्याचार व धर्मांतर होऊनही आपली कश्मिरियत काश्मिरी मुस्लीम आणि हिंदूंनी जपली होती. कारगील ते चीन युद्ध सर्वांवर पुस्तके लिहिली गेली आहेत. जोवर मराठी लोकांना वाचावेसे वाटेल तोवर पुस्तके निघणारच. तसेच माझे हे 'मोहतरम्मा ते अम्मा' आहे. यात ना प्रवासवर्णन आहे, ना निसर्गदर्शन आहे, किंवा धार्मिक स्थळांची मुगलांच्या बागांची, ना राजवाड्यांची माहिती आहे.

मला काश्मिरवर पुस्तक लिहावेसे का वाटले?

काही प्रश्न अनुत्तरीत असतात. माझ्या दृष्टीने काश्मिर प्रश्न असाच आहे. त्याचे उत्तर शोधणे माझ्या आवाक्याबाहेरचे आहे. काश्मिरी पंडितांवरचे अत्याचार मी

फक्त वाचले आहेत. खूप लिखाण त्यावर झालेले आहे. अशा पंडित मंडळींना मी भेटले नाही. जेमतेम दोन तास मिश्रीवाला कॅम्पमधे होते. त्याला भेटणे म्हणत नाहीत. काही पुस्तकांचा अनुवाद करण्याइतके माझे हिंदी, इंग्रजी, उर्दू आणि मराठीवरही प्रभुत्व नाही. स्वतंत्र लेखनापेक्षा आशयघन अनुवाद जास्त अवघड असतो. मग मी हे का लिहिले? उगीच वाटले म्हणून नाही. जरा वेगळे जगणे-मरणे अनुभवले. आगळे दुःखही पाहिले. वेगळा समाज, वेगळा धर्म, जात पाहिली. हे कोणालातरी सांगावेसे वाटले म्हणून लिहिले. यामुळे मी पाहिलेले कुठलेही प्रश्न सुटणार नाहीत. कुणाची दुःखे, यातना, वेदना कमी होणार नाहीत. तरीही सकिनाच्या आईची कहाणी, शाहीन, नूर यांच्या व्यथा कोणाला तरी कळाव्यात असे वाटले.

मी जे पाहिले नाही, जे अनुभवले नाही ते मी लिहू शकत नाही. तेवढी कल्पनाविष्काराची देणगी मला नाही. त्यामुळे हे संपूर्ण लिखाण खूप जणांना एकांगी वाटेल; कारण यात राजकीय दृष्टी अथवा हिंदूंवरचे अत्याचार हे पैलू अजिबात नाहीत. पण बंकरमध्ये बसून अनुभवलेला गोळीबार आहे. कशाचीही भीती वाटत नाही म्हणणाऱ्या माझा त्या वेळी भयाने थरकाप उडाला होता. टी.व्ही.वर दिसणारे बॉम्बस्फोट पाहणे वेगळे आणि अगदी जवळून उडवलेली बिल्डिंग पाहणे वेगळे. माणसाचे आयुष्य म्हणजे एका श्वासाचे अंतर असते. आता श्वास असतो. पुढच्या क्षणी बंद पडतो. आयुष्य संपते. सकाळी त्या रोडवरून जाताना 'ती' चकचकीत इमारत होती, संध्याकाळी दगड मातीचा ढिगारा झालेला इमारतीचा मृतदेह होता. काश्मिरच्या जगण्यात असे एका श्वासाचे अंतर आहे हे मी पाहिले, अनुभवले म्हणून हे लिहिले आहे.

माझ्या एका छोट्याशा भेटीने दहशतवाद्यांच्या अतिरेकी भावनेत, भूमिकेत फरक पडणार नाही किंवा ते सुधारणारही नाहीत. पण जर त्यांना भेटण्याची संधी मिळाली तर त्यांना चांगला रस्ता दाखवायचा नाही का? रामाच्या सेतूला खारीच्या वाळूच्या एका कणाचीही मदत झाली होती. दहशतवाद हा एक 'राजकीय-सामाजिक-सांस्कृतिक-प्रादेशिक समस्या' अशा स्वरूपाचा प्रश्न आहे. पण वाट चुकलेल्या मुलाला समजुतीच्या दोन गोष्टी सांगणे प्रत्येक आईचे काम आहे. ज्याने मला "मोहतरम्मा हम रेप करेंगे" म्हणून म्हटले, त्यानेच मला परतताना जीपमध्ये चढताना हात देऊन "अम्मा संभालके" म्हटले हेही सांगावेसे वाटले.

न्याय मिळण्याची किंचितही आशा नाही. त्यांच्यावरचे अत्याचार असेच बर्फाखाली गाडले जातील. दुःख, घृणा, चीड, त्वेष या सर्व भावना थिजतील आणि उरतील निर्विकार मनाच्या स्त्रियांची थिजलेली जिवंत प्रेते. मी हे पाहिले. त्यांचे दुःख यातना जाणवल्या हे कोणालातरी सांगावेसे वाटले.

हे सर्व लिहिताना खूप मनस्ताप झाला. रात्र रात्र झोप यायची नाही. पण

यजमानांनी मानसिक आधार दिला. माझ्या सर्व मित्रमैत्रिणी परिवार यांनी लिहायला प्रोत्साहन दिले. मुख्य म्हणजे 'मोहतरम्मा ते अम्मा' हे माझे दोन लेख लोकसत्तेने प्रसिद्ध केले. त्याचे गुजराती 'जन्मभूमीत' अनुवाद आल्यानंतर गुजराती मंडळींनी खूपच कौतुक केले. असे किती जणांचे आभार मानू? पहिले संपादकीय वाचन करणाऱ्या मेहता पब्लिशिंगचे श्री. अविनाश पंडित यांचेही आभार.

सर्वात महत्त्वाचे आभार मेहता प्रकाशनाचे. माझे हे वेगळे अनुभव त्यांच्यामुळेच सर्व वाचकांसमोर येत आहेत. नाहीतर हे अनुभव काश्मिरच्या गोठलेल्या बर्फातच गाडलेले राहणार होते.

– सुधा गोखले

अनुक्रमणिका

५९ सालचे नंदनवन

भारतव्याप्त हिमालयाची सुरुवात काश्मिर खोऱ्यातून होते आणि शेवट पूर्वांचलच्या टोकाला होतो. दोन्हीही प्रदेश अशांतच आहेत. भौगोलिकदृष्ट्या अतिमहत्त्वाचे आणि सैन्याच्या मदतीशिवाय पान न हलणारे. कोलकात्यात काही वर्षे राहिल्याने गोरखा चळवळ, सेव्हन सिस्टर्सचा इतिहास, नागा बोडो आंदोलन, आसू आंदोलन याविषयी अमृतबझार पत्रिका, टेलिग्राफ इत्यादी वर्तमानपत्रांतून समजत होते. तसेच समजू लागल्यापासून काश्मिरसंबंधी भलेबुरेही कळत होते. १९९० सालानंतर पेटलेले काश्मिर पाहून हळहळ वाटत होती. तरीही २००५ च्या जानेवारीत काश्मिरला जायचे ठरवल्यावर काही वाचन करणे आवश्यक होते. १९५८ साली काश्मिरला गेलो, तेव्हा तारुण्यातली गोष्ट वेगळी होती आणि आता पासष्टी उलटल्यानंतरची वेगळी होती. अगदी कल्हणच्या राजतरंगिणी पासूनचा नसला, तरी १९४७ सालच्या भारतीय स्वातंत्र्यानंतरचा थोडाफार तरी इतिहास प्रत्येक पर्यटकाने जाणून घ्यायला हवा. मनात तरंग उमटले की त्रयस्थ दृष्टीही बदलते. काय गमावले, काय राखले हे जाणले, तर उरलेले राखण्यासाठी प्रयत्नाचे अंकुर मनात उगवतात. निसर्ग अप्रतिम आहे. हवा सुंदर आहे. महत्त्वाची ठिकाणे कोणत्याही त्रासाशिवाय पाहता आली. भरपूर शॉपिंग केले. असे वरवरचे काश्मिर छानच वाटते. महाराष्ट्रीयन पद्धतीचे जेवण प्रवासी कंपनीने दिले की आम्ही आणखी खूष! मी पण १९५८ साली असेच काश्मिर पाहिले होते. तेव्हा मकबूल शेरवाणीची देशभक्तीची गोष्ट ऐकली होती. श्रीनगर वाचवणारा मकबूल शेरवाणी हळूहळू सर्वांच्याच विस्मृतीत जात आहे. बारामुल्लातले त्याचे शहीद स्मारकसुद्धा आता आहे की नाही माहीत नाही. आता दहशतवादी मकबूल बटचीच गोष्ट आठवत होती. लंडन हायकमिशनमधले रविंद्र म्हात्रे यांच्या हत्येबद्दल मकबूल बटला फाशी दिले गेले.

जम्मू-काश्मिर राज्य म्हटले की आपण जरा भुवया उंचावतोच. आणि मी तर एकटी जाणार होते. रशिदकडे चांगली आठ-दहा दिवस राहणार होते. श्रीनगर एअरपोर्टवर उतरल्यावर प्रथम जो विचार मनात आला तोच निघतानाही कायम होता. आपले नंदनवन आपण लष्करी बळावरच आपल्या ताब्यात ठेवणार का? अतिरेक्यांच्या सतत होणाऱ्या कारवायांपासून स्थानिक नागरिक आणि पर्यटकांना संरक्षण मिळावे म्हणून हे लष्कर तैनात आहे आणि अतिरेकी कारवायाही चालू आहेत. प्रश्न कसा सुटणार? जबरी संरक्षणाने? तर मग तो आणखी गहन होणार आहे. प्रसारमाध्यमे तर चुरशीने बातम्या देतात, चॅनेलवरती दाखवतात. कधीकधी पर्यटकांना इजाही होते. पण तरीही पर्यटकांची, संख्या वाढतच आहे. यात्रेकरूंची संख्या वाढत आहे. २००६ च्या उन्हाळ्यात पुण्या-मुंबईचे चाळीस हजार पर्यटक काश्मिरला जाणार आहेत अशी पण बातमी होती. अर्थात प्रवासी कंपन्यांबरोबर बरीच सुरक्षितता असते. तरीही हल्ली अतिरेकी हल्लेही वाढलेले आहेत. मुजफ्फराबादची सुरुवातच 'जे ॲण्ड के'चे टुरिस्ट इन्फर्मेशन सेंटर जाळून झाली. आत्ता काँग्रेसचे सरकार आहे. पण कारगिलची लढाई भाजपा आघाडीचे सरकार असताना झाली. युद्ध जिंकले, पण किती तरुणांचा बळी देऊन? असा सगळा काश्मिर प्रश्नाचा विचार करायचा झाला तर १९४७ सालापासूनचा इतिहास, राजकारण, राजकारणी कारस्थाने, पुढाऱ्यांची दांभिकता, पाकिस्तानशी संबंध, त्यांच्याबरोबरची तीन युद्धे, त्यांचा पराभव, त्यांचा भारत द्वेष, आत्ताचे छुपे युद्ध (प्रॉक्सी वॉर) आणि अतिरेक्यांना पद्धतशीरपणे मिळणारे खतपाणी असे बरेच काही तपासायला पाहिजे.

राजकारण, राजकीय पुढारी, नेते इत्यादिशी माझा दुरान्वयानेही संबंध नाही. एकजात सर्व पक्ष, त्यांचे नेते मला सारख्याच मुखवट्याचे वाटतात. जनतेच्या जिवावर जगत, स्वत:ला सुरक्षित कवचात जपणारे. आंतरराष्ट्रीय पातळीवर यांचा उदो-उदो झाला की पुरे. काश्मिरी जनता जगो अथवा मरो. संरक्षण दलातले जवान शहीद होवोत, यांच्या घरातील कोणीही त्यात नसते. वेदना समजायला संवेदनशील मन आणि कणखर निर्णयाची क्षमता हवी. गेंड्याच्या कातडीला काय बोचणार? पर्यटक हळहळतात. जमेल तेवढे, सुरक्षितपणे दिसेल तेवढे काश्मिर पाहतात. परत जाताना सर्व विसरतात. आपल्याला काश्मिरमध्ये थोडेच राहायचे आहे! आपले राष्ट्रपतीसुद्धा इथे इंचभर जमीन खरेदी करू शकत नाहीत. मग आपण तर चार दिवसांचे मेहमान. जम्मूतून सुखरूप बाहेर पडलो की सुटलो या दहशतवादी राज्यातून. वैष्णवदेवी आणि अमरनाथ यात्रा करणारे लाखो यात्रेकरू श्रद्धेच्या बळावर जातात त्यांचे कौतुक वाटते; अगदी काश्मिरी लोकांनाही. तशी काश्मिरच्या अंतरंगात डोकावण्याची संधीही फारशी नसते. तरीही या काश्मिरींसाठी काम करणाऱ्या पुण्याच्या 'सरहद' किंवा मेजर जनरल विनायक पाटणकरांसारख्या

फौजींच्या काही संस्था आहेत हे आशादायकच आहे. काही विचारवंत, काश्मिर प्रश्नावर अभ्यास करणारे, सामाजिक कार्यकर्ते, काही राजकीय संस्था जोखीम पत्करून या प्रश्नाचा धांडोळा घेत फिरतात, माहिती गोळा करतात, मुलाखती घेतात, संदर्भ ग्रंथ, वेगवेगळी पुस्तके वाचतात. परिपूर्ण अभ्यास करून लेखन करतात तर काही मूळ पुस्तकांचा मराठीत अनुवादही करतात. ते वाचण्याची तसदी मराठी मंडळींनी जरूर घ्यायला हवी असे मला वाटते. तरच जनजागृती होऊन या प्रश्नाची उकल होऊ शकेल. मी तशी अभ्यासू संशोधक वृत्तीची नाही. इंग्रजीचे ज्ञान बेताचे, त्यामुळे मराठीतली या विषयावरची काही पुस्तके वाचली. अपार श्रद्धाळू नाही, नास्तिकही नाही, अन् निव्वळ पर्यटकही नाही. त्यामुळे मला काश्मिरमध्ये आलेले अनुभव हे एका सामान्य मध्यमवर्गीय गृहिणीचे आहेत. त्याहून अधिक काही असेल तर ती जिद्द, धाडस आणि भारतीयत्वाचा आत्यंतिक अभिमान.

जम्मूला वैष्णवदेवीला जायचे ठरल्यावर श्रीनगरला जाणे अपरिहार्य होते. माझा मानलेला मुलगा रशिद सतत तीन वर्षे बोलावत होता. जरा चुकीचा सीझन होता, पण जम्मूसाठी चांगला होता. रशिद मुस्लीम– मी हिंदू एकमेकांचा परिचय फक्त पत्राने आणि फोनवर होता. मनात एकच शंका होती. माझ्या शाकाहारी असण्यामुळे त्याच्या बायकोला वेगळा स्वयंपाक करण्याची तसदी घ्यावी लागेल. काश्मिर, मुस्लीम आणि मांसाहार याचे मनात नाते असे घट्ट होते. मी जाण्याआधी काहीजणांचे लिखाण वाचले होते. ती मंडळी अशा तऱ्हेने कुठलाही फारसा परिचय नसताना मुस्लीम कुटुंबात राहिली होती की नाही माहीत नाही. फक्त त्यांना कोणत्या ना कोणत्या संस्थेचे पाठबळ होते. मी मात्र वैयक्तिक आमंत्रणावरून गेले होते. रशिदकडे राहायचे, बर्फात हुंदडायचे, थोडेफार झेपेल तितके फिरायचे, मिळाले तर तऱ्हेतऱ्हेचे पदार्थ खायचे एवढेच मनात होते. नंतर एक वेगळा अनुभव घेतला. तरीही मी फक्त काश्मिरी मध्यमवर्गीय समाजच पाहिला. त्यांना भेटले, बोलले, त्यांचे ऐकले, त्याच अनुभवाची ही कहाणी आहे. साहजिकच माझ्या अनुभवाच्या कक्षाही मर्यादित आहेत.

काश्मिरबद्दल लिहावे तेवढे थोडेच आहे. मी प्रथम काश्मिर पाहिले ते १९५८ साली. अशांततेची चाहूल असली तरी वरवर शांत सुंदर होते. बेचिराखी नव्हती. बॉम्बस्फोट नव्हते. कश्मिरियत जपली जात होती. विशेषत: आम्हा पर्यटकांना तर जाणवतच नव्हते. रस्त्यावर स्थानिक लोकांची भरपूर रहदारी होती. यावेळीही मला बारामुल्लाला जायचे होते, पण रशिदने अशांत वातावरण आणि भरपूर स्नो-फॉल यामुळे जाऊ दिले नाही. जन्नत आणि जहन्नुमचा फरक होता. मी जर प्रवासी कंपनीबरोबर फिरायला गेले, तर अशीच मजेत फिरले असते. बंदिस्त चौकट मोडणे शक्य नसते. सुरक्षितही नसते. फक्त मनात प्रश्न खदखदले असते. 'वादी'च्या

सौंदर्यातही अस्वस्थ राहिले असते. कारण आता वयपरत्वे दृष्टी बदललेली असते. दु:खाच्या मुळापर्यंत जाण्याची शक्ती नसली तरी वेदनेची मलूल फुले दिसत होती. काटे बोचत होते म्हणून रशिदकडे जाताना मनात आले आम काश्मिरी स्त्रिया, तरुण मुले-मुली यांना भेटायचे, त्यांची मते जाणून घ्यायची. रशिद हा एक काश्मिरी तरुण – एम.ए., एलएल. बी., चौकस, सहिष्णूवृत्तीचा. त्याची बायकोही नोकरी करणारी. जमवता आले तर हे शक्य होते आणि माझा तेवढाच उद्देश होता. कडाक्याच्या थंडीत उबदार घरात बसून करण्यासारखा.

पर्यटक आणि काश्मिरी लोक यांच्यात एक अदृश्य पडदा असतो. सर्व मंडळी पक्की गोडबोलू पण कसमसे झूठ बोलणारी. आपमतलबीही वाटतात. परिस्थितीनेही असेल पण पहिला स्वार्थ पाहतात. पंधरा वर्षांच्या दहशतवादामुळे सर्वजण सावधपणेच बोलतात, वागतात. पण जबान मात्र एकदम मिठ्ठास असते. काश्मिरी मुसलमानाचे नशीब आणि त्यांचे जातवाले 'ते' बघून घेतील. हिंदू तर आता नाहीतच इत्यादी विचार काहींच्या मनात येतात. मेहमाननवाजी त्यानंतर. असे मनात पक्के ठसले होते. लोकाश्रयाशिवाय दहशतवाद एवढी वर्षे चालणार नाही. सहानुभूती असल्याशिवाय एवढा वाढणारही नाही. तरीही संवाद साधायचा होता. विचाराच्या देवघेवीशिवाय प्रश्नातली गुंतागुंत नीट समजतही नाही. सगळे रशिदसारखे थोडेच असतील? नुसता निसर्ग भुरळ घालत नव्हता तर माणसे पाहायची होती. अवघड असले तरी अशक्य नव्हते. आत्तातर सर्व घाटी बर्फाखालीच झाकलेली होती, त्याबरोबरच दु:खेसुद्धा! नंदनवनाने शुभ्र चादर ओढलेली होती. उगीच मनात आले, आतंकवाद्यांनी पांढरे कफन तर घातलेले नाही? सगळे कसे थिजलेले होते. यांच्या वेदनाही अशाच थिजल्या असतील का? शिशिराची पानगळ होती. निष्पर्ण झाडे स्तब्ध होती.

रशिद कसा दिसत असेल. फोनवरच्या आवाजावरून तरी सळसळणारं रक्त वाटत होतं. त्याच्या घरी तो, त्याची बायको एहसान, मुलगी अमिषा आणि आजारी वडील एवढीच मंडळी होती. आई काही वर्षांपूर्वी गेली होती. भाऊ तीन वर्षांपूर्वी वारला होता. अवघा पंचेचाळीस मिनिटांचा प्रवास. मनात असे लक्ष विचार आले. जम्मू हा काश्मिरचा भाग असला तरी विमानातून शुभ्र हिमशिखरे दिसली होती. थंडीही सुसह्य होती. आता मात्र बर्फाळ गारठा असणार होता. मध्यंतरी कॅन्सरच्या उपचारानंतर सर्व शरीर आगीत होरपळतेय असे वाटे. मला अजूनही बर्फाचे प्रचंड आकर्षण आहे. बर्फात गाडून घ्यावे, लोळावे वाटते. असा शुभ्र हिमालय विमानातून दिसला. ३१ डिसेंबर आणि १ जानेवारीच्या तुफान बर्फवृष्टीमुळे घाटी पांढरी शुभ्र झाली होती. विमान खाली उतरू लागले. बर्फ जवळ वाटू लागला, फक्त पांढरा शुभ्र बर्फ! कुठेही हिरव्या रंगाची किनारही नाही. इतकी शुभ्रताही मन विषण्ण करते. बघता बघता रन-वे गाठला. काश्मिर भारताचे नंदनवन 'अगर फिर्दोस बरुअे जमी अस्तो, हमी अस्तो हमी अस्तो

अमी अस्तो’ हे हुमायुन बादशहाने म्हटले आहे. (पृथ्वीवर जर कुठे स्वर्ग असेल तर तो इथेच आहे. इथेच आहे.) असे स्वर्गतुल्य काश्मिर, १९५८ सालच्या मे मधे गुलाबांनी फुललेले, चिनारपालवीने सजलेले पाहिले होते.

हवामानाची सूचना सांगत होती, ‘आपण श्रीनगर एअरपोर्टवर उतरत आहोत. एअरक्राफ्ट बाहेरचे तापमान २° सेल्सियस आहे.’ उबदार एअरक्राफ्टमधेही अंगावर थंडीचा काटा आला. पर्स खांद्याला अडकवली. केबिन बॅग उचलून सर्वजण दाराकडे निघालो. विमानाच्या दारात एक क्षणच उभी राहिले. छान ऊन शुभ्र बर्फावर चमकत होते.

रशिदचे श्रीनगरहून पत्र आले तेव्हाच मनात १९५८ सालच्या आठवणींचे मोहोळ उठले होते. काश्मिर हे हिमालयाला पडलेले गुलाबी, देखणे स्वप्न आहे. स्वप्ने ही सुंदरच असावी लागतात. पण गेल्या पंधरा-सोळा वर्षांत या सुंदरतेला नजर लागून ते कुरूप होऊ लागले. झालेही. त्याला तडे गेले. आता हे सांधण्याचा प्रयत्न होत आहे. असे प्रयत्न करणारा एक तरुण – रशिद – मला बोलावत होता. आत्ताचे काश्मिर कसे असेल? आठवणींचा ताळमेळ मनात घालताना विचार आला आता झेलमच्या सात पुलांखालून बरेच पाणी वाहून गेले आहे. पाण्याचा रक्ताळलेला गढूळपणा पाहायला, किती स्वच्छ झालाय शोधायला स्वत:च जायला हवे. पूर्वीच्या आठवणींचे तुकडे हातात होते. त्या वेगवेगळ्या आठवणी होत्या. त्यात कधीतरी ऐकलेल्या गाण्याचे सूर होते, पण रात्री एकदम चिडीचुप असे. थंडीमुळे पर्यटकही आपापल्या हॉटेलात गुडूप होत. एका संध्याकाळी सिनेमा पाहून येताना आम्ही रस्ता चुकलो. एका घराच्या दारावर थाप मारली. दार झटकन उघडले. घरमालकाने थंडीने काकडणाऱ्या आम्हाला आधी घरात बोलावले. थोडावेळ शेगडी जवळ शेकायला बसवले. गरम चहा दिला. नंतर टॉर्च घेऊन आणखी गरम शाली आग्रहाने पांघरायला लावून आम्हाला हॉटेलपर्यंत पोचवायलाही तो आला. घर निश्चितच मुसलमानाचे होते. पवित्र काबाचे चित्र, कुराणातील आयते फोटो भिंतीवर लावलेले होते. आमचे सांगलीचे घर मुसलमान गल्लीला जवळ असल्याने, त्यांचे घरी जाणे-येणे असल्याने या गोष्टी माहीत होत्या. आजही त्यांचे ते अगत्य मला आठवते. अजूनही ते सारे तसेच असेल का? मनात किंचित शंका आली.

तेव्हा बाहेर शांत वाटणारे वातावरण असले तरी मधूनच जाणवणारा धुमसता अंगार कधीतरी उद्रेक पावणार असे आम्हा पर्यटकांनाही वाटत होते. माझे आईवडील याबद्दल आपापसात बोलायचे ते कानावर पडायचे. आता फक्त एकच शब्द लक्षात राहिलाय. “प्रश्न युनोत नेलाय. चिखलात माशी रुतल्यासारखा झालाय. सुटायला जन्म जावे लागतील.” जखमांवर तात्पुरत्या खपल्या धरल्या होत्या. या जखमा कसल्या ते त्यावेळी नीटसे उमजले नव्हते. काश्मिरचे निसर्गसौंदर्य पाहण्यातच मी

मश्गुल होते. स्थानिक लोकांशी आमचे ना देणे ना घेणे. सगळ्या पर्यटनस्थळी असेच असते. हा अनुभव मला आजही येतो. स्थानिक लोकांपर्यंत आपली आपुलकीची भावना पोचली, तर कितीतरी प्रश्न चिघळणार नाहीत. हिंदू आणि मुस्लिम दोघांना पं. नेहरूंचा राग येत होता. काश्मिरवर अन्याय, दडपशाही झाल्याची भावना सर्वांच्या मनात होती. काश्मिरी लोक म्हणत होते आमच्या हयातीतच काश्मिरची कश्मिरियत संपणार. भाई-भाई दुष्मन होणार. सर्व काश्मिरघाटी अधांतरीच राहणार. युनोमधे प्रश्न गेल्याने आमचे तुकडे करून वाटले जात आहेत. लवकरच आम्ही 'धोबीका कुत्ता' बनू. इथली स्वर्गीय शांतता, सौंदर्य या पुढाऱ्यांच्या लढाईत खाक होणार. ही सर्व धर्माची – सर्व पक्षाची नेतेमंडळी आम्हांला युनोच्या बाजारात बसवून भारताचे नाव आंतरराष्ट्रीय पातळीवर 'शांतीदूत' म्हणून उंचावण्यात मश्गुल आहेत. पोकळ थोरवीत गुंग आहेत. शुभ्र कबुतरे आकाशात उडवीत आहेत. पण तीच कबुतरे रक्तबंबाळ, घायाळ होणार होती हे कोणाही द्रष्ट्याला तेव्हा समजले नव्हते का?

प्रवासी कंपनीबरोबर असल्याने आम्ही श्रीनगरच्या मध्यवर्ती भागात हॉटेलमध्ये उतरलो होतो. अर्थात हे जामा मशिदीजवळचे जुने श्रीनगरही नव्हते. आता रशिदबरोबर साधारण काही ओळखीच्या खुणा अंधुक आठवल्या. तेव्हा लाल चौक वगैरे होता की नाही आठवत नाही. मी, आईवडील, धाकटा भाऊ अशा चौघांना मिळून एक स्वतंत्र खोली मिळाली होती. माझी आई इंदिराबाई पेंडसे, लेखिका-सामाजिक कार्यकर्ती असल्याने शिवाय तिचे हिंदी भाषेवर प्रभुत्व असल्याने मोकळ्या वेळात हॉटेलमधील व आजूबाजूच्या स्थानिक लोकांबरोबर तिने थोडा फार संवाद साधला होता. त्यातून विरोधाचे, संतापाचे नैराश्याचे तुकडे हाती लागले होते. त्याचे महत्त्व त्या वयात समजले नव्हते. आज मात्र आतून जाणवत आहे. काश्मिरींनी किती वर्षे हा सल उराशी बाळगला आहे? त्यासाठी किती जणांचे बळी गेले आहेत? ज्याचं जळतं त्यालाच कळतं का? १९५८ साली राजकारणाचा विचारसुद्धा मनात डोकावत नव्हता. घरात राजकारणी सामाजिक कार्यकर्ते, लेखक, कवी, आध्यात्माचे अभ्यासक, गुरुदेव रानडे, ह.भ.प. सोनोपंत दांडेकर यांचे जाणे-येणे असूनही आम्ही मुले त्यात नव्हतो. वडील डॉ. गंगाधर चिंतामण पेंडसे हेही 'आपण बरे आपले पेशंट बरे' यावृत्तीचे. एक मात्र आठवते क्रिकेटपटू विजय, विवेक हजारे त्यांच्या वडिलांसाठी औषधाला येत. पुढे सांगलीत एक रणजी सामना झाला तेव्हा त्यांनी सन्मानाने वडिलांना सामना पाहायला बोलावले होते. माझे वडील चांगले टेनिस खेळणारे होते. त्यांनी आम्हाला खेळण्यासाठी प्रोत्साहन दिले. त्यांना प्रवासाची अत्यंत आवड होती. त्यांच्यामुळेच मला कन्याकुमारी ते काश्मिर प्रवास करता आला. माझी प्रवासाची आवड त्यांच्यामुळे आणि माणसे पाहण्याची-भेटण्याची

वृत्ती आईमुळे असावी. ललित वाङ्मयाची आवडही आईमुळेच जोपासली गेली. वर्तमानपत्र वाचणे फारसे आवडत नव्हते. विशेषत: राजकीय बातम्या, भाषणे, टीकाटिप्पणी समजतही नव्हती. दररोज वर्तमानपत्र वाचलेच पाहिजे असा नियम असल्याने आम्ही ते कसेबसे चाळत असू. आई त्यावर कधी प्रश्न विचारेल याचा नेम नव्हता. आमच्या विचाराची बीजे त्यावेळच्या न कळता वाचलेल्या वृत्तपत्र वाचनातूनही रुजलेली असावीत. जाणिवा स्पष्ट नसल्या तरी बोथट नव्हत्या.

फाळणीच्या वेळी निर्वासित झालेली सिंधीमंडळी भारतभर अन्न-वस्त्र-निवाऱ्याच्या शोधात विखुरली. सांगलीतही एक जत्था पोचला होता. ते सर्व एखाद्या छोट्याशा खोलीत राहून पैसे कमवण्यासाठी दिवसरात्र कष्ट करू लागले होते. पण सांगलीतला मध्यमवर्ग, उच्चवर्ग त्यांच्यापासून काहीसा अलिप्त आणि दूरच राहत होता. आम्ही खणभागात मिश्रवस्तीत राहत होतो. धनगर, कुणबी, मुसलमान, गोल्ल (एक जमात) मराठा जैन इत्यादी सर्वजण होते. त्यात आमची ब्राह्मणाची तीनच घरे होती. सर्वच वडिलांचे पेशंट! ते चांगले प्रथितयश डॉक्टर होते. सिंधीमंडळीही त्यांच्याकडे औषधाला येत. तेव्हा त्यांनी दिले तरच औषधाचे पैसे घेत. मागत नसत एवढे नक्की आठवते आहे. ते म्हणत आपले गाव, घरदार सोडून आलेल्यांकडे कसले पैसे मागायचे? आज काश्मिरी मंडळींना वाटते जनप्रवाहापासून आम्हाला दूरच ठेवले, तेव्हा हेच दु:ख सिंधी निर्वासितांचे होते. पण स्वत:ची भूमीच हिसकावल्यामुळे ते लवकरच इथल्या जनप्रवाहात मिसळून गेले. पण काश्मिरींना त्यांची भूमी होती. त्यातून त्यांनी पंडितांना हुसकावले आणि पुण्यापासून सगळीकडे काश्मिरी पंडित स्थायिक झाले. आजही काश्मिरींचं दु:ख, सल, वेदना, संताप उर्वरित भारतीयांना उमजलेला नाही असे मला आत्ता वाटते. ३७० व्या कलमाच्या लक्ष्मणरेषेवर सारे काही थबकलेले आहे.

१९५८ साली पर्यटनावरच अवलंबून असलेल्या लोकांना पाहिले होते. आईची चर्चा कानावर पडली होती, पण मन त्यात गुंतत नव्हते. झटकूनच टाकत होते. कधी नव्हे ते या भूलोकीच्या स्वर्गात आलो आहोत तेव्हा त्याचा आनंद, मौज महत्त्वाची. इथल्या मर्त्य लोकांशी आपला काय संबंध? आपण थोडेच इथे राहणार आहोत हीच विचारसरणी आमच्यासारख्या पर्यटकांची होती, आहेही. तेव्हा इथले सौंदर्य आत्तासारखे भंगलेले नव्हते. चिनार, निशात, चष्मेशाही शालीमार बागा फुललेल्या होत्या. सजलेल्या होत्या. रिझवत होत्या. मग आणखी काय हवे? दाललेक वर हाऊसबोटी तरंगत होत्या. फळाफुलांनी भरलेले शिकारे डुलत डुलत जात होते. सजवलेल्या शिकाऱ्यातून नगीना लेक वगैरेत आम्हीही फिरलो. नाकेल्या, गोऱ्यापान, देखण्या तरुणतरुणींचा पोशाख पारंपरिकच होता. जीन पॅन्टचा जमाना यायचा होता. पायातही चढाव होते. गाणीही 'काश्मिरी लोकगीते' ऐकवत होती.

टी. व्ही., केबलवाहिन्या, व्हिडिओ काही नव्हते. दोन-चार सिनेमा थिएटर्स होती. त्यातही हिंदी, इंग्रजी सिनेमे होते. श्रीनगरचे छोटेसे रेडिओ केंद्र होते. छोट्या खेड्यांतून कदाचित तेही नसावे. कोणत्याही गावी जायचे म्हणजे एक घाटी (डोंगर) चढून उतरायचे. टेकड्या ओलांडायच्या. खासगी मोटारगाड्या मात्र होत्या– जीप, मिनीबससारख्या. प्रत्येक सीटप्रमाणे दर होते. रस्त्याच्या कडेला गुलाब फुलत होते. वेलच्या वेल होते. पांढऱ्या, लाल, गुलाबी गुलाबांचे साम्राज्य होते. दाल-नगीना लेकमध्येही कमळे फुलली होती. चारचिनार हिरवेगार होते. सभोवतालचे आकाश निरभ्र होते. मोकळे होते.

आमचे हॉटेल असलेल्या भागातील घरे भिंतीला भिंती लागूनच होती. छपरे लाकडाची आणि उतरती होती. खिडक्या छोट्या काचेच्या होत्या. महाराष्ट्रापेक्षा वेगळी दिसणारी घरे होती. सिमेंट-क्रॉंक्रिटचे ठोकळे नव्हते. आणखीही दोन-तीन हॉटेल्स आजूबाजूला होती. आमच्या हॉटेलचे नाव 'महाराजा' असावे. मध्यवर्ती ठिकाण म्हणून प्रवासी कंपन्या इथे उतरत. आमची पुण्याची 'किशोर' ट्रॅव्हल कंपनी होती. घरांचा पुढील भाग दुकान कम चहाची टपरी असे होते. मोजके खाद्यपदार्थ (भजी, नानकटाई, बनपाव) चहा मिळे. तसेच पर्यटकांच्या जरुरीचे सामान, कॅमेराचे रोल, टूथपेस्ट, ब्रश, साबण वगैरे मिळे. मुख्य रस्त्यावर मॉलरोडवर गालिच्यांपासून केशरापर्यंत सर्व काही मिळे. घरे एक मजली असली तरी मागील बाजूस घरातील मंडळी राहत. जाण्यायेण्याचा सर्व वावर पुढच्या दारातूनच असे. पाठीमागचे दार मागच्या गल्लीत असे तिथे छोटीशी किचनगार्डन जवळजवळ प्रत्येक घरात होती. कोणीही स्त्रिया बुरख्यात नव्हत्या. मे महिना असला तरी हवा छान थंडच होती. फक्त कधीही संध्याकाळी पावसाची सर येऊन गेली, की गारठा वाढे. नंतर कळले हिमालयात ६००० फूट उंची ओलांडल्या नंतर दुपारी खूपदा पाऊस येतोच. संध्याकाळी पाच वाजताच सर्व परत येत असत. काही घरांना तर खिडक्यांऐवजी झरोकेच होते. तेही काचेच्या तावदानी पद्धतीचे. नंतर पुढे हिमालयात खूपदा प्रवास करताना कळले हिलस्टेशन्सवर साधारण घरांची रचना अशीच असते. १९६२ नंतर मात्र सर्वत्र सर्रास सिमेंटची घरे बनू लागली. वृक्षतोडही बेसुमार झाली आणि हवा गरम होऊ लागली. मॉलरोड जास्त सजू-धजू लागले. अशा थंड हवेत नऊवारी लुगडे नेसणाऱ्या माझ्या आईने कसे निभावले असेल असा आता प्रश्न पडतो. आमच्या पायात चपलाच होत्या. फक्त वडील बूट घालत. उंच मल्टीस्टोरीड इमारतींचा जमाना अजून दूर होता. साहजिकच सगळी घरे निसर्गाशी समतोल साधणारी होती. झेलमवरचे सात पूलही लाकडीच होते. फ्लायओव्हर तर माहीतही नव्हते. पुलाखालून शिकाऱ्यातून वाहतूक चाले. ऐलतीरावर पैलतीरावर शहर वसले होते. मात्र काही भागात आधुनिक विकासाची सुरुवात झालेली होती. कारण

एक मोटारीची व फटफटी (मोटरबाईक) ची शोरूम पाहिल्याचे आठवतेय. त्या वेळी हॉटेलमध्ये रनिंग हॉट अॅण्ड कोल्ड वॉटर किंवा अॅटॅच्ड् टॉयलेटची सोय नव्हती. हे हॉटेल स्वच्छ उबदार असले, तरी तारांकित लेबल नव्हते. त्याचे टॅक्स तसेच दरपत्रकही नव्हते. चूल पेटलेली असे त्यावर मोठ्या पिंपातून सतत गरम पाणी काढून देत. नेहरू टनेल किंवा बनिहाल पास पूर्ण झाला की सर्व नव्या सोयी सुविधा सहज सुलभतेने खोऱ्यात झाल्या असत्या. तेव्हा रेल्वेचे स्टेशनही पठाणकोट होते असे आठवतेय. पुढे सर्व बसप्रवास. बटोटनंतर मिनीबसच होत्या.

प्रवासी कंपनीचे किचन आणि आचारी बरोबर असल्याने पुणेरी म्हणजे मराठी शाकाहारी जेवण-नाश्ता मिळे. गुरुवार, शनिवारी, एकादशी, संकष्टी उपवासाला साबुदाणा खिचडी आणि शेंगदाणा लाडू, राजगिरा वडी असे. परंतु वडिलांना वाटे, दक्षिणेत केळीच्या पानात बांधलेला दहीभात असो नाहीतर हॉटेलातला अन्नासार असो, ज्या प्रदेशात जातो तेथील पदार्थही खाऊन पाहायला हवेत. त्यामुळे काश्मिरला खाल्लेले दोन-तीन पदार्थ अजूनही आठवतात. दूध नसलेली पण भरपूर सुकामेवा-खव्याचे तळलेले गोळे घातलेली; मुबलक केशर घातलेली शेवयांची दाट खीर हिला 'मिठी सेवई' किंवा 'शीरखुर्मा' म्हणत. ती आवडीने खाल्ली होती. पनीर दुधापासून बनवतात म्हणून पनीर नामक पदार्थाची भजी खाल्ली होती. पनीर प्रकार प्रथमच ऐकला-खाल्ला होता. पुडीसब्जी बटाट्याचा जरासा रस असलेली भाजी, कांदा, लसूण, टोमॅटो, खोबरे, कोथिंबीर, दाण्याचे कूट यातले त्यात काहीही नव्हते. फक्त धणेपूड होती. सर्व काही सरसू (मोहरी) तेलात बनवलेले होते. सरसू (मोहरी) तेलही प्रथमच चाखले. नाहीतर मोहरी फोडणीसाठी आणि लोणच्यासाठी वापरतात हेच माहीत होते. सर्व पदार्थांना तेलाचा एक वेगळाच वास होता. एका मोठ्या द्रोणात भाजी आणि पानावर चार मोठ्या पुऱ्या देत. पेपरडिश वगैरे भानगड नव्हती. कोपऱ्यावर हातगाडीवर गरमागरम नाश्ता मिळे. किंमत दोन किंवा चार आणे होती. पोट भरून जायचे. लागली तर भाजी आणखी देत त्याचे वेगळे पैसे पडत नव्हते. कांदेपोहे नाहीतर उप्पीट (उपमा) पेक्षा जरा वेगळा नाश्ता चविष्ट आणि छान लागला होता. पण 'कहावा' म्हणून लवंग दालचिनी घातलेला किंचित मीठ असलेला काळा चहा (कोरा चहा) मात्र बिलकूल आवडला नव्हता. काढाच वाटला. आता मात्र ब्लॅक लेमनही आवडीने पिते.

त्या वेळी आग्रा, दिल्ली, अमृतसर, भाक्रानांगल आणखी काही स्थलदर्शन होते. पुणे ते पुणे माणशी खर्च होता १००० रु., त्यात रेल्वे प्रवास, स्थलदर्शन रेल्वे प्रवासातही चहा, कॉफी, नाश्ता, जेवण, रोज मधल्यावेळेचे खाणे, हॉटेलातील वास्तव्य असे सर्व काही होते. दोन दिवस हाऊस बोटीतही वास्तव्य होते. मात्र तिथे शेवाळ्यासारखा वास सर्वत्र भरला आहे असे वाटे. सर्व घाणकचरा त्या दाललेकमधेच

जाई. आत्ता मात्र दाललेक जास्त स्वच्छ वाटले. प्यायचे पाणी ड्रममधून शिकाऱ्यातून आणत. पण अजूनही सर्वांना हाऊसबोटीचे कौतुक आहेच. पहलगामला राहणे, घोड्यावरची रपेट, बर्फावरून घसरगाडीतून घसरणे खूपच आवडले होते. पहलगाम, गुलमर्ग, चंदनवाडी, खिलनमर्ग इकडे मात्र चांगलीच थंडी होती. बर्फात खेळणे तर अविस्मरणीय होते. गोळे करून फेकताना बोटे काकडून गेली. तेव्हापासून आजतागायत मला बर्फाचे आकर्षण वाटत आलेय. मात्र बर्फातून कोल्हापुरी चपला घालून चालणे जरा अवघडच होते. फ्रिजमधला बर्फसुद्धा माहीत नव्हता तेव्हा बर्फ पाहून वाटले 'अगर फिर्दोस बरुअे जमी अस्तो, हमी अस्तो हमी अस्तो हमी अस्तो.' घरी आइस्क्रीम पॉटमध्ये आइस्क्रीम करायला बर्फ आणला तर केवढा बर्फ असे वाटायचे. आइस्क्रीमबरोबर बर्फाचा खडाही जीव गारेगार करायचा. इथे तर सर्वदूर बर्फच बर्फ पसरलेला होता. गडाबडा आम्ही भावंडे त्यात लोळलोसुद्धा. गाईडने बजावून सांगितले होते असा स्नो फॉलचा बर्फ खाऊ नका. तरुण अल्लड वय म्हणाले, खा! आणि खाल्लाही. कदाचित वडील डॉक्टर असल्याने काळजी नाही. हे पण मनात असावे.

गुलमर्ग, खिलनमर्ग, बारामुल्ला, अनंतनाग इथे गेलो होतो. कुठेतरी गरम पाण्याचे झरे पाहून निसर्गाचे आश्चर्य वाटले. केशराचे शेतही पाहिले होते. एक रेशीम फॅक्टरी पाहिली. त्या किड्यांचे कोष पाण्यात उकळतानाचा हिवस (सेप्टिकसारखा) दर्प कित्येक दिवस आठवत होता. कित्येक दिवस मी रेशमी साडीही नेसत नव्हते. श्रीनगरच्या मोगल गार्डन, क्षीर भवानी, शंकराचार्य मंदीर, मार्तंड मंदीर, एक दर्गा असे खूप हिंडलो. काश्मिरी पोषाख घालून फोटोही काढले. तेव्हा रंगीत फोटोचा काळ सुरू झाला नव्हता. सर्व ठिकाणी बसमधून जाताना दिसणारा निसर्ग अतिशय भावत होता. अगदी सिनेमात दिसायचे तसे डोंगर, दऱ्या, झरे, दूरवरची हिमशिखरे दिसत होती. घनदाट झाडी, पहाड, थंड हवा, मधूनच असणारी पावसाळी हवा. गुलमर्ग किंवा पहलगामला लिडरनदीत पाय सोडून गुणगुणताना त्या वयात अनामिक हुरहूर लावणारे होते. गावे-नाचावे वाटणारे होते. आजही ती तरुणाईची हुरहूर आठवते आहे. एरवी सिनेमातच दिसणारे काश्मिर खरखुरे पाहत होतो. त्या वेळी सिनेमाला एखादा तरी प्रसंग काश्मिरच्या पार्श्वभूमीवर निसर्ग, शिकारे यात चित्रित केलेला असायचा. पुढे पुढे सिमला, दार्जिलिंग, नैनीताल, मसूरी, उटी, अबू इत्यादी हिलस्टेशन्स. पण तेव्हा बर्फात खेळणे म्हणजे काश्मिरच असे. नंतरच्या अस्थिरतेमुळे इथे शूटिंग होईनासे झाले. आता तर परदेशातच असते. त्या वेळीही गाईडने इथे बरसातचे शुटींग झाले असे आवर्जून सांगितले होते. नंतर कळले बरेचसे चित्रण मुंबईला आर. के. स्टुडिओत झाले होते. चौदा वर्षांपूर्वी नैनीतालला गेलो होतो. तेव्हा तेथील गाईडनेसुद्धा हनुमान टेकडी, भीमताल, सातताल वगैरे ठिकाणी

'मधुमतीचे' शुटींग झाल्याचे परत परत सांगितले. तर १९९९ साली उत्तराखंडात (आताचे उत्तरांचल) फिरताना बऱ्याच ग्रामीण गढवाली मंडळीनी 'राम तेरी गंगा मैली'चे चित्रिकरण इथे झाले असे सांगितले. हिंदी सिनेमाचे आकर्षण इतके आहे की अजूनही उत्तरांचलातल्या दुर्गम भागातल्या गावकऱ्यांना आम्ही मुंबईकर रोज अमिताभ वगैरेंना भेटतो-पाहतो असे वाटते. पण १९५८ साली काश्मिरचे शूटींग तिथलेच वाटायचे इतका मनावर काश्मिरचा पगडा होता.

१९५८ साली स्पेशल रेल्वे प्रवासी डबे होते. रात्री या गाडीने त्या गाडीला जोडले जायचे. हे डबे खरोखरच वेगळे होते. कुणाकुणाला आठवतही असतील एका डब्यात मधला आणि प्लॅटफॉर्मला उतरायचे दोन दरवाजे सोडून तीन बाजूला लाकडी बाके होती. मधे मोठा चौकोन बाकांसमोर जेवणाच्यावेळी घडीची टेबले ठेवत. ती उचलली की मधल्या मोकळ्या जागेत झाडूनपुसून घेऊन मोठे जाजम घालत. त्यावर आपली वळकटी पसरायची. बाकांवर झोपणाऱ्यांपेक्षा खाली झोपणाऱ्यांना १००-१५० रु. खर्च कमी होता. आमचे रिझर्व्हेशन बाकांवरचे होते. त्यामुळे दिवसरात्र खिडकीतून बाहेर बघता येई. त्या लांबवरच्या रात्रीच्या रेल्वे प्रवासाची आठवण अजून कधी रात्री आगगाडीची शिटी ऐकू आली की होते. विजेचा झगमगाट मात्र मोठ्या शहरातल्या मोठ्या स्टेशनांवरच असे. छोटी स्टेशन, मिणमिणत्या दिव्यांची गावे आणि शिटी फुंकत पळणारी गाडी काही वेगळेच असे. आता ते डबे नाहीसेच झालेत. डब्याला संडास, दोन बाथरूम जोडलेली होती. मधल्या पॅसेजला लागून किचन आणि नोकरवर्ग, सामान होते. मोठ्या स्टेशनावर स्टेशनवरच्या नळातून पाईप लावून पिण्याच्या पाण्याची पिंपे आणि मोठे रांजण भरत. आत्तासारखी स्टेशनांवर भरमसाठ गर्दीही नसावी कदाचित.

पठाणकोट-जम्मू प्रवास बसचा होता. वैष्णवदेवी तेव्हा महाराष्ट्रात आत्ता इतकी प्रसिद्ध नव्हती. पण रघुनाथ टेंपल चांगले आठवते आहे. वसंतपंचमीची दीपमाळही होती. तिथून पुढे बस बनाहालजवळ बटोट नावाच्या गावी रात्री थांबली. एका टपरीवजा हॉटेलात राहिलो. बोगद्याचे काम चालू होते. इथे बस बदलून मिनीबस आल्या. भल्या पहाटे थंडगार हवेत श्रीनगरचा प्रवास चालू झाला. रस्ता वळणावळणाचा पहाडी होता. सततची चढण उतरण उरात धडकी भरवत होती. इकडे दिवसाउजेडीच प्रवास का करतात ते समजले. या घाटांपुढे आमचा सह्याद्रीतला खंडाळा घाट कौतुकाचा मजेचा वाटला. थंडगार हवा, ढगांचा लपंडाव, हिरवी सुरूची झाडे या सुखद वातावरणात काश्मिरघाटीचे हिरवेगार दर्शन लोभावणारे होते. दुपारी श्रीनगर आले आणि पावसाची जोरदार सरही आली. तेव्हापासून मनाला हिमालयाची भुरळ पडली ती अजूनही कायम आहे. आणि तेव्हाचे अपरिपक्व उत्साही तरुण मन, तब्येत ही ठणठणीत 'दगड पचवणारी' होती. नाहीतर आताचे सरते वय, रोगजर्जर

शरीर, विरक्तीला लागलेले मन. मागे वळून पाहताना वाटते इवलासा हिमालय पाहूनही आपण समृद्ध झालो. असा विशाल हिमालय भारताचा, माझा आहे. युरोपमध्ये हिंडताना सुंदर निसर्ग जागोजागी पाहत होते. तो निसर्ग मानवाचा अंकित वाटत होता. इथला निसर्ग मात्र मानवावर अधिराज्य गाजवणारा आहे. म्हणूनच जगभरातील पर्यटकांना, ट्रेकर्सना, गिर्यारोहकांना, यात्रेकरूंना हिमालयात यावेसे वाटते. इथला निसर्ग आव्हानात्मक आहे. साहसाला आव्हानच हवे असते. एव्हरेस्ट, सतोपंथ चढाईचे प्रयत्न अजूनही होतातच. आता साहस करणे शक्य नाही तरी भूल घालणारा हिमालय साद घालतोच.

आम्ही शुद्ध शाकाहारी, चातुर्मासात कांदालसूणही वर्ज्य. पण सोवळेओवळे वडिलांनी स्वयंपाकघरापुरतेच ठेवले होते. जातपातही माजघरापुरतीच मर्यादित होती. त्यामुळे श्रीनगरमध्ये मटणविक्रीची ठिकठिकाणी दुकाने पाहून कबाब विकणारे खोमचे पाहून कसेतरी व्हायचे. आता या जाणिवा बोथट झाल्या. परदेशातही शाकाहार संभाळून राहिले. तरीही मागच्यावर्षी रविवारी आलेल्या गणेशचतुर्थीला बिल्डिंगखालच्या चिकनच्या दुकानातून चिकन विकत घेणाऱ्या मराठी मंडळींना पाहून कसेतरीच झाले. त्या वेळी काही मंडळींनी रस्त्यावर कबाबही खाल्ले होते आणि आम्ही कहावा प्यायलो होतो. काश्मिरी पोशाख घालून माझे आई-वडील सोडून सर्वांनी दुकानात फोटो काढून घेतले होते. दुसरे दिवशी संध्याकाळी दुकानदाराने आणून दिले. एका बागेत ग्रुप फोटोही काढला होता. तो माजघरात कित्येक वर्षे होता. काश्मिर पाहिल्याचा पुरावा म्हणजे हे फोटो. गळ्यातील मोठमोठे नेकलेस, कानातील बाळ्या, नाकातील बांगडीएवढी नथ, डोक्याला रुमाल आणि त्याखाली भुवयांपर्यंत येणारा बिंदीसारखा मांगटिका, ढगळ सैलसर अंगरखा (फिरन), सैल सलवार, चुन्नी, हातात फुलांची टोपली असा फोटो मी पुढे लग्नानंतरही कित्येक वर्षे जपून ठेवला होता. नंतर संसाराच्या रामरगाड्यात भूतकाळाबरोबर तोही हरवला. पण आठवणी मात्र अजून ताज्या टवटवीत आहेत.

गुलमर्ग, खिलनमर्ग, सोनमर्ग, चंदनवाडी इकडे घोड्यावरून खूप फिरलो. टांग्याचा घोडाच माहिती असणाऱ्या मला दोन-तीन तास घोड्यावरचा प्रवास अपूर्वाईचा होता. कोणताही प्रवास आपल्याला काहीतरी देऊन जातोय. मग तो प्रवास काश्मिरचा असो, कन्याकुमारीचा असो नाहीतर जैसलमेर अथवा नागालँडचा असो, कोहिमाला एका स्थानिक रहिवासी (नागा) दुकानदाराने विचारले होते ''Are you from India?'' नागालँड भारतातच आहे ना? मग त्याने असे का विचारावे? अर्थात १९९२ साली त्याला उलट विचारायची सोय नव्हती. लक्षद्वीपलाही तेथील रहिवाशांनी हाच प्रश्न विचारला होता. काश्मिरने हाच प्रश्न विचारू नये असे वाटत असेल तर आपण काय करायला हवे याचा आपण नागरिकांनी आणि नेते मंडळींनी

विचार करायला हवा. कोणीतरी पुढे येईल हा प्रश्न सोडवेल म्हणण्यापेक्षा स्वतः पुढे व्हावे. या प्रवासात भाक्रानांगल पाहायला गेलो होतो. ते धरणाचे प्रचंड काम पाहून आनंदही वाटला होता. त्याआधी कोयना धरणाचेही काम पाहिले होते. भाक्रानांगल हे नेहरूंचे पंचवार्षिक योजनेचे स्वप्न होते. अशा मोठ्या धरणांमुळे भरपूर पाणी, मुबलक वीज मिळणार, कारखाने निघणार, उद्योगधंदे वाढणार, बेकारी दूर होऊन भारत समृद्ध होणार, भारतीयांच्या अन्न-वस्त्र-निवाऱ्याच्या मूलभूत गरजा पूर्ण होणार, विजेची पाण्याची चणचण राहणार नाही असे हे स्वप्न होते. स्वप्न सत्य होवो ना होवो पण ते मोठ्ठे आणि सुंदर असलेच पाहिजे असा संकेत आहे. आज मोठ्या धरणांची स्थिती पाहता ते दुःस्वप्न तर नव्हते ना असे वाटते. पर्यावरणाचा विचार तेव्हा नव्हता का? लहान धरणे, बंधारे का बांधले नाहीत? एवढी धरणे बांधूनही खेड्यात अजूनही पाण्यासाठी स्त्रिया वणवण भटकत आहेत. राजधानी दिल्लीतही वीज नसते. मग आम्ही काय सुधारणा केल्या? कसल्या पंचवार्षिक योजना राबवल्या?

श्रीनगरलाही तेव्हा पाणी टंचाई होतीच. इतके झरे, ओढे, नद्या, खळाळणारे पाणी, झेलम, सतलज सगळीकडे उन्हाळी-पावसाळी पुराचे पाणी असते. पण गावात मात्र पाणी टंचाई. खेचरावरून लाकडी स्टँडवरून पाणी वाहणे हा उद्योगच होता. आता कदाचित परिस्थिती सुधारली असेल २००३ पर्यंत उत्तरांचलमध्ये फिरतानाही पाणी टंचाई पाहिली होती. गंगा, यमुना, मंदाकिनी, अलकनंदा अशा मोठ्या नद्या असूनही गावकरी खांद्यावरून प्लॅस्टिक कॅनमधून पाणी वाहत होतेच. आमच्या सांगलीला पूर्वी दिवसातून दोनवेळा नळाला पाणी येई. ते भरून साठवून ठेवावे लागे. जपून पुरवून वापरावे लागे. तुरटी लावून गाळून घ्यावे लागे. आता पुण्याला आमच्या सकाळनगरमध्ये उन्हाळ्यात बाल्कन्या धुवायला, दुकानांपुढे सडा घालायला, मोटारी धुवायला पिण्याचे स्वच्छ पाणी वापरतात.

श्रीनगरला पर्यटन हाच प्रमुख व्यवसाय असल्याने प्रवाशांसाठी विकत घ्यायला भरपूर वस्तू होत्या. त्या नुसत्या पाहत मॉलरोडवर हिंडणेही छान वाटायचे. थंड हवेमुळे चालण्याचा त्रास व्हायचा नाही. शाली, स्वेटर, वेताच्या तऱ्हेतऱ्हेच्या टोपल्या लेदरच्या पर्सेसपासून जाकिटापर्यंत सर्व वस्तू काश्मिरी दागिने, लडाखचे तऱ्हेतऱ्हेचे खडे, सिल्क साड्या अगदी अंगठीतून घडी जाणाऱ्या तर बदाम, अक्रोड, केशर अशा कैक वस्तू होत्या. आम्हीही वेताच्या टोपल्या, एक कमंडलूसारखी टोपली, कागदाच्या लगद्यापासून बनवलेल्या रंगीत कलाकुसर केलेल्या भरपूर छोट्यामोठ्या वस्तू घेतल्या. कमळासारखा उघडणारा-मिटणारा टेबललॅम्प आत्ता आत्तापर्यंत होता. तेव्हा सांगलीत तरुण मुली साडीच नेसत त्यामुळे आवडला असूनही कशिदा काढलेला काश्मिरी लेंगा कुडता विकत घेतला नाही. फोटोपुरताच

घातला. २००० साली पॅरॅलेसिसचा झटका आला तेव्हा सोयीचे म्हणून सलवार कमीज घालायला सुरुवात केली. त्या वेळी काश्मिरीड्रेसची आठवण झाली. ठरवले परत कधी काश्मिरला जायची संधी मिळाली तर स्वत:साठी असा ड्रेस घ्यायचा. आता पुण्यात सर्रास काश्मिरी ड्रेस मिळतात. पण आता हौसही राहिली नाही. काश्मिरी गालिचा आत्ता आत्तापर्यंत आईच्या घरी होता. पुण्यात काश्मिर एम्पोरियममधे सगळे काही मिळते. पण घ्यावेसे वाटत नाही. वडिलांनी त्यांच्या मुस्लीम मित्रासाठी गुडगुडी घेतली होती. आईला मात्र तेथील शेगडी (कांगडी) आवडली होती. ती म्हणायची पावसाळी सर्द हवेला माझे लांब सडक केसही चांगले धुपवता येतील. शेवटी सर्वांना देण्यासाठी नवलाईचे आक्रोड पोतंभर घेतले. आता काश्मिरशी परत नाते जोडताना या आठवणीही जोडता येतील का? जांभळ्या फुलांचे केशराचे मळे तसेच फुलतील का? ही सर्व उत्तरे शोधण्यासाठी परत एकदा काश्मिरला जायला हवे, असे वाटत आहे.

बारामुल्लाला शहीद स्मारक पाहायला गेलो होतो. आमचा गाईड १९४७ सालची हातापायी धुमश्चक्री सांगत होता. मला तेव्हाही हजरतबाल, चरार-ए-शरीफ पाहण्याची इच्छा होती, पण मुंबईत पस्तीस वर्षे काढूनही वरळीचा हाजीअली दर्गा पाहू शकले नाही. ही दरी कधीच पार करता आली नाही. खिंडीत अडकून पडल्यासारखी आपल्या सर्व धर्मांची स्थिती आहे. ही परिस्थिती कोणी निर्माण केली? पेटलेले काश्मिर आणि बॉम्बस्फोटाने हादरलेली मुंबई मग एकच वाटते. मिशन काश्मिर, रोजा, बॉम्बे, फिजा, माचिस अशा काही चित्रपटानी दहशतवादाचे स्वरूप शोधण्याचा प्रयत्न जरूर केला. पाऊस पडेल का? याचे उत्तर एकवेळ भोलानाथ देईल, पण दहशतवाद थांबेल का? याचे उत्तर कोण देणार? दहशतवाद नको असे सर्वजण म्हणतात. यात किती निरपराध नागरिकांचे, सैनिकांचे बळी गेले? किती अत्याचार झाले? हब्बा कादल भागातले सर्व निर्वासित हिंदू जम्मूमध्ये गेले, नंतर भारतभर पांगले हे ऐकल्यावर सांगलीच्या सिंधी मंडळींची आठवण झाली. कारगिल लढाई पाहताना जयजवान म्हणणारे आम्ही या जवानांना प्रवास, स्वस्त वस्तू अशा कित्ती कित्ती सोयी सवलती मिळतात याची मोजदाद करतो. आज काश्मिरमध्ये हे आपले सैनिक आहेत म्हणून तर हा 'चाँद का टुकडा' आपल्या गळक्या ओंजळीत आहे. नाहीतर पाकिस्तानने तो कधीच गिळंकृत केला असता. सैन्याच्या गस्तीशिवायचे, दहशती हल्ल्या व्यतिरिक्तचे काश्मिर परत कधी दिसेल? त्यासाठी आपण काय करायला हवे? याचा सर्वांनी अवश्य विचार करावा. हा तंटा कोणीतरी सोडवेल याची याचना दुसऱ्याकडे करण्यापेक्षा आपणच एकजूट करून प्रयत्न करावा. शठं प्रती शाठ्यम् करावे. संधी मिळाली तर मी तरी काश्मिर शांततेसाठी प्रयत्न करेन.

रक्तरंजित काश्मिरला सर्वांनी पर्याय शोधला. सिमला-कुलुमनाली-मसूरी दार्जिलिंग-सिक्कीमला पर्यटक जाऊ लागले. हिमालयही तोच, तसेच खळाळत वाहणारे झरे, सूचीपर्णी वृक्ष, देवदार ओकची उंच झाडे, फळे, फुले, दऱ्या, पहाड हिमवृष्टी, पाऊस, ढगाळ हवा, थंडी, कडे कोसळणे सगळे तसेच. पण चिनार नाहीत आणि काश्मिरघाटीची सर नाही. येणारही नाही. हिमाचल-उत्तरांचल पर्यायही सुंदर आहेत; तरीही वाटते काश्मिर ते काश्मिरच. पहाडांच्या रांगांतून झाडांच्या वळणावळणाच्या रस्त्यांनी, झऱ्याच्या धबधब्यांच्या पाण्याने रिझवणारे अनुभवलेले १९५८ सालचे काश्मिर निसर्गाचे किमती देणे आहे. भारताचे लेणे (दागिना) आहे. कदाचित वयाबरोबर आठवणी तीव्र असतात म्हणूनही असे वाटत असेल. अप्राप्य ते मनुष्य स्वभावाला हवे असते. वय-प्रसंग-स्थळे इत्यादींबरोबर मनाच्या तारा जुळलेल्या असतात. माझी तार अशीच काश्मिर बरोबर जुळलेली आहे. बेसूर झाली तरी तुटलेली नाही.

आणि म्हणूनच २००५ साली काश्मिरला जायची संधी मिळताच मी ती घेतली. प्रतिकूल निसर्ग, वाढते वय, शरीर ग्रासून टाकणाऱ्या व्याधी, आर्थिक अडचण याचा विचार केला नाही. महिनाभर पुरतील अशी औषधे, भरपूर गरम कपडे-भेटवस्तू अशी खरेदीही केली. देवदयेने प्रकृती बरीच बरी होती. डॉक्टरांनी नाखुशीने का होईना परवानगी दिली. सुरुवातीचा पुणे ते वैष्णवदेवी प्रवास एका प्रवासी कंपनीबरोबर करायचे ठरवले. चार परिचित मंडळीही येतो म्हणाली. अमृतसर-वाघा बॉर्डर आधी करायचे होते. वाघा बॉर्डर म्हणजे जिथून पाकिस्तानशी खुष्कीच्या मार्गाने दळणवळण होते. लाहोर बसही गाजावाजा करत इथूनच गेली होती. पूर्वी १९९७ साली मैत्रीला अनुकूल नव्हते. उलट काश्मिरचे टेन्शनच होते. कारण पाकिस्तानचा या आतंकवादाला असणारा पाठिंबा सर्वांनाच कळत होता. आत्ताही असला तरी तुम्ही छान, आम्ही छान असे नाटक चालू होते.

फ्लॅग डाऊन सेरेमनी म्हणजे सूर्यास्ताला दोन्ही बाजूचे गेट उघडणे, दोन्ही देशांचे राष्ट्रध्वज बरोबरीने खाली आणणे, राष्ट्रगीत वाजवणे, सलामी देणे-घेणे, हस्तांदोलन करणे, गेट बंद करत सैनिक आपल्या जागेवर परत उभे. असा एक समारंभच असतो. इंग्लंडला असताना लंडनमध्ये बॅकिंगहॅम पॅलेससमोर म्हणजे राणीच्या राजवाड्यासमोर चेंजिंग ऑफ गार्ड हा समारंभ पाहायला हजारो पर्यटकांसारखी मी पण गेले होते. पण वाघाचे वातावरण वेगळे होते. राष्ट्रीयभावनेने आणि शत्रुत्वाच्या त्वेषाने भारलेले होते. देशभक्तीच्या घोषणेने दुमदुमत होते. आता जरा सलोख्याच्या देखाव्यामुळे गजबजलेले होते. दोन्हीकडे पिकनिक स्पॉटचे स्वरूप होते. पर्यटनस्थळ वाटत होते. दोन्ही बाजूला आमच्यासारखीच आम जनता बसलेली होती. फरक एवढाच होता पाकिस्तानच्या बाजूला स्त्री-पुरुष वेगवेगळे बसलेले होते

आणि बऱ्याच स्त्रिया बुरख्यात होत्या. आपल्या बाजूला सर्व एकत्र मिळूनमिसळून बसून पॉपकॉर्न, वेफर्स खात होते. डिसेंबरची कचकचीत थंडी, ख्रिसमसची सुट्टी त्यामुळे 'गंमत' बघायला आलेल्या दोन-चार हजारांची गर्दी होती. बी.एस.एफ. आर्मी सिक्युरिटी गार्ड कडक इस्त्रीच्या कपड्यात फेट्याचा तुर्रेबाज तुरा संभाळत ताठ मानेने हिंडत होते. एकजण मुफ्ती ड्रेस मधे मेगाफोनवर भारत माता की जय, वंदेमातरम अशा घोषणा देत होता. आम्हीही बेंबीच्या देठापासून ओरडून प्रतिसाद देत होतो. पाकिस्तानपेक्षा आवाज मोठा हवा ही जोरदार भावना होती. एकच कल्ला उडाला होता. सगळ्यांच्या ओरडण्यात राष्ट्रभक्ती ओतप्रोत भरलेली होती. जेवढा जोरात आवाज पलीकडे जाईल तेवढा राष्ट्राभिमान जास्त. हेच पलीकडेही चालले होते. यातच बिगूल वाजू लागला. फ्लॅग डाऊन सेरेमनी सुरू झाला. सगळीकडे शांतता पसरली. श्वास रोखून लोक पाहू लागले. घोडेस्वार टप् टप् करत गेले. सॅल्यूट झाला, ध्वज उतरवणे सुरू झाले. राष्ट्रगीत वाजू लागले. सर्वजण उभे राहिले. दोन्हीबाजूचे जवान खाडखाड बूट वाजवत समोरासमोर आले. मानवंदना सॅल्यूट हस्तांदोलन झाले. राष्ट्रध्वज ठरावीक पद्धतीने अधांतरीच घडी घालून तो घेऊन सैनिक मागे फिरले. घोडेस्वार परत फिरले. दोन्हीकडची गेटस् बंद झाली आणि इतका वेळ श्वास रोखून धरलेली शांतता संपून कलकलाट सुरू झाला. सूर्यास्त झाला होता.

आम्हीही हॉटेलवर परतलो. दुसरे दिवशी सर्वजण अमृतसरचे सुवर्णमंदिर पाहायला गेले. मी पाच-सहा वेळा पाहिले असल्याने हॉटेलवरच आराम केला. माझा मुख्य उद्देश वैष्णवदेवीच दर्शन घेणे होते. विश्रांती घेऊन तंदुरुस्त राहणे महत्त्वाचे होते. ठरल्याप्रमाणे कटऱ्याला एक रात्र मुक्काम करून वैष्णवदेवीला गेले. रात्री तिथेही बर्फवृष्टी झाली होती. श्रीनगरला तर तुफान बर्फवृष्टीमुळे सर्व व्यवहार बंद झाले होते. आमची दुपारची फ्लाईटही रद्द झाली. मग त्या रात्री विमानकंपनीच्या वतीने पंचतारांकित हॉटेलमध्ये मुक्काम केला. रशिदकडे मुक्कामाचा एक दिवस कमी झाला. दुसरे दिवशी मात्र हवा बरी झाली आणि विमानाने आकाशात झेप घेतली. श्रीनगरच्या एअरपोर्टवर उतरले तेव्हा लख्ख ऊन पडले होते. मी काश्मिरला आले होते. रशिद थोड्याच वेळात भेटणार होता.

■

मोहतरम्मा ते अम्मा

श्रीनगरच्या एअरपोर्टवर उतरले तेव्हा लख्ख ऊन पडले होते. विमानातून खाली दिसलेली हिमशिखरे अगदी जवळ वाटत होती. रन-वे सोडला तर सगळीकडे शुभ्र बर्फच बर्फ दिसत होते. झाडांवरही बर्फाचे लोलक लोंबत होते. थंडगार हवा आणि तीव्र हिवाळ्याची शांतता – काश्मिरी भाषेत चिलेकनानची आठवण करून देत होती. या शांततेच्या शुभ्र पार्श्वभूमीवर विशोभित दिसत होते ते दहा दहा पावलांवर असलेले शस्त्रसज्ज फौजी, बर्फाची मौज लुटण्यासाठी आलेल्या पर्यटकांच्या डोळ्यामध्ये थोडीफार अस्वस्थता, चेहऱ्यावर भीती आणि उत्सुकताही दिसत होती. माझ्याबरोबर चार परिचित पर्यटकही होते. त्यांना एका हॉटेलवर सोडून मी रशिदच्या घरी जाणार होते. मी त्याच्याच घरी राहणार होते. रशिदने सलामतखानला त्याची टॅक्सी घेऊन एअरपोर्टवर पाठवले होते. तो पर्यटक राहणार होते त्या हॉटेलवरच थांबणार होता. त्याचे घर श्रीनगरच्या एका उपनगरात होते. बरेच दूरही होते. लाल चौक, स्टेडियम, कोर्टाची बिल्डिंग नेहरूपार्क इत्यादी ओलांडून जावे लागत होते. रशिदची माझी प्रत्यक्ष भेट प्रथमच होणार होती. फक्त टेलिफोनवरून आम्ही बोललो होतो. त्यातूनच न भेटता परिचय वाढला होता. हिमालयावर अपार प्रेम करणाऱ्या एका गृहस्थांनी माझा पत्ता त्याला दिला होता. या गृहस्थांची आणि माझी भेट त्यावेळच्या उत्तर प्रदेशातील – आत्ताचा उत्तरांचल – कुमाँऊ भागात झाली होती. त्यांनी मला आपली छोटी बहीण मानले होते. रशिद हा त्यांचा मानलेला मुलगा होता. त्यांची आणि रशिदची भेट १९८५ साली काश्मिर खोऱ्यात थोडी शांतता होती तेव्हा झाली होती. तो तेव्हा नुकताच कॉलेज शिक्षण पुरे केलेला ऐन (गधे) पंचविशीतला होता. दोघांच्या दोन-तीन वर्षाच्या परिचयात बाप-बेटा नाते जन्माला आले.

२००२ साली मला रशिदचे पहिले पत्र आले. "मी कै. ×××× यांचा मानलेला मुलगा. त्यांनीच मला आपला पत्ता दिला आहे. तुम्ही त्यांच्या लहान भगिनी आहात असे ते म्हणाले. माझाही उल्लेख त्यांनी तुमच्याजवळ केला असेल. मी त्यांना बाबा म्हणतो. दुर्दैवाने १९८७ नंतर काश्मिरवादीचे वातावरण बिघडत गेले. बाबा परत काश्मिरला येऊ शकले नाहीत. मम्मीजी (बाबांची पत्नी) गेल्यानंतर मी एक दिवसासाठी येऊन गेलो पण आपली भेट झाली नाही. मलाही इकडच्या वातावरणामुळे जास्त थांबणे शक्य नव्हते. लवकरच बाबाही गेले. माझा मुंबईचा ऋणानुबंध संपला." तोवर मी पण मुंबई सोडली होती. कै. ×××× बाबा गेल्यावर किंवा प्रसन्नाभाबी कॅन्सरने गेल्यावर मी त्यांच्याकडे गेले ती माझ्या उपचारासाठी मुंबईला गेले होते तेव्हा. भाईसाहेबांनी रशिदबद्दल 'अच्छा लडका' म्हणून सांगितले होते. १९९० साली काश्मिर पेटले त्यात रशिदची आठवण राखेखाली गेली. घर संसार, नातवंडे यातच माझा हिमालय सामावलेला होता. काश्मिरच्या दहशतवादाच्या बातम्या वाचत होते. पाहत होते. हळहळत होते. याची कोणतीही झळ आम्हाला प्रत्यक्ष लागत नव्हती. स्वत:ला चटका बसत नाही तोवर आपले काय देणे-घेणे म्हणत तटस्थ राहून कोरडी सहानुभूती दाखवायची. कोणी समाजसेवाभावी संस्थेने या दहशतीमध्ये होरपळणाऱ्या लोकांसाठी मदत मागितली तर सद्‌बुद्धी शिल्लक असल्याने थोडीशी मदत जरूर करायची. काश्मिर भारताचे नंदनवन ते सुखरूप राहून त्याचा आस्वाद घेता यावा एवढीच अपेक्षा. तेथील असुरक्षितता, अराजक, विध्वंस याकडे तसे सर्वच पर्यटक थोडेफार तटस्थपणेच पाहतात. लढाई झाली की आमची देशभक्ती उफाळून येई आणि आमच्या देशभक्तीसाठी फौजी जान देत. परत आम्ही 'जय जवान' म्हणत काश्मिरच्या बिघडत्या परिस्थितीमुळे नंदनवनाऐवजी हिमालयातील दुसऱ्या रम्य हिलस्टेशनला गर्दी करू लागलो. हिमालय तोच होता ना? मग श्रीनगरच्या मोघल बागांऐवजी आम्ही सिमला-कुलुमनालीला गर्दी करू लागलो. तर अशा या काश्मिरच्या श्रीनगरमधून २००२ साली रशिदचे मला पहिले पत्र आले.

मी ××× टूर्स आणि ट्रॅव्हल कंपनी चालू केली आहे. आता इथले वातावरण बरेच निवळले आहे. पर्यटक येऊ लागले आहेत. मला तुमची मदत हवी आहे. पर्यटक आले तरच इथल्या उद्योगांना संजीवनी मिळू शकते. लोकांना रोजी-रोटी मिळेल. पॅम्पोर केशराचा रंग सुगंध खुलेल. संपूर्ण भारतात दरवळेल. या नंदनवनाचे सौंदर्य पुन्हा बहरू लागेल. घाटीतील तरुणांचा चुकलेला रस्ता त्यांना आता समजतोय आणि ते मुख्य रस्त्याला मिळण्याचा प्रयत्न करत आहेत. चिनारची पाने सळसळतील. शालीमार, निशात, चष्मेशाही बागा फुलतील. ते सौंदर्य पाहायला जगभरातले पर्यटक येतील अशी मला आशा आहे. इत्यादी इत्यादी.

पत्र कसे गोड गोड भाषेत लिहिलेय म्हणून मी गप्प बसले. दुसरे पत्र आले ते काश्मिरला येण्यासाठी आमंत्रण देण्याचे. काश्मिरी पाहुणचार घेण्याचे. मग मात्र मी फोन केला. लेखी उत्तरापेक्षा फोन बरा असा सावध विचारही होता. मी हॅलो म्हणून माझे नाव सांगितले, तर प्रथम ऐकू आले 'जय शिवशंकर!' मीच काय कोणीही चक्रावले असते. एका मुस्लीम व्यक्तीकडून अशा प्रतिसादाची अपेक्षा स्वप्नातही नव्हती. नंतर रशिदने सांगितले, 'अमरनाथ हे शंकराचे स्वयंभू तीर्थस्थान काश्मिरमध्ये आहे. तेव्हा त्याला वंदन करून संभाषणाची, भेटीची सुरुवात कर.' असे कै. बाबांनी त्याला सांगितले होते. त्यालाही ते पटले होते. आमच्या संभाषणाचा शेवट 'खुदा हाफिज'ने होई. तो मला मॅडमजी म्हणे, मी त्याला रशिदसाब म्हणे. त्याच्या पत्नीने फोन घेतला तर ती 'जय शिवशंकर'च म्हणे. आणि मला मोहतरम्मा म्हणे. त्या वेळी मी त्याचा उल्लेख जनाब रशिद असा करी. एकदा सहज त्याला वय विचारले तर अवघे पस्तीस. लग्न झालेय, ३ वर्षांची बेटी आहे. अब्बाजी आहेत. आईचा तीन वर्षांपूर्वी कॅन्सरने मृत्यू झाला. मोठ्या बहिणीचे लग्न झाले होते. नुकताच धाकटा भाऊ आशूजीही गुजर गया आणि या तरुण भावाचा मृत्यू फारच धक्कादायक झाला. आशूला आतड्याचा कॅन्सर झाला. कळेपर्यंत खूपच उशीर झाला. श्रीनगरात ऑपरेशन केले. पण ते यशस्वी झाले नाही. मुंबईला टाटा हॉस्पिटलला आणायचे ठरवले पण बर्फबारीमुळे रस्ता विमानसेवा बंद होती. आशूचे हाल पाहत राहण्याशिवाय हातात काही राहिले नाही. आशू गेला. त्याच्या घराची मुख्य माहिती फोनवरूनच कळली. मी पण माझे वय सांगितले. लगेच म्हणाला, "आप तो मेरी आण्टीजी हैं । आप मुझे जनाब नही कहना ।" नात्याची एक वीण तयार होऊ लागली. त्याने मला अमरनाथ यात्रेला बोलावले. इच्छा असली तरी आर्थिकदृष्ट्या आणि शारीरिकदृष्ट्या फारच कठीण होते ते. मी एक मध्यमवर्गीय गृहिणी. तीही जेष्ठ नागरिक. नाही म्हटले तरी तऱ्हेतऱ्हेच्या व्याधींमुळे आजारपणांशी लढलेली. त्यामुळे एक लढाऊवृत्ती आपोआपच जोपासली गेली. इम्पॉसिबल शब्द टाळणारी. शक्यतो हार मानायची नाही.

१९९६ ते २००५ कॅन्सर, पॅरॅलेसिस, पल्मनरी एम्बॉलिझम (फुफ्फुसातील रक्त वाहिन्यांत रक्ताच्या बारक्या गुठळ्या होऊन श्वास घेणे कठीण होते. श्वास बंदही पडतो.) अशा अनेक रोगांनी हल्ला चढवला होता. तरीही 'पंगुम् लंघयते गिरीम्' यावर विश्वास असणारी मी पासष्ट वर्षांची गृहिणी काश्मिरला जायची स्वप्ने पाहत होते. आणि स्वप्ने पाहायला काय हरकत आहे? स्वप्नातली संधी कधी ना कधी दाराशी येतेच. अंधश्रद्धा म्हटले तरी चालेल पण मला जम्मूला श्री वैष्णवदेवी दर्शनाला जाण्याचा नवस बोलावासा वाटला. सुदैवाने दोन महिन्यात प्रकृतीनेही दगा

दिला नव्हता. माझ्या प्रकृतीची मला खात्री वाटत होती. आजारपणातले सुदैव असे की आजवर तरी माझ्या आजारपणाची मला आधी चाहूल लागते. येणारे दुखणे मला चुकवता येत नाही. पण माझी झुंजण्याची मानसिक तयारी झालेली असते. याचा मला नेहमीच फायदा होत आलेला आहे. मात्र या वेळी सर्व प्रवास एकटीने करणे नको वाटत होते. म्हणून वैष्णवदेवीपर्यंत एका ट्रॅव्हल एजन्सीबरोबर जायचे ठरवले. पुढे काश्मिरला जायचे होते. बरोबर ओळखीचे चार जण होते. तेही काश्मिरला माझ्याबरोबर येणार होते. ती मंडळी हिंडून फिरून परत येणार होती. मी आणखी थोडे दिवस राहणार होते. मात्र हा सीझन काश्मिरला जाण्यासाठी योग्य नव्हता. ऐन हिवाळ्यात मी जाणार होते. हार्ट ऑफ द विंटर म्हणजे चिलेकनानचा महिना. जानेवारी २००५.

या सगळ्याची पार्श्वभूमी म्हणजे 'जन्मदा' या मासिकात २००३ च्या दिवाळी अंकात तरुण मित्र विजय केळकर याच्या आग्रहाने काश्मिरवर एक लेख लिहिला होता. तो संपूर्ण अंकच काश्मिरच्या ज्वलंत धगधगत्या प्रश्नावर आधारित होता. माझा लेख १९५८ साली पाहिलेल्या काश्मिरवर आधारित होता. ऐन तारुण्यात, डोळ्यात पुढच्या आयुष्याची स्वप्ने घेऊन पर्यटक म्हणून पाहिलेले नंदनवन काश्मिर आणि आत्ता वयाच्या साठीनंतर उतरणीला लागलेल्या आयुष्याच्या वाटेवर असणारे काश्मिर यात कितीतरी तफावत होती. सर्व बातम्या पाहून, वाचून, लेख लिहिताना मनात विचार घोळत होते. अशा पेटलेल्या काश्मिरमधे परत कधी जायची संधी मिळेल का? जन्मदाच्या या अंकाची संपूर्ण मांडणी आणि काश्मिर प्रश्नाचा सर्वांगीण ऊहापोह ज्येष्ठ पत्रकार श्री. आनंद हर्डिकर यांनी अप्रतिम केला होता. त्यांची लेखमाला वाचल्यावर कोणाच्याही मनात काश्मिरविषयी विचारांची वादळे उठतील असे हे लेखन आहे. 'जख्मनामा' ही त्यांची व्याख्यानमाला ऐकायला मिळाली नव्हती. पण या लेखांमुळे काश्मिर परत एकदा पाहण्याची उर्मी माझ्या मनात निर्माण झाली होती. नंदनवनाच्या यक्षप्रश्नावर निदान विचार करण्यासाठी तरी प्रत्येक मराठी व्यक्तीने आवर्जून वाचावेत असे हे लेख, हीच माझी काश्मिरला जाण्याची प्रेरणा म्हटली तरी चालेल. जन्मदाचे मिलिंद सबनीस यांनी हे फार मोठे योगदान माझ्यासाठी दिले आहे. १९९७ साली वैष्णवदेवीला एकटीच गेले होते. पण तेव्हा जम्मूहून श्रीनगरला जायची परवानगी मिळाली नव्हती. आता हळूहळू वातावरण निवळले होते. याआधी प्रेमाचा ताजमहाल बांधण्याआधीच कोसळला होता. कारगिलचा ज्वालामुखी जागृत झाला होता. भारतीय जवानांनी जिवाची बाजी लावून चारशे पन्नास अधिकाऱ्यांनी आणि कित्येक जवानांनी हौतात्म्य पत्करून ही लढाई जिंकली. आर या पार म्हणत. बोलाचीच कढी-बोलाचाच भात असे मात्र या वेळी झाले नाही. फक्त आपले काश्मिर आपण राखले एवढेच झाले. जख्मी प्रश्न

तसाच लोंबकाळत राहिला होता. तणाव वाढलेले असले तरी काश्मिरचा वाट चुकलेला रस्ता मुख्य रस्त्याला येऊन मिळण्याचा प्रयत्न करू लागला. निदान असा आभास निर्माण झाला. अतिरेकी कारवाया लष्कराच्या साहाय्याने वरवर तरी आटोक्यात आलेल्या दिसू लागल्या. सामान्य जनता मनातला धुमसता राग विसरून सर्वसाधारण आयुष्य जगायचा प्रयत्न करू लागली. दहशतवादी छायेतून बाहेर येण्याचा प्रयत्न करू लागली. पर्यटनावर पोट भरणे हाच प्रमुख आणि पूर्वापार चालत असलेला व्यवसाय आहे. मधल्या दहशतवादाच्या काळात सफरचंद, चेरी, प्लम, पीच, केशर या सर्व बागांचे खूपच नुकसान झाल्याने मुख्य भर पर्यटनावरच होता. हळूहळू काश्मिर शांत होऊ लागले. पर्यटकही दबकत दबकत काश्मिर वादीत येऊ लागले. दडपण असले तरी दाल लेककाठी फिरू लागले. अतिरेक्यांनी हल्ले केले तरी अमरनाथ यात्रा होतच होती. रघुनाथजी मंदिरावर हल्ले झाले तरी वैष्णवदेवी यात्रा होतच होती. दोन्हीकडे सुरक्षादले संरक्षणार्थ खडी होती. आतंकवाद्यांनीही ओळखले होते, भारतीय लष्कराशी मुकाबला कठीण आहे. पर्यटनावर पोट भरणारा आपला काश्मिरी धर्मबांधव आपल्यापासून दुरावतो आहे. अमन शांतीने जगणे त्याला हवे आहे.

वाढलेल्या तंत्रज्ञानामुळे शिक्षण घेणाऱ्या मुस्लीम तरुण पिढीलाही आतंकवाद नको वाटू लागला. त्यातला फोलपणा उमजू लागला. त्यांच्या विचारांच्या कक्षा रुंदावल्यामुळे स्वतंत्र काश्मिरचे नारे देत मरण्यापेक्षा स्वत:ची प्रगती करून घेऊन चांगले जीवन जगणे अधिक आव्हानात्मक आहे असे वाटू लागले. मोकळा श्वास घ्यावा असे वाटू लागले. स्वत:चे आयुष्य महत्त्वाचे आहे. त्यांच्या पालकांचा बाहेरच्या जगाशी फारसा संबंध आला नाही. पण या तरुणांना इंटरनेटमुळे बाहेरचे खुले आकाश, जग खुणावू लागले. स्पर्धा करून पुढे जायचे. ज्ञानात अद्ययावत राहायचे आणि चांगल्या कंपनीत चांगली नोकरी मिळवून चांगले तणावरहित शांततापूर्ण जीवन जगायचे याची तरुण पिढीला ओढ लागली आहे. यामुळेच पाकिस्तानच्या पाठबळावर चालणाऱ्या कारवायांकडे तरुण पिढी थोडे दुर्लक्ष करू लागली. अर्थात त्यांच्या मनातही थोडा स्वार्थ होताच. पाककडून सोयीसुविधा मिळत नाहीत तर भारताकडून घेऊया. आणि भारत सरकार पैसे ओतायला तयार होतेच. त्या वाहत्या गंगेत सर्व तरुण हात धुवून घ्यायला सज्ज झाले. नंतर नमाज पढता येतोच. त्यातलाच एक रशिद. दिल्ली-मुंबईतील मंडळींमुळे त्याची पुरोगामी दृष्टी, विचार वाढू लागले. दहशतीखाली घालवलेली बारा वर्षे त्याला खंतावू लागली. यातूनच नवीन व्यवसायाचा विचार करत त्याने माझ्याशी संपर्क साधला. २५ ते ३५ या वयात दहा वर्षात त्याने काय पाहिले, अनुभवले याची आपल्याकडील या वयाच्या तरुणपिढीला कल्पनाही येणार नाही. कारण पेशवाई संपल्यानंतर आपण

अतिशय शांत, सुखवस्तू जीवन जगतो आहोत. शैक्षणिक उन्नती करून घेत आहोत. लढाई, हिंसाचार, अत्याचार यापासून दूर जात जात सुशिक्षित तरुणांना परदेशात विशेषत: अमेरिकेत जाण्याची ओढ वाटू लागली.

भारत-पाकिस्तान युद्धे झाली तरी त्याचा परिणाम या आपल्या विचारसरणीवर फारसा झाला नाही. अशा वातावरणातच भारत-पाकिस्तान या दोन्ही देशात एक प्रेमाची लाट आली. जात-धर्मनिरपेक्ष भारतातील सर्वोच्च व्यक्ती – राष्ट्रपती – मुस्लीम असू शकते. पंतप्रधान शीखधर्मी असतात याचा चांगला परिणाम जगावर आणि तितकाच काश्मिर खोऱ्यावरही झालाच. केंद्रसरकार तिथे पाण्यासारखा पैसा ओतत आहेच. करोडोंचे पॅकेज खोरे सुधारण्यासाठी दिले. याचा फायदा काही लोकांनाच होणार असला तरी काश्मिरी जनता खूष झाली. कश्मिरियत जागी होऊ लागली असावी असे देखावे दिसू लागले. खरे काय कोणास ठाऊक! आता फक्त वतन सोडून जम्मूत गेलेल्या काश्मिरी पंडितांनी परत यायला हवे होते. तेही खोट्या आशेने आपल्या खोऱ्यात परत जाण्याची स्वप्ने पाहू लागले. आपल्याच मुस्लीम दोस्तांनी बळकावलेल्या 'हब्बा कादल' सारख्या पंडित कॉलनीच्या पुनर्वसनाची इच्छा करू लागले. आखनूर रस्त्यावरच्या पंडितकॅम्पमधील खुराड्यांऐवजी आपल्या मोठाल्या प्रशस्त कोठ्यांची आठवण काढू लागले. त्यांना संतूरचे सूर खुणावू लागले. वूलरलेकमधील नद्रूची (कमळाचे देठ) भजी, नद्रुपालकभाजी, याखनी, उत्कृष्ट तांदळाचा भात-वाझवानचे (मांसाहारी पदार्थ) नानाविध प्रकार. सॅफरॉन कहावा आणि चष्म्याचे (झऱ्याचे) पाणी पिऊन संजीवनी मिळावी म्हणू लागले. त्याची पॅम्पोरची केशराची शेती, फिकट जांभळट फुले बोलावू लागली. त्यांच्या बहरलेल्या सफरचंद, चेरी, पीच, प्लमच्या बागा, त्याची ताजी ताजी फळे, अंगणातली भाजीच्या वाफ्यातील ताजी भाजी त्यांच्या हाती गेल्या दहा वर्षात लागतच नव्हती. परत कधी मिळेल अशी आशाही नव्हती. पण परत जाण्याचे, हे सर्व सुख उपभोगण्याचे स्वप्न सर्वच पाहत होते.

अशा पार्श्वभूमीवर योगायोगाने परत एकदा काश्मिरला जाण्याचे माझे स्वप्न प्रत्यक्षात येणार होते. संधी परत परत येत नसते. भरपूर तयारी करायला हवी होती. रशिद मुस्लीम मी हिंदू हा अडसर नसला तरी मी पूर्ण शाकाहारी आहे याची त्याला सर्वप्रथम कल्पना द्यावी लागली. तो म्हणाला, ''मी सुद्धा जास्तीत जास्त शाकाहारीच आहे. आपल्यासारखाच हालचाल करणारा जीव मारून खाणे मला पसंत नाही. पण माझ्या कम्युनिटीत वावरायचे म्हणजे माझा नाईलाज असतो. शिवाय लहानपणी हे विचार मनात कधी आले नसल्याने 'धर्म' म्हणूनच मी नॉनव्हेज विशेषप्रसंगी खातो. शेवटी धर्माचा पगडा मुस्लीम, ख्रिश्चनांवर जास्त असतोच. पण घरी खूपदा शाकाहार असतो.'' जरा दिलासा वाटला. मी जिथे जायचे, तिथल्या भागाच्या

भूगोलाचे, इतिहासाचे, निसर्गाचे, सांस्कृतिक विशेषाचे थोडेतरी वाचन करतेच. माहिती घ्यावी लागतेच. वाचन करावे लागते. या वेळीही काश्मिरला जायचे ठरल्यावर दोन पुस्तके मिळाली ती धावत पळत का होईना वाचली. एक श्री. सच्चिदानंद शेवडे यांचे 'काश्मिरनामा' हे पुस्तक. दुसरे सुजाता देशमुख यांनी अनुवादित केलेले 'दहशतीच्या छायेत'ही एका काश्मिरी अनामिकाची डायरी. मूळ लेखक श्री. तेज. एन्. धर. ही एका हिंदू पंडिताची, त्याच्यावर झालेल्या अत्याचाराची सत्यकथा आहे. इतरही थोडेफार हिंदी, इंग्रजी वाचले होते. पण मनात ठसले होते आनंद हर्डीकरांचे 'जख्मनामा'. हे सर्व मनात ठेवूनच मी निघाले. अर्थात भयंकर थंडीचा मोसम असल्याने खूप साईटसिईंग जमले नसते आणि आता त्याची फार हौसही राहिली नव्हती. रशिदला भेटणे आणि जरा हटके काही असल्यास थोडेफार पाहणे असा माफक उद्देश होता. म्हणजे प्रवास केल्याचे मला समाधान होते. तसे पूर्वी पाहिलेले काश्मिर चांगलेच आठवत होते. आता गुलमर्गला जाऊन इथे बॉबी चित्रपटाचे शूटिंग झाले तो बंगला पाहण्यात रस नव्हता. या २००५ च्या जानेवारीत बर्फाच्या सीझनला स्किईंगसाठी अमूक तमूक सितारे अथवा फलाणे बडे लोक (सेलिब्रेटीज्) आले यातही रस नव्हता.

रेल्वे प्रवास सुरू झाल्यापासून मनात काही वेगळ्या गोष्टी घोळत होत्या. रशिद– त्याची फॅमिली, काही तरुणतरुणी आणि वयस्कर मंडळी यांना भेटून सद्यपरिस्थिती विषयी त्यांना बोलके करायचे होते. माझ्या हातात भरपूर दिवस होते. तरी वाईट हवामानामुळे एक दिवस फ्लाईट रद्द झाली याचे वाईट वाटलेच. खरेतर जम्मू-श्रीनगर बसचा प्रवास करायचा होता. परवडणारा होता. पण रशिदने या हवामानात बसप्रवास नाही असे निक्षून सांगितले होते. जर भारी स्नो-फॉल झाला तर कुठेही अडकून पडायला होते. रस्ता बंद होऊन फारच हाल होतात. नंतर फेब्रुवारीत भयंकर स्नो-फॉलमुळे झालेले काश्मिरघाटीचे हाल टी.व्ही. वरच्या सर्व चॅनेलमधून सगळ्यांनी पाहिले होतेच. काही दिवस तर विमानसेवाही बंद होती. वीज नव्हती. रूमहिटर बंद होते. हॉस्पिटलमध्ये पेशंटचे हाल होते. गॅस सिलेंडरची टंचाई होती. लोकांना घराबाहेर पडणेही अशक्य झाले. खाद्यपदार्थांचा तुटवडा निर्माण झाला. तिथे राहणाऱ्यांचे हे हाल तर पर्यटकांचे हाल किती झाले असावेत याची आपण फक्त कल्पनाच करू शकतो. या सर्वांचा विचार करून मी जम्मू-श्रीनगर-जम्मू विमान प्रवास ठरवला.

रशिदच्या घरी जाताना हे सर्व आठवत होते. मुख्य रस्ता संपल्यावरचा रस्ता गल्ली बोळाचाच होता. एक नवा झालेला मोठा फ्लाय-ओव्हर तेवढा लक्षात राहिला. मार्केट-एरियाही लागला, पण खरेदीपासून मी दोन हात दूरच राहणार असल्याने निरखून पाहण्याची गरज नव्हती. दुपारची वेळ, आदले दिवशीच

जोरदार बर्फवृष्टी झाल्याने रस्त्यावर रहदारी अशी नव्हतीच. या दिवसात शाळा-कॉलेजांनाही सुट्ट्या असतात. विंटर हॉलिडे ही मोठी सुट्टी असते. एका छोट्या गल्लीत आलो. जेमतेम एक मोटार जाईल एवढाच रस्ता. दुपारी जरा ऊन पडल्याने रस्त्याच्या कडेचे बर्फ वितळून रस्त्यावर खूप चिखल झाला होता. ड्रेनेज सिस्टिम नसल्यातच जमा असल्याने पाण्याचा निचरा होतच नाही. त्यामुळे रस्त्यावरच्या खड्ड्यात पाण्याची डबकी साचली होती. घराच्या आसपास फारशी झाडेही नव्हती. होती तीही पर्णहीन! ना कावळ्यांची कावकाव, ना चिमण्यांची चिवचिव, ना रस्त्यावर सुट्टीतला पोरांचा गलका! सगळे कसे शांत शांत! घराची दारे खिडक्या बंद करून चिडीचूप होते. मोटारी बस, रिक्षा, स्कूटर्सची रहदारी त्यांच्या हॉर्नचा कर्णकर्कश आवाज या आतील भागात बिलकुल नव्हता. जवळपास दुकाने नसल्याने गिऱ्हाईकांची वर्दळ, कलकलाटही नव्हता. मला आधी मुंबईत पार्ल्याला पार्ले कॉलेजसमोर आणि आता पुण्याला सकाळनगरमध्ये राहण्याची सवय. शेजारी भरपूर झाडे. नीलमोहोर गुलमोहोर, शिरीष, बुचाचे झाड, कडूलिंबाचे झाड त्यामुळे पक्षांची आवकजावक भरपूर. कबुतरांना दाणे घालणारे शेजारी, त्यामुळे कबुतरेही उदंड या सर्वांचे आवाजच आवाज असत. त्यातून आमच्या ब्लॉक खालीच असलेल्या पूना प्लायवुडच्या दुकानामुळे कान आणि मन दोन्हीही बधीर होऊन जाई. तिथे ध्वनिप्रदूषणाचा अतिरेक तर इथे नि:स्तब्ध शांतताच शांतता. त्या शांततेचीही मला सवय नव्हती. पहिल्या रात्री अशा शांततेमुळे झोपच आली नाही. स्वत:चा श्वासोच्छ्वास आवाजही मोठा वाटू लागला. पहाटे अजानची बांग कानावर आली आणि इथल्यासारखेच लाऊडस्पीकर लावून कुराण पठण सुरू झाले. तो आवाज सगळीकडे घुमत होता. मग मात्र मला चटकन झोप लागली. पहाटेचे पाच वाजले होते. तिन्ही त्रिकाळ कुराण आणि बांग आपण मुसलमान प्रदेशात आहोत याची आठवण करून देई.

रशिदच्या घरात जायच्या रस्त्यावर बराच चिखल होता म्हणून शेजारच्या बोळातून फरशा घातलेल्या रस्त्याने घराला वळसा घालून गेलो. थंडीने हुडहुडी भरली होती. एअरपोर्टवर दिसलेले ऊन एअरपोर्टवरच राहिले होते. सूर्य तर नाहीच पण त्याचा इवलासा किरणही कुठे दिसत नव्हता. एरवी मला खूप आवडणारे थोडेसे अंधारून आल्यासारखे ढगाळ वातावरण आता नको वाटत होते. कदाचित पाऊस येणार असेल. म्हणजे थंडी आणखी वाढणार. चार-पाच पायऱ्या चढल्यावर घराचा दरवाजा होता. आमच्या मोटारीचा हॉर्न ऐकून दारातच रशिदची बायको एहसान उभी होती. तिच्यामागे लपून उभी राहून चिमुरडी अमिषा माझ्याकडे कुतूहलाने पाहत होती. सर्वजण भराभर घरात शिरलो. बाहेरची थंड हवा घरात घुसू नये म्हणून ही घाई. लगेच दार बंद होताच जरा गरम, बरे वाटले. काश्मिरी घरात

बाहेरचे बूट, चपला चालत नाहीत. ते दरवाजातच काढायचे. स्वयंपाक घरातील स्लिपर्स तर किचनच्या बाहेरही आणत नाहीत. बाथरूम टॉयलेटच्या स्लीपर्स ही वेगळ्या असतात. मी पण बूट दारातच काढले. घरात सगळीकडे वॉल टू वॉल कारपेट होते. दारे-खिडक्या बंद असून पडद्याने झाकलेल्या होत्या. हवा येण्यासारखी एकही फट नव्हती. इतका कडेकोट बंदोबस्त होता. उबदार आणि बरे वाटून जरा जीवात जीव आला.

रशिदने काही मित्रांना माझी ओळख करून देण्यासाठी बोलावले होते. खालची खोली त्याच्या बेडरिडन वडिलांसाठी होती. तिथेच सर्वजण बसले होते. भारतीय बैठकच होती. मी आत येताच सर्वांनी उठून 'सलाम आलेकुम' केले. मीही त्यांना 'वालेकुम सलाम' म्हटले ते त्यांना अनपेक्षित असावे असे मला आपले वाटले. तेवढ्यात एहसानने गरम सॅफरॉन कहावा, कुलचे, नद्रूची भजी इ. आणले. ट्रे मधे ठेवताच सर्वांनी बिस्मिल्ला म्हटले आणि एकेक पकौडा उचलून सॉसच्या बाऊलमध्ये बुडवून खाण्यास सुरुवात केली. गरम कहावाचे घुटके घेत कुलचे खात गप्पांना सुरुवात झाली. गरम कहावा पोटात गेल्यावर माझी दातखीळ उघडली. कहावा चविष्ट होता. केशर उष्णधर्मी असल्याने थंडीत हा कहावा पितात. दुसरा काळा नमकीन कहावा म्हणजे मीठ घातलेला कोरा चहा. याला 'लून'कावा म्हणतात. सर्वांच्या गप्पा हायफायच होत्या. काश्मिर प्रश्नावर कोणीही एक चकार शब्दही आपापसात बोलले नाही. नंतरही पाहिले काश्मिरी मुस्लीम काश्मिरी प्रश्न, मुख्यत: पंडित मंडळीना वतन सोडून जावे लागले याबद्दल काही बोलत नाही. रशिदसारखे हळहळ व्यक्त करतात पण कोरडी वाटते, त्यानेही आपल्या पंडितमित्राला का आणले नाही? जिवाची बाजी लावून रक्षण का केले नाही, या प्रश्नाला सर्वांचे उत्तर एकच– मशिनगन रोखल्यावर तुम्ही काय करणार? २४, ४८ तास, किती दिवस मिलिटंट रोखून बसतील? अर्थात त्यांची बाजू खरी असेलही पण मला मात्र मनात वाटले आयते लाटायला मिळाल्यावर मित्राचा पुळका कोण किती दाखवणार? मीही काही न बोलता त्या सटरफटर गप्पा ऐकत होते. दोघांनी मला मेजवानीची (वाझवान– रात्रीचे डिनर) आमंत्रणे दिली. पण माझा शुद्ध शाकाहार माहीत असल्याने रशिदने गोड बोलून ती टाळली. तोवर वीज गेली. आता रात्री २ वाजता येणार. साधारण आठ तासाचे भारनियमन असते. बरे वीज जाणे आणि येणे याच्या निश्चित वेळा नाहीत. मग गरम पाण्यापासून रुमहिटर पर्यंत सर्व बंद. जुन्या जमान्यातील कांगडीच (शेगडी) शेवटी थंडीपासून बचाव करायला उपयोगी पडते. खाऊन पिऊन झाले. दिवेही गेले तेव्हा 'खुदा हाफिज' करून सर्वजण गेले.

एहसानला म्हटले, "मी भांडी धुवायला मदत करते." पण तिने कोणत्याही कामाला कधीही हात लावू दिला नाही. पुण्यात तीन तास वीज जाते तर आम्ही

हैराण होतो. इथे थंडी तर तिथे उन्हाळा यासाठी वीज हवीच. मला पहिल्या मजल्यावर खोली दिली होती. प्रशस्त बेड, भरपूर रजया ब्लँकेटस्, सगळीकडे कार्पेट, टेबल खुर्ची, एक सोफा, एक टिव्ही असा थाट होता. शेजारी गालिचे अंथरलेली, लोडतक्क्यांनी सजवलेली बैठकीची खोली होती. बेडरूमशेजारी एक स्टोअररूम, ड्रेसिंग टेबल, कपाटे इत्यादी असलेली होती. खोल्यांच्या मानाने अंमळ लहान पण युरोपियन पद्धतीचे टॉयलेट, बॉयलर, शॉवर, वॉशबेसिन अशी सोयीयुक्त बाथरूम होती. माझे सामान स्टोअर रुममध्ये ठेवले. फारशी भूक नसल्याने मी जेवणार नव्हतेच; पण दोघांच्या आग्रहामुळे अगदी थोडासा डाळभात खाईन असे सांगितले.

पाहुण्यांना हॉटेल वर सोडून घरी येताना पाहिलेली दृश्ये, इमारती जेवायच्या वेळेपर्यंत विश्रांती घेताना आठवत होत्या. एक मोठी इमारत मशीनगन मॉर्टरच्या गोळ्यांनी चाळण झालेली होती. छप्पर उडालेले होते. मागच्यावर्षीच दहशतवाद्यांनी लालचौकाजवळची हीच इमारत २६ जानेवारीआधी ताब्यात घेतली होती. जवळजवळ दीड दिवस धुमश्चक्री चाललेली टी.व्ही.वर सर्वांनीच पाहिली होती. घरातील ओलिसांची सुटका केलेली. नागरिकांची पळापळ, वार्ताहार कॅमेरामेन यांची 'ताजी' बातमी पुरवण्याची धावपळ मग अतिरेक्यांना मारल्याची मोठी बातमी. एक अतिरेकी एका कोपऱ्यात बसलेल्या अवस्थेत मेलेला दाखवत होते. शेजारीच त्याची गन पडलेली होती. नंतर अतिरेक्यांची प्रेते ओळीने मांडून ठेवल्याचेही दाखवले. लाल चौक परिसर, आजूबाजूचे रहिवासी यांच्या मुलाखतीही झाल्या. हे सर्व पाहून तेथील रहिवाशांना काय वाटले असेल? या रस्त्यानेच आम्ही आलो होतो. येताना रशिद सांगत होता, 'हा दाल लेक, हे नत्थू स्वीटस्, हे शाकाहारी रेस्टॉरंट, हा नेहरूक्लब, ही आय.टी. बिल्डिंग, टुरिस्ट इन्फरमेशन सेंटर, लाल चौक इथे २६ जानेवारीचे झेंडावंदन होते. त्यामुळे इथे फार मोठा बंदोबस्त असतो. २६ जानेवारी, १५ ऑगस्टला या अतिरेक्यांच्या अंगात येतं जणू. हा झेलमवरचा सर्वांत जुना ब्रिज. असे सात ब्रिज आहेत आणि नदीच्या दोन्ही तीरावर श्रीनगर वसलेले आहे. नदीत शिकाऱ्यातून वाहतूक चालते इत्यादी.' जागोजागी लष्कराचे जवान पहारा देत होते. वाळूची पोती रचून आडोसे केलेले होते. मनोरे बांधून टेहळणी होत होती. सरकारी नोकरदार आणि सरकारी इमारती हे सध्या दहशतवाद्यांचे लक्ष्य होते. या महिन्यातच २६ जानेवारी होती. काही करून दहशतवाद माजवायचा तर प्रसिद्ध ठिकाणे इमारती, मंदिरे, भरबाजार आणि सरकारी इमारतींवर हल्ला झाला तर सामान्य नागरीक भयभीत होतातच. म्हणूनच जम्मूतील रघुनाथजी मंदिरावर दोन वेळा हल्ला झाला. तोही संध्याकाळी. नेमकी तेव्हाच वीज गेलेली होती. हा योगायोग समजायचा का? लोकांमध्ये घबराट माजतेच. घबराटीमुळे सामान्य लोकांचे मनोधैर्य

खचते आणि अतिरेक्यांना, आतंकवाद्यांना तेच तर हवे असते. अहमदाबादचे अक्षरधाम, संसदेवरचा हल्ला अथवा अमरनाथच्या यात्रेकरूंवरील हल्ले यांचे कारणही हेच आहे. आपण बोलके शंख फुंकून सर्व नजरेआड करतो. या सर्वांच्या निषेधात एकही वयोवृद्ध अथवा तरुण राजकारणी आमरण उपोषणास बसत नाहीत. कोणी किंचित उपोषण करून पोकळ आश्वासनानंतर गाजावाजा करत उपास सोडतो. सर्व पक्षांना फक्त महात्मा नाव हवे असते. म्हणूनच काश्मिर हातातून निसटले तरी ना खंत ना खेद. खिरापतीसारखे ते आपल्या राज्यकर्त्यांनी वाटले आहे. होणाऱ्या युद्धात, हल्ल्यात त्यांचे कोणी मरत नाही. पण शांततेच्या नावाने युनोच्या आंतरराष्ट्रीय बाजारपेठेत त्यांचा नावलौकिक होतो. पांढरी कबुतरे आकाशात उडवून शांतता कधी मिळते का? पण या मिलिटंटना हे कोण समजावून सांगणार! फक्त लष्कराच्या मदतीने हा प्रश्न सुटणार आहे का? नागरिक मरतात, फौजीही मरतात, अतिरेकीही मरतात. त्यांची जागा घ्यायला नवे तयार केले जातात. मग या संवेदनाशील प्रश्नाची उकल कशी होणार? कोण करणार? राजकारण्यांना फुरसद नाहीच. टी.व्ही.वर झळकण्यासाठी कोणा तोंड झाकलेल्या अतिरेक्यांच्या मुलाखती दाखवल्या जातात. ते शरण आले आहेत सांगतात. खरंच आले आहेत की खोटे नाटक करताहेत? मुळात ते अतिरेकी का झाले? खरेच अतिरेकी आहेत का?

राजकारण्यांच्या पाठिंब्यावरच दहशतवाद फोफावतो असा इतिहास आहे. त्यांच्या अड्ड्यावर जाऊन त्यांना हडसावून खडसावून विचारायला हवे. हे कोण करेल? यासाठी काय हवे? धैर्य? पाठबळ? त्यांचा ठावठिकाणा माहीत असणे? मग मीच अतिरेक्यांना भेटून का विचारू नये? मनात विचार चमकला. बाबांनो तुम्ही या दहशतीच्या मार्गाने का जाता आहात? त्यामुळे तुमच्या इथल्या भाईबंदांनाच त्रास होतोय. पाकिस्तान तुम्हाला कुठवर साथ देईल? कोणाच्या पाठबळावर तुम्ही अशा कारवाया करून स्वत:ही मरता आहात आणि दुसऱ्यालाही मारता आहात? का? एक सामान्य पर्यटक, भारतीय नागरिक म्हणून मीच का मिलिटंटना भेटू नये? धैर्य माझ्याजवळ आहे. जगण्याची आसक्ती नाही. मी ना कोणत्याही राजकीय पक्षाची ना सामाजिक कार्यकर्ती ना मिडियातील व्यक्ती. ना पैशाचे पाठबळ असणारी. पण माझ्याजवळ जिद्द आहे. या लोकांना प्रश्न विचारण्याइतके धैर्य आहे. देशासाठी मेले तरी चालेल ही वृत्ती आहे. भारतीय म्हणून या नंदनवनात शांतता नांदावी ही इच्छा आहे. मग मीच या अतिरेक्यांना का भेटू नये? यासाठी रशिद मला मदत करू शकेल का? त्यामुळे त्याला काही धोका पत्करावा लागू नये, मात्र एका सिध्यासाध्या फारशा परिचित नसलेल्या तरुणाला हे सांगावे का? मला अतिरेक्यांना भेटायचे आहे हे सांगितले तर त्याला काय वाटेल? मी या विचारात असतानाच रशिद खोलीत आला. उद्याचा साईटसिईंगचा कार्यक्रम ठरवायचा होता.

एहसान आणि अमिषा खोलीत आल्या. मी त्यांना आणलेल्या गिफ्ट दिल्या. रशिदला वॉलहँगिंग दिले. अमिषाला तुळशीबागेतून आणलेल्या पोळपाट लाटण्यासह चिमुकला संसार दिला. एहसानसाठी खास पुणेरी काठ पदराचे ड्रेस मटेरियल दिले. भरपूर खाऊ होता. चितळे आंबाबर्फी, फणसाचे तळलेले गरे, काजू, चिवडा, शेंगदाणा चिक्की, केळी, वेफर्स हे सगळे त्यांच्यासाठी नवीनच होते. चकली, बटाट्याचा तिखट चिवडा याचे नाविन्य होते. एहसानने चांगली फुललेली कांगडी आणली होती. ती कशी धरायची हेही तिने दाखवले. सर्व गिफ्टस् घेऊन त्या खाली गेल्या. रशिद पहिल्यांदा भेटताच पायाला हात लावून म्हणाला होता, "आप तो हमारी अम्मा हैं." तो आणि एहसान मला पहिल्या भेटीतच अम्मा म्हणू लागले होते. रशिदने विचारले, "अम्मा कल आप गुलमर्ग जाओगी ना? मौसम खुला, अच्छा रहेगा. आपके साथी जानेवाले हैं. या आप रेस्ट करोगी?" मी म्हणाले, "मला आज रात्रीची रेस्ट पुरे. विमानाने प्रवास केल्याने प्रवासाचा थकवाही नाही. पण मला घरी बसायचे नाही. माझी वेगळीच इच्छा आहे." गेली तीन वर्षे आम्ही फोनवरच बोलत होतो. त्याचा उत्साही सळसळता स्वभाव, काश्मिरविषयी असलेली गाढ आत्मीयता, पर्यटनविषयीची ओढ आणि जाणीव, याच क्षेत्रात काही करण्याची इच्छा, मला माहीत झाली होती. एम.ए., एलएलबी असूनही तो वकिली करायला नाखूष होता. आपल्याच लोकांविषयी खोट्याचे खरे करून दाखवणे त्याला अवघड वाटत होते. माझ्याही भटक्या स्वभावातील चक्रमपणाचा अंदाज त्याला आला असावा. तरीही मला मिलिटंटना भेटायचे आहे हा बॉम्बगोळा त्याला अनपेक्षितच होता. मी माझ्या निश्चयावर ठाम आहे हे त्याला जाणवले. शिवाय मी काही नेहमीचे साईटसिईंग करणारी पर्यटक नाही याची कै. बाबांनी कल्पना दिली असावीच. वर सांगितले होते सुधाबहेन जर कधी श्रीनगरला आली तर तिला तिच्या वेगळ्या आवडीप्रमाणे तिला हवे तिथे ने. तो म्हणाला, "अम्मा हे सोपे नाही. माझे या लोकांशी कुठे दुरूनही संबंध नाहीत. खतरनाक लोक आहेत. तू इथे माझ्या जबाबदारीवर आली आहेस. या गोष्टीत धोका आहे तो मी कसा पत्करू?" परोपरीने त्याने समजावले. पण मी माझ्या निश्चयावर ठाम होते. म्हणाले, मला उद्या एखाद्या हॉटेलवर सोड. तिथून मी शोध घेईन. मी पण वाचून माहिती काढून आले आहे. आणि श्रीनगरमध्ये हे मला समजेल. शेवटी मी मूळ मुंबईची आहे. दगडी चाळीत कोण डॉन असतो हे पेपरला वाचतोस ना? आता माझा पक्का निश्चय झाला होता तू नही तो और सही. आणि श्रीनगरमध्ये राहणाऱ्या मुस्लीम तरुणाला काही माहीत नाही यावर मी कसा विश्वास ठेवू? कारण कधी ना कधी तो मस्जिदमध्ये नमाजाला जात असणार, मग कानावर आपसूक या गोष्टी पडतात हा अनुभव सर्वांना आहेच. प्रयत्न तरी कर असेही त्याला म्हणाले. शेवटी नाखुषीनेच तो मी प्रयत्न करून बघतो

म्हणून म्हणाला. रात्रीच्या अंधारात चिलेकनानच्या थंडीत तो एस.टी.डी. बूथवरून माझ्या यजमानांना फोन करण्यासाठी बाहेर पडला. मी त्याच्या घरी सुखरूप पोचले हे त्यांना सांगायला हवे होते. तेवढ्यात एहसानने जेवायसाठी खाली हाक मारली.

मी खाली गेले. मूगमसूर दाल, भात, लोणचे, सॅलड असा साधा बेत होता. माझ्यासाठी दहीही विकत आणलेले होते. कै. बाबांनी सांगितले होते मराठी, गुजराती, दक्षिण भारतीय शाकाहारी मंडळींना जेवणात दही लागते. कडाक्याच्या थंडीत दही कसले खाते? गरम दालभातच चांगला वाटत होता. भात मोकळा फडफडीत होता. काचेची प्लेट, बाऊल, चमचा असा थाट होता. प्लेटमध्ये ढीगभर भात होता. मी तो अगदी कमी करून वाटीभर केला. त्यावरच डाळ घालून हाताने कालवून जेवू लागले. पिण्यासाठी पाणी कोसा म्हणजे कोमट होते. जेवणाआधी आणि जेवणानंतर मी हात धुतले, तेही वॉशबेसीनवर, याकडे अमिषा टक लावून पाहत होती. अब्बाजींनी तांब्याच्या कल्हई लावलेल्या पसरट खोलगट थाळीत भरपूर भात घेतला. त्यावरच डाळ घालून हाताने कालवूनच जेवले. नंतर त्या थाळीतच हात धुतले. चुळा भरणे वगैरे नाहीच. अंथरुणावरून ते फारच कमी उठत इतका त्यांना दम्याचा भयंकर त्रास होता. सतत ऑक्सिजन द्यावा लागे. त्यामुळे ऑक्सिजन सिलिंडर उशाशीच होते. त्यातून आत्ता पाऊस, बर्फ पडलेला त्यामुळे ते अगदीच हैराण झालेले होते. मी हातानेच जेवते आहे हे पाहून एहसान म्हणाली, "अम्मा आप हमारे जैसीही हो." आणि त्यांच्या कुटुंबातीलच एक सदस्य झाले. अब्बाजी मला आपा (मोठी बहीण) किंवा बहेना म्हणू लागले. त्यांच्या घरात आजवर कोणी हिंदू व्यक्ती राहायला आली नव्हती. आमच्या नात्यात जात-धर्म आडवा आला नाही. रक्ताचे नाते निवड करून नसते पण मैत्रीचे, प्रेमाचे, जिव्हाळ्याचे नाते आपल्या निवडीवरच असते. मी असेतो त्यांच्या घरात मांसाहार शिजला नाही. खरे म्हणजे अब्बाजींना रोज गोश्त लागते. पण त्यांनीही नको म्हणून सांगितले. सर्वजण चांगले झणझणीतच खाणारे पण माझ्यासाठी मिर्चमसाला कमी होता. रशिदलाही सारखे अतिशय मसालेदार नॉनव्हेज आवडत नाही. तिखट मात्र खूपच खातो. एहसान टिपिकल भारतीय नाही. नोकरी करणारी असली तरी नवरा जे आणेल ते शिजवायचे. त्याला जे आवडेल ते खायचे, ल्यायचे, फिरायचे. खास आवडनिवड काही नाही. मात्र एहसान नकाब (बुरखा) वापरत नाही. चांगली पदवीधरही आहे. आधुनिक विचारसरणी आवडणारी आहे. रशिद मुसलमान, तेव्हा मला वाटले होते सर्वजण एका थाळीतून जेवणारे असतील. सिनेमातून आपण असेच पाहतो. तो म्हणाला, "मोठ्या मेजवानीच्या प्रसंगी खूप मेहमान असतात तेव्हा आमच्याकडेही असेच असते. पण मला व्यक्तिशः हे पसंत नाही. यामागे पूर्वीची काही कारणे असतीलही परंतु मला मात्र आत्ताच्या काळात हे अनहायजेनिक वाटते. अर्थात

कम्युनिटीत माझा इलाज नसतो. घरात मी स्वतंत्र असतो. म्हणून आम्ही स्वतंत्र प्लेट मधूनच जेवतो. एहसानला मात्र जास्त बर्तन साफ करावे लागतात याचे वाईट वाटते.'' नंतर पाहिले त्या थंडीतही तो रोज अंघोळ करत होता. त्याच्या आईने ही सवय लावली आहे म्हणाला. एकूणच तो, एहसान आधुनिक सुधारणावादी वाटले. रशिदचा पोषाखही शर्ट, पॅन्ट, सूट असाच होता. थंडीमुळे तिथे सर्वांना जॅकेटस् घालावी लागतात. एहसान आपल्या पंजाबी ड्रेसमध्ये घरी असताना वरून उबदार फिरन घाले. रशिद, अब्बाजी घरी सर्व कपड्यांवरून फिरन घालत. थंडीमध्ये प्रत्येकजण हे फिरन (पायघोळ गाऊन) घालतातच. ढगळ असले तरी शरीरात चांगली ऊब राहते. अब्बाजींना मात्र अंघोळ करताना, कपडे बदलताना किंवा नमाज पढताना पाहिले नाही. एहसान बाहेर पडताना स्वेटर, जॅकेट घालून वरून पश्मीना शॉल गुंडाळून घेई. पायमोजे तर दिवसरात्र सर्वांच्याच पायात होते. अमिषाही फुलपॅन्ट स्वेटर, टोपी अशा गरम कपड्यातच गुंडाळलेली होती. मी पण बारा दिवसात जेमतेम चार वेळाच अंघोळ केली. रात्री झोपताना कपडे रोज बदलत होते. पहिल्या दिवशी धुतलेले कपडे नंतर सहा दिवस सुकले नव्हते. त्यामुळे बाहेर जाताना तेच कपडे परत परत वापरले. घरी घालायचे कपडेही इस्त्री करून कांगडीवर धरूनच वाळवले. दिवसरात्र भरपूर गरम कपडे घालूनही थंडी कमी होत नव्हती. मात्र कांगडीमुळे चांगली ऊब येई. नंतर पाहिले लोक रस्त्यावरही कांगडी घेऊनच हिंडत होते. शरीर गरम राहण्याचा सर्वांत स्वस्त आणि मस्त उपाय म्हणजे कांगडी!

त्या रात्री जेवतानाही कांगडी पोटाशी घेऊनच बसले. एवढेच नाही तर पुण्याला येतानाही एक कांगडी आणली. जेवताना रशिदने सांगितले, ''कल अम्माको सात बजेही हेवी नाश्ता देना. पानीकी बॉटलभी देना. उन्हे साईटसिईंग को जाना है. मी सकाळी हॉटेलवर सोडेन आणि संध्याकाळी परत घेऊन येईन.'' सकाळी सहा वाजताच त्याने हाक मारली. अंघोळीला सुट्टी देऊन मी सर्व आवरून घेतले. एक आलू-पराठा-आचार-दही खाऊन आम्ही आठ वाजताच निघालो. मी कुठे जाणार हे एहसानलाही माहीत नव्हते आणि मलाही. रात्री रशिदने एवढेच सांगितले होते– सर्व बंदोबस्त झाला आहे. तुझ्या धैर्याची कसोटी आहे. यातून काही चांगले घडावे एवढीच अल्लातालाजवळ, शिवजींजवळ प्रार्थना आहे.

त्याच्या मोटारीतून आम्ही निघालो. सर्व जामानिम्यात माझं ध्यान प्रेक्षणीय दिसत असणार. थर्मलवेअर, वरती ड्रेस त्यावर दोन स्वेटर त्यावर जॅकेट, पायात दोन पायमोजे जोड, हॅण्डग्लोव्हज्, कानटोपी त्यावर जॅकेटची कॅप तरीही थंडी वाजत होती. रस्त्याला लागल्यावर रशिदने बर्फ, पाऊस याला चालणारे कोणाकडून तरी मागून आणलेले माझ्या आकारमानाला योग्य असे जॅकेट देऊन माझे त्यामानाने नाजूक असणारे जॅकेट काढून ठेवायला सांगितलं. तो सकाळपासून गप्पगप्पसा

होता. गंभीर होता. त्याने नाश्ताही केला नव्हता. जरा पुढे गेल्यावर तो म्हणाला, "फिरसे सोचलो. हे लोक मला ओळखत नाहीत, पण कधीही कुठेही माझे नाव घ्यायचे नाही. आमच्या सर्वांच्या जिवाला खतरा होऊ शकतो. तुम्हाला शिवजींची कसम." त्याने प्रॉमिससाठी हात पुढे केला. मी हातावर हात ठेवला. ह्या घटना खऱ्या आहेत पण नावे काल्पनिक आहेत. सत्य घटनेवर आधारित स्टोरी लिहीन एवढेच त्याला म्हटले. नाण्याची दुसरी बाजू मला समजणार होती. त्यासाठी दोन मध्यस्थ, एक दुभाषा, जीपसह ड्रायव्हर याचा पैसे खर्चून बंदोबस्त केला होता. त्या अनामिक मध्यस्थानेच सर्व प्लॅन ठरवला होता. माझा कॅमेरा, टेपरेकॉर्डर, टेलिफोन डायरी, नोंदवही, सिनिअर सिटीझन कार्ड वगैरे सर्व काढून ठेवले होते. कागद-कपटा पेनही नव्हते. पर्समध्ये माझी रोजची औषधांची डबी, दोन पेनकिलर गोळ्या, कुठे लागले, खरचटले तर लावायला कैलासजीवनची ट्यूब, टायगर बाम, पाय वगैरे मुरगळला तर बँडेज, थोडी कॅडबरी, एक बिस्किटाचा पुडा, पाण्याची बाटली, मोठा नॅपकिन, शाल एवढेच होते. पैसेही २००-२५० रु. होते. बाकी माझी ओळख पटेल असे काहीही नव्हते. मेले असते तर कोणालाही पत्ता लागला नसता इतकी बेवारशी होते. आता सर्व चित्त एकाग्र करून फक्त स्मरण शक्तीवर भरवसा ठेवायचा होता. मन सतत जागृत सजग ठेवायचे होते. डोळे उघडे ठेवून चुपचापपणे सर्व पाहायचे होते. अगदी कमीत कमी बोलायचे. राग-चीड-संताप येऊ द्यायचा नाही. मिलिटंटचा तोल जाईल असे प्रश्न विचारायचे नाहीत नाहीतर प्राणाशी गाठ होती. त्यांनी काहीही विचारले तरी मोजून मापूनच उत्तरे द्यायची होती. आर्मीविषयी तर चकारही शब्द काढायचा नाही.

रशिद सूचनांवर सूचना देत होता. नंतर म्हणाला, "अम्मा तू कुठल्या भागात जाणार आहेस मला माहीत नाही. हे मिलिटंट कदाचित मूळचे काश्मिरी असावेत. त्यामुळे कश्मिरियत विसरलेले नसावेत. काही धोका देणार नाहीत अशी आशा करूया. पण शेवटी ते दहशतवादीच आहेत. जिवावर उठलेले आणि जिवावर उदारही झालेले. मला खूप काळजी वाटते आहे. आजच्या या भेटीनंतर सर्व विसरून जायचे. अंकलजी (श्री. गोखले) अथवा कोणीही अगदी तू सुद्धा याबद्दल विचारलेस तर मी सांगेन, छे! असे काही घडले नाही. अम्मा गुलमर्गला बर्फात एन्जॉय करायला गेली होती. तुला बर्फ फार पसंद आहे हे मलाही माहीत आहे.

अल्लाकसम मी हे धाडस तुझ्यासाठी करत आहे. अल्लावर भरोसा ठेवून. तुझ्या मनातल्या सद्भावनेला कदाचित प्रतिसाद मिळाला तर इथला दहशतवाद कणभर कमी होईल. चार पर्यटक जास्त येतील, काही जणांचे पोट भरेल. आम्हालाही दालचावलचे दोन घास सुखाने शांतपणे खाता येतील. शांततेच्या प्रक्रियेतला तुझा हा सहभाग मुंगीएवढा असला तरी तो माझ्या दृष्टीने मोठा आहे.

पूल सांधणारा आहे. असे खरेच झाले तर ती माझीही मोठी अचिव्हमेंट असेल. अम्मा, खूप खूप काळजी वाटते.''

आता मलाही दडपण आले. एकदा वाटलेही परत फिरावे. नको हे साहस! हिंडावे फिरावे एन्जॉय करावे. मस्त खावे. सॅफरॉन कहावा प्यावा, कांगडी घेऊन उबेत शेकत गप्पा माराव्यात. सगळीकडे असलेल्या शांततेची मजा लुटावी. पण या शांततेचा बळी घेणाऱ्या अतिरेक्यांना भेटायला मी का चालले होते? मला कोणाचेही पाठबळ नव्हते. रशिदही नाखूष होता. कसलेही महत्त्व नसलेली मी सामान्य गृहिणी होते. कॅन्सरपासून दम्यापर्यंत सर्व रोगांची शिकार असलेली. आणखी किती जगायचे माहीत नव्हते. मेले तरी फिकीर नव्हती. रोगांसारखी अतिरेक्यांचीही शिकार होईन. मनातून वाटत होते भारतातील आम जनता, पर्यटक आणि या लोकांमध्ये संवाद व्हायला हवा. जनप्रवाहात काश्मिरी सामील व्हायला हवेत. ही दरी पार करायलाच हवी. काश्मिरी बुद्धी, संस्कृती, कला, क्रीडा भारताच्या मुख्य प्रवाहात येण्यासाठी दहशतवादी मुख्य प्रवाहात यायला हवेत. जर जर्मनीतील शहर देश दुभंगणारी भिंत पाडली जाते, युद्धाच्या आठवणी विसरून नवीन जीवन सुरू होते, तर पी.ओ.के. आणि एल.ओ.सी. बुजून सर्व काश्मिर एकसंध होऊन भारताचेच नंदनवन राहायला हवे. दुभंगलेले देश एक होतातच ना? कदाचित माझ्यातले गृहिणीपण, आईपण हा पूल सांधू शकेल. संसार हे काम स्त्रीचेच असते ना? माझ्याजवळ इतर कसलेही पाठबळ नसले तरी सद्हेतूचे, ममत्वाचे पाठबळ होते. त्याच बळावर दहशतवाद्यांच्या भेटीला निघाले होते. पुढे काय होणार अल्ला जाने!

विचारांच्या वावटळीतही रशिदचे शब्द कानावर पडत होते. ''अम्मा आता येणाऱ्या बसस्टॉपवर तुला सोडून मी लगेच जाणार आहे. या स्टॉपवर फारशी वर्दळ नाही. तू कारमधून पटकन उतरून बस स्टॉपच्या शेडमध्ये जायचे. कोणी हटकले तरी लक्ष द्यायचे नाही. हाय हॅलो करायचे नाही. तोंडातून चकार शब्दही काढायचा नाही. आजूबाजूला न्याहाळायचे नाही. इधर उधर पहायचे नाही. नजर समोर ठेवायची. चेहरा शांत राहू दे. कूलडाऊन, बी रिलॅक्स. कोडवर्ड-परवलीचा शब्द सांगतो तो लक्षात ठेव. एक बंद जीप जवळ येईल. ड्रायव्हरसह कदाचित आणखीही कोणी असेल पण फक्त ड्रायव्हरनेच परवलीचा शब्द सांगितला, तरच चटकन जीपमध्ये चढायचे. नंतर तो ड्रायव्हर सांगेल ते ऐकायचे. कडेला सरकून बस म्हणाला तर कडेला सरकायचे. शॉल घालून घे म्हटले तर संपूर्ण अंगावरून शॉल गुंडाळून घ्यायची. तुझ्या चेहऱ्यावरून तू हिंदू आहेस हे समजून येतेच. तेव्हा तुला कदाचित बुरखा घालतील. तुझ्या सुरक्षिततेसाठी असेल कदाचित. तो बुरखा घालून घ्यायचा. तू काश्मिरबाहेरची आहेस हे कळू द्यायचं नसेल. मुक्कामाला पोचेपर्यंत

काहीही बोलायचे नाही. मी इथून लगेच जाणार. माझ्यावरही पाळत असण्याची शक्यता आहे. तुला जीपमध्ये चढलेली दुरून कुठून तरी पाहीन. पण मी दिसणार नाही. संध्याकाळी जीप तुला इथेच सोडेल. या स्टॉपवरच उभे राहायचे. अगदी बर्फ पडत असला, पाऊस पडत असला तरीही. थंडी वाजली तरी इथेच उभे राहायचे. फार उशीर किंवा मोठी गडबड, हमला-गोळाबारी झाली तर समोरच्या (धाबा टाईप) दुकानात जाऊन उभे रहायचे आणि बादाम चॉकलेट मागायचे.

कोणालाही तुझे नाव, गाव, पत्ता, घरच्या कोणाचीही नावे, पत्ता, अंकलचे नाव काहीही सांगायचे नाही. तुझ्या हातात सेल फोन देऊन तुझ्या घरी, तुझ्या मुलांना अथवा मला फोन करायला सांगतील. कुठल्याही परिस्थितीत कुठेही फोन करायचा नाही. अगदी तुझी प्रकृती कितीही खराब झाली. काहीही अपघात झाला, चोट आली तरीही फोन करायचा नाही अम्मा हे दहशतवादी आहेत. रस्ता चुकलेले असले तरी ते दहशतवादीच आहेत हे ध्यानात ठेव. ते काहीही करू शकतात. परमेश्वरावर भरोसा ठेवायचा. तुझ्या साध्यासरळ वागण्याने कदाचित ते बदलतील. अशी आशा बाळगूया. अशी उदाहरणे आहेत. काही जण सुधारले आहेतही. अशी भेट घेणारे काहीजण असतील. त्यांना आर्मीचे, पोलिसांचे, राजकारणी लोकांचे प्रोटेक्शन असते. पाठीशी काही संस्था असतात, मिडिया असतो. ते तुझ्यासारखे अगदी एकाकी नसतात. दोघे-चौघे मिळून असतात. तू आणि मी सामान्य मध्यमवर्गीय लोक आहोत. मी ज्या व्यक्तीच्या मदतीने हे ठरवले आहे त्यानेही फार मोठी रिस्क घेतलेली आहे. त्यालाही वाटते हा संवाद कोणीतरी साधायला हवा. कोणत्याही अभिनिवेशाचा, आवेशाचा स्पर्श नसणारी इच्छा हीच या भेटीच्या उद्देशाची ताकद असेल. फक्त सद्‌हेतू.

"आता समोर दिसणाऱ्या बसस्टॉपवर मी तुला सोडणार आहे. तयारीत राहा. मी क्षणभरही थांबणार नाही. कदाचित माझ्यावरही पाळत असेल. आपण मुद्दामच थोडे लवकर आलो आहोत. या गाडीची नंबरप्लेटही डुप्लीकेट आहे. टेक केअर! परवलीचा शब्द-कोडवर्ड-लक्षात ठेव. शब्द आहे– चिलेकनान. खुदा हाफिज." स्पीड कमी होत त्याची गाडी थांबताच मी पर्ससह पटकन उतरले. बसच्या शेडमध्ये शिरले तोवर त्याची गाडी सुसाट वेगाने निघून गेली होती. बसस्टॉपवर मी एकटी होते. मनात खळबळ माजली होती. क्षण न् क्षण मोजत होते. आता जीप लवकर यायला हवी होती. हे साहस अंगलट आले तर रशिदला काय वाटेल? आणि घरी कळले तर लोक मि. गोखल्यांना म्हणतील, 'ती एक मूर्ख पण तुम्हीही दसपट मूर्खासारखे का वागलात? परवानगी दिलीतच कशी?' खरं म्हणजे अशा भेटीचा विचार माझ्या मनात श्रीनगरला उतरेपर्यंत नव्हता. वैष्णवदेवी आणि श्रीनगरला रशिदला भेटणे एवढेच ठरवले होते. ही भेट फसली तर लोक नक्कीच म्हणतील कधी न पाह्यल्या देखल्या माणसाच्या घरी

पाठवलेतच कसे? भले तो वयाने लहान असेल पण घरात इतर कोणी पुरुष मंडळी असली तर? त्यातून तो मुस्लीम! राज्य कोणते तर अशांत असणारे जम्मू काश्मिर! रोज तिथे होणाऱ्या हल्ल्याच्या बातम्या वाचता ना? अशा थंडीत बर्फात सौ. गोखल्यांना जाण्याची परवानगी दिलीत कशी? त्याही कशा गेल्या? कोणीतरी तरुण कोणाच्या तरी ओळखीने बोलावतो काय, त्या जायचं म्हणतात, तुम्ही होकार देता. म्हणे वैष्णवदेवीचा नवस फेडायचा! देव कुठेही आहे तर इथे पिंपरीच्या वैष्णवदेवीला जायचे. चांगलं सुखात सुरक्षित पुण्यात राहता आहात तर हा वेडेपणा सुचला! काय म्हणावे दोघांना? ह्या सर्व विचाराने डोळे भरून आलेच. परमेश्वरा! ह्यांनी माझ्यावर ठेवलेल्या विश्वासाला धक्का बसू देऊ नको. आजारी पडून रुबी हॉस्पिटलमध्ये मेले तरी चालेल पण मला इथून सुखरूप परत येऊ दे. रशिदला अपयश देऊ नको. खचून जाईल तो. मुलांची नातवंडांचीही आठवण आली. पण आता परत फिरायचे नाही. रशिदने, एहसानने गेली दहा वर्षे या दहशतीच्या छायेत कशी काढली असतील? माझ्या हातून काही चांगले घडेल या विश्वासाला केवढा तडा जाईल. मनातल्या विचारांबरोबर किती वेळ गेला कळले नाही. एवढ्यात एक जीप येऊन चिकटून उभी राहिली. पुढचा दरवाजा उघडून डावीकडे झुकून ड्रायव्हर म्हणाला, ''चिलेकनान.'' उघडलेल्या मधल्या दरवाजातून मी पटकन आत चढले. इकडे तिकडे मागेपुढे काही पाहिले नाही. जीप चालूही झाली.

थोडे पुढे गेल्यावर कळले मागे दोघेजण बसले आहेत. पुढे ड्रायव्हर शिवाय कोणीच नव्हते. मधेही मी एकटीच होते. जरा पुढे जाताच एकजण हिंदीत म्हणाला, ''मॅडमजी घबराना नही'' मनात आले हा बहुतेक दुभाषा असावा. मागचा दुसरा माणूस हिंदीतच पण काश्मिरी लकबीने म्हणाला, ''मोहतरम्मा हम श्रीनगरके बाहर जा रहे हैं। मै आपके आँखोपर पट्टी बांध रहा हूँ। बादमे ये नकाब (बुरखा) पहनना। ये हमारा उसूल है।'' हा बहुधा मध्यस्थ असावा असे वाटले. मी फक्त ''हाँ'' म्हटले. आणि मान मागे झुकवली. त्याने कानपट्टीसारखी एक पट्टी डोळ्यांवर बांधली. आणि डोक्यावरून बुरखाही घातला. मी नि:श्वास सोडल्यावर एकजण म्हणाला, ''घबराना नही.'' नंतर जीप थांबली. किती वाजले होते कोणास ठाऊक. मला घड्याळाची सततची सवय, पण आत्ता घड्याळही रशिदकडे दिलेले होते. शिवाय डोळे बंद असल्याने त्याचा उपयोग काय? जीप थांबली. दुभाषाने विचारले, ''चायशाय पिनी है?'' मी नकारार्थी मान हलवली. जीपमध्ये ड्रायव्हर शेजारी आणखी कोणीतरी चढल्याचे जाणवले. आता वळणावळणाचा रस्ता असावा असे वाटले. जीपच्या गिअरचा आवाज बदलला होता. थंडीही वाढली होती. बहुतेक मोकळ्या रस्त्याने जात असावेत. उंचावर जात असू, असा माझा आपला मिटल्या डोळ्यांचा अंदाज होता. दुसऱ्या वाहनांचाही आवाज ऐकू येत नव्हता, ना मनुष्यवस्तीची जाग जाणवत होती. वाटले हा प्रवास कधी थांबणार? किती वाजलेत विचारावेसे

वाटूनही विचारले नाही. मनात विचारांची साखळी होती. काय प्रश्न विचारतील? काय उत्तरे द्यावीत? आपण काय प्रश्न विचारावेत? रशिदच्या सर्व सूचनांची उजळणी केली. जीप थांबली होती.

डोळ्यावरची पट्टी, बुरखा काढला. थंडीची शिरशिरी सर्वांगातून सळसळत गेली. दाट झाडीत एक लाकडी घर दिसले. बर्फातून पायवाटेने चालत निघालो. माझा पाय घसरू लागला तेव्हा एकजण म्हणाला, ''मोहतरम्मा हमारा हाथ पकडके चलो। नही तो फिसलके गिर जाओगी।'' त्याचा हात धरूनच चालू लागले. श्रीनगरपेक्षा इथे जास्त थंड होते. झाडांवर, दगडांवर, मातीच्या ढिगाऱ्यांवर साचलेले बर्फ होते. कुठेही हिरवा रंग दृष्टीस पडत नव्हता. पर्णहीन झाडे आणि बर्फ उदास वाटणारे होते. अगदी थोड्याच अंतरावर हे छोटे घर होते. झाडीत लपलेले होते. दार उघडले. घर म्हणजे जरा मोठी खोली होती. घरात तसा अंधारच होता. वरती दोन झरोके होते. आत पाच किंवा सहा माणसे होती. खुर्च्या नव्हत्या. गालिचाच अंथरलेला होता. सर्वजण खाली बसलो. मी मांडी घालून आणि ती मंडळी गुडघे दुमडून बसली. ती मंडळी, दुभाषा आणि जीपमधून आलेले दोघेजण एवढेजणच होतो. ड्रायव्हर नसावा वाटले. 'सलाम आलेकुम', 'वालेकुम सलाम' वगैरे रीतसर झाले. दुभाषा म्हणाला, ''मॅडमजी आपसे बातचित करना चाहती हैं।'' मी सर्वांकडे एक नजर टाकली आणि हात जोडून खणखणीतपणे म्हणाले, ''आप सबको मेरा नमस्कार। वालेकुम सलाम।'' माझ्या कुंकवाच्या ठसठशीत टिकलीवरून मी हिंदू आहे हे ओळखत होते. उच्चारांवरून हिंदी भाषिक नाही हेही कळत होते. ते माझ्याकडे निरखून पाहत होते. दुभाषा आणि दोघेजण एका बाजूला बसले होते. पुढे बसलेले सहाजण दिसले. ते माझीच वाट पहात असावेत असे वाटले. अर्ध गोलाकार बसले होते. म्हणजे हेच ते दहशतवादी अतिरेकी मिलिटंट तर!

त्यांच्या समोरच पण थोडी कडेला मी बसले होते. सगळेजण गोरेपान, सरळ नाकेले होते. आता थोडा उजेड आत आला होता. सर्वांना दाढ्या होत्या. डोक्यावर खास काश्मिरी टोपी होती. त्यावरून मफलर गुंडाळून डोळे-नाक सोडून सर्व चेहरा झाकलेला होता. कपाळही उंच असावे. जरा खोल वाटणारे भेदक डोळे, तीक्ष्ण नजर आणि भाव जरा संशयी वाटले. बसले होते तरी चांगले उंचनीच, पण सडपातळ वाटले. सर्वांच्या अंगात थंडीसाठी असलेला पायघोळ गाऊन म्हणजे 'फिरन' घातलेला होता. त्या फिरनच्या आतच त्यांचे हात होते आणि हातात काहीतरी होते. जेवायच्या वेळी हात आणि ते शस्त्र बाहेर काढले. अत्याधुनिक मशिनगन होती. कदाचित एके ४७ ही असेल. मी हातात घेऊन पाहिली नाही. पण निरखून बघितली. ही फिरनच्या आत घेऊनच ही मंडळी फिरतात. आम जनता कांगडी घेते तर ही मंडळी बंदूक घेतात!

आमचे एकमेकांकडे पाहणे शिकार आणि शिकारी टाईप वाटले. ते माझा अंदाज घेत होते. मी त्यांचे रंगरूप दिसणे न्याहाळत होते. सुरुवात कोणी आणि कशी करायची? तुम्ही मिलिटंट का झालात असं थोडंच विचारायचं? संवादाची सुरुवात त्यांच्याकडूनच व्हायला हवी होती. अशी एक-दोन मिनिटे गेली असतील नसतील तेवढ्यात शेगडीलाच सुरईटाईप किटली जोडलेली असते अशा सामोव्हार मधून एकजण लून म्हणजे नमकिन ब्लॅक टी कहावा घेऊन आला. सर्वांनी ग्लासातून घेतला. हा लून कहावा प्यायल्यावर माझीही थंडी थोडी कमी झाली. चहा पितापिताच बसलेल्यांपैकी एकाने भारतीय लष्कराला शिव्या द्यायला सुरुवात केली. "युवर ब्लडीफूल, रास्कल इंडियन फौजी यहाँसे निकल जाने चाहिये" तरच काश्मिरघाटीत शांतता नांदेल. माझाही उल्लेख 'तुम हिंदोस्थानी' असाच करत होता. खरं म्हणजे काश्मिरी लोक किंवा उत्तरेकडील सर्व लोक तू, तुम्ही म्हणत नाहीत. अगदी लहान मुलालाही 'आप' असेच संबोधतात. रशिदही मला अम्मा, आप असेच म्हणत असे. पण इथे कसले आले आहेत रीतीरिवाज आणि सभ्यतेचे संकेत. बोलूनचालून एकतर्फी भांडणच होते ते. त्याचे अपशब्द ऐकण्याशिवाय पर्यायच नव्हता. शांतपणे त्याची बकबक ऐकून घेत होते. विरोध करायचा नव्हता. येणारा राग संताप दाखवायचा नव्हता. कोणतीही प्रतिक्रिया व्यक्त न करता युक्तीप्रयुक्तीने त्याच्याकडूनच माहिती काढून घ्यायची होती.

त्यांना विचारण्याचा माझा प्रश्न एकच होता. तुम्ही मिलिटंट का झालात? असे टेररिस्ट बनून तुम्ही काय साध्य केलेत? तुम्ही काश्मिरी म्हणजे भारतीयच आहात ना? लष्कराची सर्व अडचणीत मदतच होते. तुम्ही त्यांना दुष्मन का समजता? माझ्या मौनामुळे आणि शांतपणामुळे ती मंडळीही जरा शांत झाली. पाच मिनिटानंतर एकजण म्हणाला, "मोहतरम्मा मै आपको कुछ लेडिजसे मिलवाता हूँ. त्यांची बदहालत पाहा. हे फौजी आमच्या स्त्रियांना त्रास देतात." मी मौन सोडले आणि शांत स्वरातच विचारले, "फौजी अत्याचार करतात तसे तुम्हीही काश्मिरी स्त्रियांवर अत्याचार करताच ना? आम्ही पेपरमध्ये वाचतो. न्यूज चॅनेलवर पाहातो ते सर्व झूठ आहे का? की मिलीभगतचा ड्रामा असतो? या काश्मिरी स्त्रियाच आहे ना? तुम्ही किंवा फौजी कोणीही मर्द माँ-बहेन-बेटी को भूल क्यों जाते हो? जगात सगळीकडे स्त्रीजातीवरच बलात्कार होतात त्या वेळी तुम्ही फक्त मर्दच का असता? रिश्ते-नाते आठवत नाहीत का?" माझ्या पोटतिडकेच्या प्रश्नानंतर त्यांनी बोलण्याचा रोख बदलला. आता राजकारणी मंडळींवर टीका करू लागले. वाक्यावाक्यातून रागतिरस्कार व्यक्त करत होते. 'सर्व राजकीय नेते ढोंगी आहेत. स्वत:च्या फायद्याचे राजकारण करतात. नातेवाईकाचे अपहरण हे फायद्यासाठीचे राजकारणच असते. हिंदुस्तानातून या लोकांना गुन्हेगारांचा पाठिंबा आहे. गुंडांबरोबर संबंध आहेत यांच्या मदतीने निवडणुकीचे नाटक खेळून निवडून येतात. म्हणूनच

आम्हाला ही मंडळी नकोत. आमचे काश्मिर जन्नत आहे. इथे पाक मंडळीच राहायला हवीत.' इत्यादी बोलून झाले.

मी म्हटले, "माझा राजकारणाशी काहीही संबंध नाही. मलाही अशा व्यक्तींचा रागच येतो. पण मी लोकशाही मानते. मतदानातून सत्ता बदलते म्हणून मतदानावर विश्वास ठेवायला हवा. आता काश्मिरमधेही जिल्हा पंचायतीच्या निवडणूका होणार आहेत. तुम्ही मतदान करणार आहात का?" माझा प्रश्न त्यांना अनपेक्षितच होता. त्यांनी काहीच उत्तर न देता विषयच बदलला. नंतर सतत अनुभव येत होता की अप्रिय प्रश्नाचे उत्तर न देता विषयच बदलायचा. रशिदसुद्धा असेच करायचा. ही काश्मिरी मनोवृत्तीही असावी. मी कोणत्याही राजकारणी पार्टीची नाही. एवढे मात्र त्यांना समजले. तरीही मला राग यावा म्हणून सर्व भारतीय नेत्यांवर टीका करायला सुरुवात केली. त्यांच्या मते, "स्व. इंदिरा गांधी एकमेव हुशार आणि धाडसी नेत्या होत्या. पाकिस्तानला धडा शिकवण्याची त्यांच्यात हिंमत होती. पण बांग्लादेश निर्माण झाला नसता तर पाकिस्तानच्या सैन्याचे पार्टिशन तसेच राहिले असते. आता पाकचे सर्व लक्ष काश्मिरवर केंद्रित आहे. आणि आम्ही त्यांच्या मदतीने स्वतंत्र होऊच. अमेरिका आणि चीनचे बळ त्यांच्या पाठीशी आहे. तुमच्या मागे कोण आहे? फुटलेला रशिया? त्यांच्या टीकेतून आजी माजी कोणीही सुटले नाही. तुमचे शायर वजीरे आलम शायर म्हणून चांगले आहेत. नुसतेच आर या पार बोलणारे आहेत. पॉलिटिक्स म्हणजे सारखं आंतरराष्ट्रीय दबावाखाली रडणं नाही. वचक बसायला कडक कृतीही हवी. तुमचे संरक्षणमंत्री आमच्या स्वतंत्र काश्मिरच्या नेत्यांना तुरुंगातून सोडवून संरक्षणदलाच्या विमानाने कंदाहारला गेले. वाघ पिंजऱ्यातून सुटला आणि तुमच्या पार्लमेंटची इज्जत सरेआम लुटली गेली. मॅडम शंभर लोक मेले असते तर काय बिघडलं असतं? तुमच्या लीडर मंडळींना आपण जनतेचे किती कैवारी हे दाखवायचे होते ना? म्हणे जनतेचा दबाव! या तुमच्या जनतेला पार्लमेंट हमला चालतो. इज्जत नीलाम झाली तरी चालेल. पण स्वत:चा जीव वाचायला हवा. तुमच्यात जिहादची उर्मीच नाही. तुम्ही षंढ आहात षंढ. तुम्ही कसले लढणार? तुम्ही फक्त दिल जीतो म्हणत क्रिकेट खेळा. नाहीतर लाहोर बसमधून सैर करा. म्हणे आम्ही कारगिल जिंकले. किती जानची कीमत दिली? पाचशे जवान अफसर मारे गये. आणि तुमचे वजीरे आलम आपापसातल्या पोलिटिकल पार्टीची भांडणे सोडवत बसले. आमच्या स्वातंत्र्याला मदत करणाऱ्यांची मदत आम्ही घेणारच. पण कधी कधी जंग फसते तसं झालं. पण आम्ही कधी ना कधी काश्मिर स्वतंत्र करूच. त्यासाठी वेगळी लढाई करू. आम्हाला आमची काश्मिरघाटी स्वतंत्र हवी आहे. ते लदाखही नको अन् जम्मूही नको. आम्ही पी.ओ.के. नाही, तर स्वतंत्र काश्मिरी आहोत. आमचं बफर नेशन व्हायला हवं. मग आम्ही इंडिया-चायना-

पाकला समझोत्याने संभाळून घेऊ. पंडित मंडळींना परत बोलावू. आमच्या कौमचे नसले तरी ते काश्मिरचे आहेत. त्यांना तुमच्या कौमच्या राज्यपालांनी पळवले. भगोडे असल्याने पळून गेले. इथेच दडून राहायला हवे होते. सर्व पोलिटिकल मंडळी स्टंट करतात. त्यांनीच काश्मिर पेटवलेले आहे. म्हणे शांतीची कबुतरे उडवतात. तीच कबुतरे मारून आम्ही भाजून खातो.''

आर्मी, राजकारणी, भारतीय यांना शिव्या घालत बरेच बोलून झाले. बहुधा जेवणाची वेळ झाली असावी. सर्वांनी खाना खाण्याचे ठरवले. दुभाषा म्हणाला, ''मॅडमजी हमारे मेहमाननवाजीमें मेहमान बगैर खाना नही खाते. ये हमारी कश्मिरियत है.'' मी सांगितले, ''मी प्युअर व्हेजिटेरियन आहे. मला तुमचे जेवण चालणार नाही.'' तो म्हणाला, ''ये लवासा (नान सारखी पातळ तंदूरी रोटी) हनी और ये भूने हुए आलू हैं। ये आप खा सकती हैं। दालचावल तो नही है।'' मला तांब्याच्या कल्हई लावलेल्या थाळीत लवासा आलू आणि मध दिला. स्वतंत्र ग्लासमधून पाणीही दिले. ते सर्वजण गोलाकार बसून जेवायला लागले. एका पसरट तसराळ्यात मटणाचा लालभडक रस्सा होता. बिस्मिल्ला म्हणत हातात लवासा घेऊन तिचा तुकडा त्या तसराळ्यात बुडवून सर्वजण एकाच तसराळ्यातून रस्सा खात जेऊ लागले. तोंडावरचे मफलर दूर झाल्याने आता सर्वांचे चेहरे दिसत होते. सर्वजण उकीडवे बसूनच जेवत होते. तोंडाचा मचमच आवाजही करत होते. न बोलता, भराभर म्हणण्यापेक्षा भुकेजल्यासारखे बकाबक खात होते. जसा काही वाघ पाठी लागलेला आहे. साधारण ३० ते ४० वयोगटातले असावेत. एकजण मात्र चांगलाच वयस्कर दिसत होता. बघता बघता रस्सा आणि रोट्यांची चळत संपली. सर्वांनी त्या तसराळ्यातच हात धुतले. एकाच लोट्यातून घटाघट पाणी प्यायले. एकजण उठून तसराळे घेऊन एका दारातून बाहेर गेला. हे दार खोलीच्या एका कोपऱ्यात होते. जास्त अंधार त्या बाजूला असल्याने चटकन् लक्षात आले नव्हते. त्या किलकिल्या दारातून थंडगार वाऱ्याची झुळूक आत आली आणि बाहेरही जंगलच आहे हे जाणवले. म्हणजे ही एकच खोली असावी का? मग रस्सा, बटाटे कुठून आणले? रोटी कुठेही बाहेर विकत मिळते तशीच होती. ही जागा कशासाठी वापरत असावेत? मीटिंगसाठी, विश्रांतीसाठी? खोली तशी फार लहानही नव्हती. बाहेर गेलेला माणूस आत आला. त्याच्या हातात तसराळे, माझी प्लेट काही नव्हते. म्हणजे हे सर्व ठेवायला बाहेर जागा असावी का? त्याच्या हातात कहावाची किटली होती. मातीच्या कुल्हडमधून सर्वांनी चहा घेतला. माझ्या मनात अनेक प्रश्न निर्माण झाले होते. पण काहीच बोलू शकत नव्हते. आम्ही एकमेकांना सरावलो होतो असे मात्र वाटले. ते परस्परांशी फारसे बोलताना दिसले नाहीत याचे आश्चर्य वाटले. पोट भरल्यावर माझ्याशी वागण्यातला त्यांचा जहालपणा कमी झाला.

जेवण झाल्यामुळे परत त्यांनी तोंडे झाकून घेतली. अचानक एक तरुण म्हणाला, "मोहतरम्मा आम्ही तुम्हाला शूट केले तर?" क्षणाचा विलंब न लावता म्हटले, "खुशाल मारा. तुम्हाला बेसहारा, इनोसंट लोकांना मारायची सवय आहेच. त्यातलीच मी एक असेन." दुसऱ्याने विचारले, "आम्ही तुमच्यावर रेप केला तर?" छातीत धडधडले तरी लगेच उत्तर दिले– "इन्सानके जानकी किंमत न जाननेवाले औरतकी इज्जत क्या जानेंगे? फक्त त्या वेळी डोळ्यासमोर तुमची माँ-बेटी आणा." जरा वेळ एकदम शांतता पसरली. मोहतरम्मा म्हणणाऱ्याने विचारले, "तुमच्या भेटीचा खरा उद्देश काय आहे? तुम्ही स्पाय आहात का? कोणाचेही प्रोटेक्शन नसताना हे जानलेवा धाडस करण्याचे कारण काय? कोणाच्या पैशाने हा खर्च करता आहात? फौजींशी तुमचे कनेक्शन काय आहे? हम फौजीओंको 'हेट' करते हैं मालूम है ना? तुम्ही कुठून आला आहात?" परत क्षणभर शांतता पसरली. सर्वजण माझ्याकडे भेदक डोळ्यांनी रोखून पाहत होते. मी काय उत्तर देईन याचा अंदाज बांधत होते. मी शांतपणे हळू आवाजात बोलायला सुरुवात केली. सर्वांना हिंदी चांगलं समजतं हे कळलं होतं. "माझ्याकडे पाहून मी स्पाय वाटते की माँ-बहेन वाटते हे तुम्हीच ठरवा. मी असं दिसण्याचा ड्रामा करते आहे वाटते का? तुम्हाला भेटण्याचा माझा उद्देश एकच आहे घाटीतला दहशतवाद कमी, बंद हवा. माझ्यासारखे सैलानी (पर्यटक) भरपूर यायला हवेत. ह्या नंदनवनातला बगीचा परत फुलावा, सफरचंदांची गोडी वाढावी. सॅफरॉनची व्हायोलेट फुले फुलावीत, डुलावीत, रस्तोरस्ती गुलाब बहरावेत, वादीत अमन शांती नांदावी, त्यासाठी तुम्हाला भेटून विचारावे – या अतिरेकी मार्गाला का गेलात? पर्यटक आले नाहीत तर इथले लोक भूखे राहतात. त्यांचा तळतळाट (बद दुआ) तुम्हालाच लागतो ना? रोजीरोटी कमावण्याचा साधा सरळ मार्ग तुमच्याकडे नाही का? भारतीय असूनही तुमचा भारतावर राग का? पाकिस्तान तुम्हाला जवळचे वाटते पण ते तुम्हाला मुहाजीर म्हणूनच वागवतात ना? या मिलिटन्सीच्या जंगमध्ये फौजी मरतात, तसेच तुम्हीही मरता ना? सिव्हिलियनही मरतात. पण या सर्वांसाठी अश्रू ढाळणारी फक्त आई असते, तुमची आणि फौजींचीही. तशीच मीही एक आई आहे. वाट चुकलेल्या मुलांसाठी रडणारी. मी कसली हेर असणार? कशासाठी हेरगिरी करू? तुम्ही माझीच मुले-भाऊ आहात. मला चरार-ए-शरीफला चादर चढवावी का वाटले? माता वैष्णवदेवीच्या दर्शनाला का जावे वाटले? कारण मला घाटीमध्ये अमन शांती हवी आहे. माझा धर्म इन्सानियत आहे. ही माणुसकी माणसाला मारून अत्याचार करून जिवंत राहत नाही. खून-खराबा कोणताच धर्म सांगत नाही. त्याचा आपण चुकीचा अर्थ लावतो. तुम्ही कश्मिरियत जपता आहात, तर इन्सानियतही जपायला हवीत."

आता मी गप्प बसले तर माझ्या भेटीचा उद्देश त्यांच्या मनावर ठसणार नाही म्हणून

क्षणभर थांबून पाण्याचा घोट घेऊन परत बोलायला सुरुवात केली. आर्मीशी तुमचं वैर आहे. पाकिस्तानी आर्मी तुम्हाला आपली वाटते. या पाकिस्तानी आर्मीचेच फौजी खुफिया मिलिटंट बनून कारगिल हमल्यासाठी आले. ते मेल्यावर त्यांच्या डेडबॉडीज शहीद म्हणून ताब्यात घेतल्या नाहीत. बेवारशी (लावारिस) सोडल्या. त्यांच्याजवळ पाकिस्तानी कागदपत्रे, ओळखपत्रे होती हा सत्य (सच्चा) इतिहास आहे. त्याचे सगळे पुरावे आहेत. सर्व जगाने ते पाहिले आहेत. भारतीय लष्कराने त्यांचे लष्करी इतमामाने दफन केले हे तुम्हीही पाहिले असेल, वाचले असेल. तुम्हाला सर्व खरी हकिगत माहीत असणार. असा देश तुम्हाला काय मान देणार? इसपार उसपार करताना तुम्हाला मिळणारा पैसा नेक असतो का? माझ्या भेटीने तुमच्या मनात एवढा तरी विचार निर्माण व्हावा ही इच्छा आहे.'' आता बोलायची माझी बारी होती. मेलेली कोंबडी आगीला भीत नाही. मी आज आहे, उद्या नाही. गोळी घातलीत तरी बिघडणार नाही. इत्यादी. आता वातावरण खूपच निवळलेले होते. कहावाची परत फेरी झाली. कहावा पिताना मनात आले माझ्या मरणाचे श्रेय या लोकांना का द्यावे? ते माझ्यावर उपचार करणाऱ्या डॉक्टरांचे आणि मी उपचार घेत असलेल्या हॉस्पिटलचे आहे. मलाही बराच धीर आला होता. किंचित का होईना संवाद साधला होता. पण अजून त्यांना बोलते करणे जमले नव्हते. मला प्रश्न विचारले तरी माझ्या प्रश्नांची उत्तरे देत नव्हते. मी परत सांगितले मी माझ्या स्वत:च्या पैशाने, खर्चाने इथे आले आहे. मला प्रोटेक्शनची जरुरी नाही. मरणाची भीती असणाऱ्याला प्रोटेक्शन लागते. मी एका सद्‌हेतूने तुमच्या इन्सानियतवर भरोसा ठेवून आले आहे.

आता तो जरा वयस्कर माणूस (?) न बोलता फक्त तरुणच बोलत होते– आम्ही स्वतंत्र झालो तरच ही जंग संपेल हे मला परत परत सांगत होता. आमचे बफर नेशन झाले तर आम्ही असे थोडेच वागणार आहोत? आम्हालाही खून-खराबा नकोच आहे. टुरिझम, सेब बगान, सॅफरॉन आणि नद्यांच्या पाण्यावर वीज निर्माण करून ती तुम्हाला विकू. पण जम्मूच्या पुढे पर्यटकच आले नाहीत तर? याचे उत्तर नव्हते. जम्मू नको. लडाख नको. फक्त पर्यटक हवेत. ते आले नाहीत तर खाणार काय? कोण खाऊ घालणार? पाकिस्तान, अमेरिका की चीन यावर विषयच बदलला. स्विझर्लंड सारखे बफर नेशन हवे हेच पालुपद. एकूण सारासार विचारापेक्षा आंधळ्या भावनात्मक विचारावर आणि कृतीवर भर होता. आतताई द्वेष होता. हे जनाब दक्षिण भारतात राहून डॉक्टरकी शिकून आले होते. पण आता त्याच दक्षिणेत आलेल्या त्सुनामी लहरींशी त्यांचे काही देणे घेणे नव्हते. स्वार्थासाठी शिक्षण घेतले, संबंध संपला. त्यांचे पाकिस्तानवरचे प्रेम उघड दिसत होते. एकूणच सर्व काश्मिरी मुस्लिमांना पाकिस्तानचे सुप्त प्रेम वाटतेच. कारण देशप्रेमापेक्षा धर्माचे धागे चिवट आहेत. पण भारतातल्या सोयी सुविधा सुधारणा उदारमतवादी

धोरण तिथे मिळणार नाही याची पक्की जाणीवही आहे. काही सच्चे भारतीय असतील पण मनावरचा धार्मिक पगडा त्यांना जग गण मन म्हणू देतो का? रविवार हा सुट्टीचा दिवस वाटतो का? रशिदपाशीही याचे स्पष्ट उत्तर नव्हते. मग हे तर वैरी आतंकवादीच होते. नमकहरामी!

ही त्यांची इन्सानियत आणि नमकहरामीही. मी जेवत नाही म्हटले तेव्हा हाच म्हणाला होता नमकहरामीचा डर लागतो का? मी त्याच्याकडे पाहिल्यावर तो दुसऱ्याशी बोलू लागला. माझ्याकडे पाहिलेच नाही. डॉक्टरनेही नजर चुकवली. उगीच वाटले वाताहात झालेला दक्षिणभारत त्याच्या नजरेसमोर आला असावा. अचानक सर्वजण ताडकन उठले. दोघाचौघांनी चपळाईने कार्पेट दूर केले. खाली फळ्या होत्या. त्या भराभर उचलल्या. एक जण मला म्हणाला, ''मोहतरम्मा गोलाबारी हो रही है, सुरंग मे (बंकरमध्ये) कूदो.'' उडी मारायला धीर होईना. मी कुठेतरी उंचावर बॉर्डरजवळ असावी असा अंदाज केला होता. ही गोळाबारी कोणाची, कुणासाठी? मी रेंगाळतेय म्हटल्यावर दोघांनी माझे हात धरून त्या अंधाऱ्या खड्ड्यात उडी मारली. मी धडपडत भिंतीला घसटत कशीबशी आत उतरले. फार उंच खड्डा नव्हता पण त्याचा अंदाज आधी मला नव्हता. जेमतेम पाच फूट उंचीचाच असावा. कारण मी उभीच राहिलेले बघून कोणीतरी दरडावले, ''बुढीया खाली पिली मरना है क्या? नीचे बैठो.'' मगाशी त्यांनी गोली मारू का विचारले होते. आता त्यांना माझा जीव वाचवायचा होता. का? याचे माझ्याजवळ उत्तर नव्हते. तो बंकर चांगला लांब रुंदही असावा. सर्वजण पांगून बसले असावेत कोणाचा श्वासोच्छ्वासही ऐकू येत नव्हता. ना कसली चाहूल. बंकरवरच्या फळ्या लावून घेतल्याने आत अंधार होता. उजेडाची तिरीपही नव्हती. डोळ्यात बोट घातले तरी दिसणार नाही असा मिट्ट काळोख होता. दिवस ऐन थंडीचे बर्फ बारीचे. वरती जमिनीवर बर्फ होताच, जमिनीखाली आणखी थंड वाटत होते. भरीला कुबट वास, ओलसर दमट दुर्गंध आणि मलमूत्राचा दर्प भरलेला. मोकळा श्वास घेताच येईना. मळमळू लागले, गरगरू लागले. त्यातच बंदुकीच्या गोळ्यांचे सटासट आवाज कानावर पडत होते. फक्त दुरून आल्यासारखे वाटत होते. एक जोरदार हादरा बसवणारा धडाम् धूम आवाज आला. कोणीतरी पुटपुटले, ''साले मॉर्टर उडा रहे हैं, लेकिन काफी दूर है।'' आवाजावरून अंदाज बांधत होते. माझ्या कानात दडे बसले होते. दहा पंधरा मिनिटे झाली असतील, कदाचित अर्धा पाऊण तास, पण वाटले कित्येक वर्षे उलटली असावीत. अगदी शांत होते कसलाही आवाज येत नव्हता. असा आणखी वेळ गेला. आवाज पूर्ण बंद झाला होता. एक जण फळी उघडून बाहेर आला. कानोसा घेऊन म्हणाला, ''सब ठीक है।'' एक एक करत सर्वजण बंकर बाहेर पडू लागले. सर्वांच्या हातात मशिनगन्स होत्या. ज्या आजवर

सिनेमातच पाहिल्या होत्या त्या आता पोझिशनमध्ये धरलेल्या पाहत होते. ट्रिगर वर बोट होते. ट्रिगर दाबला की धडधड गोळ्या सुटल्याच असत्या. मनात आले यातली एखादी चुकून उडालीच तर? बंकरमध्ये डोकावून मला आत उडी मारायला लावणारा म्हणाला, "मोहतरम्मा अब खतरा नही, बाहर आओ" आता या खड्ड्यातून बाहेर कशी येऊ? जाणून बुजून खड्ड्यात उडी घेतली होती. पाडलेल्या खाचाही नीट दिसत नव्हत्या त्यात पाय ठेवून मी बाहेर कशी येणार? तशीच उभी राहिले. गरगरत होते. प्रचंड घाबरलेही होते. छातीत धडधडत होते. मरणाला भीत नाही म्हणणे वेगळे आणि मरणाला सामोरे जाणे वेगळं! शेवटी दोघाचौघांनी खाली झुकून माझ्या खांद्यात हात घालून बकोटं धरून बोचकं बाहेर काढतात तसे बाहेर काढले आणि जमिनीवर उभे केले. मोकळा श्वास घेतला. पाणी प्यायले तोवर फळ्या बसवून वर कार्पेट अंथरून सर्व पूर्ववत झाले होते. फिरनमध्ये दोन्ही हात रायफलीसह गेले. त्यांनी पाय मुडपून नमाजाला बसतात तसे बसून हात बाहेर काढून त्याची उथळ ओंजळ करून अल्लातालाची शुकर गुजार प्रार्थना केली. मी मनात म्हणत होते, काय या अतिरेक्यांचे अनिश्चित डोक्यावर तलवार टांगलेले जिणे! तरीही अतिरेकी बनणे सोडत नाहीत इतका द्वेष मनात भरवलेला.

पेपरमध्ये बॉम्बस्फोट, गोळीबार, दहशतवाद्यांचे हल्ले इथपासून पूर, भूस्खलन, प्रचंड हिमवर्षाव इत्यादी बातम्या वाचतो. सर्व सामान्य काश्मिरी लोक या सावटाखाली कसे राहत असतील? जगण्याचेही भय– मरण्याचेही भयच. उद्या काय होईल याची शाश्वती नाही. अब्बाजी म्हणाले होते, 'आपा (दीदी) रशिद घरसे निकलता तो लगता था ये फिर दिखेगा या नही. आशू (अशरफ) को स्कूल भेजनाही बंद किया था। रशिद शामको लौटता तो अल्लातालाची मेहरबानी समजत होतो. उसकी अम्मा वो लौटने तक पानीभी नही पिती थी। बच्चों की चिंतासेही उन्हे बिमारीने पकडा। हमारे दस साल ऐसेही गुजर गये। माहौल सुधर गया। अश्रफ मोठा झाला. रशिदची शादी झाली। अश्रफचीही मुकरर केली। पण रशिदची अम्मा गुजर गयी। अश्रफको कॅन्सरने पकडा। छे महिने पहले वोभी गुजर गया। बडा रशिद और उसकी इकलोती बहन समिरा। ती तिच्या घरात सुखात आहे. आता मी जगलो मेलो तरी सारखंच आहे. दहा वर्षे जगणे झाले, आता मरण विनासायास लवकर यावे. म्हणजे माझ्यासाठी 'फतेहा' पढताना इन्शाल्ला सर्वांना तसल्ली मिळेल.' काश्मिरी मुस्लीम व्यक्तीचे हे एक प्रतिनिधिक चित्रच वाटले. फक्त यात स्वत:चे हाल-दु:ख होते. भारताचे नाही.

हळूहळू सामान्य नागरिकांचे डोळे उघडले. दहशतीला विरोध होऊ लागला. शांततेची चाहूल हलकीशी लागली. लोक या शांततेमुळे सुखावले. मळभ दूर होऊन अंधारलेले, झाकोळलेले वातावरण निवळू लागले. त्यातच कारगिल युद्ध

झाले. सर्वांना वाटले काश्मिर जळून खाक होणार. भारतीय सैन्याच्या विजयाने लोकांना दिलासा मिळाला. लष्कराबद्दलचा असंतोष थोडा थोडा कमी होऊ लागला. थोडा फार आधारही वाटू लागला. विशेषतः संकट आले तर लष्कराची मदत सर्वजण घेऊ लागले. दहशतवादी कारवायांना लोकही कंटाळले होते. रिकामी पोटे पर्यटकांची वाट पाहू लागली. धर्म एक असला तरी पाकिस्तानचा भेदभाव उघडा पडू लागला होताच. उघडपणे असे कोणी बोलत नसले तरी कृतीतून दाखवू लागले. पी.ओ.के.लाही वाटू लागले, आपले पहिले एकसंध काश्मिरच जन्नत होते. भारतातल्या सोयी सुधारणा त्यांना कळत होत्याच. इकडच्या-तिकडच्या नातेवाईकांना एकमेकांच्या भेटीची ओढ वाटू लागली. हळूहळू भीतभीत का होईना नंदनवन पाहायचे या ओढीने पर्यटक येऊ लागले. अमरनाथची यात्रा तर हजारोंच्या घरात पोचली. जळके-पडके अवशेष दूर करत हॉटेल्स सजली. पर्यटकांच्या गर्दीने भरू लागली. नवविवाहितही खूप येऊ लागले. कारण काश्मिर हे सर्वांचेच स्वप्न आहे आणि स्वप्ने ही चांगलीच पाहावीत असा संकेत आहे. पर्यटकांना धोका नाही हा अलिखित कायदाच झाला जणू. दहशतवादी कारवाया होतच होत्या. अमरनाथ यात्रेकरूंवर हल्ले होत होते, पण लोक निर्भय झाले. फौज जास्त सजग होऊन रक्षण करू लागली. मग दहशतवादी थोडी थोडी माघार घेऊ लागले. म्हणूनच मी त्यांना भेटायला गेले. एक सामान्य साधी पर्यटक म्हणूनच भेटले. त्या थंडीत किंचित सूर्यप्रकाश आल्यावर दाललेकच्या काठाने पर्यटकांना पाहिले – हातात हात घालून फिरताना, नत्थू स्वीटस मध्ये जेवता-खाताना, कृष्णा वैष्णव धाब्यावर जाऊन शुद्ध घीमधले जेवण जेवायला आलेले काश्मिरी मुस्लिमही पाहिले. कोपऱ्या कोपऱ्यावर कुलचे, तऱ्हेतऱ्हेचे ब्रेडरोटीचे प्रकार नद्रूची (कमळाच्या देठाचे) भजी. मी पण पायी पायी हिंडून खात होतेच. काही भाग सुरक्षित वाटत होते. मात्र लालचौक परिसरात मी फारशी फिरत नव्हते. २६ जानेवारी जवळ आली की इथेच धमाके होतात असे सर्वांनीच सांगितले होते. अशा शांत वाटू लागलेल्या माहौलमुळेच रशिदला मला पत्र लिहावेसे वाटले. त्याच्या आमंत्रणावरून पण माझ्या सोयीने मी जानेवारी २००५ ला काश्मिरला आले. माझ्या आग्रहाखातर रशिदने माझी आतंकवाद्यांशी भेट ठरवून दिली. त्याने फार मोठी रिस्क घेतली होती. अजूनही रोज परमेश्वराला प्रार्थना करते त्याला त्रास होऊ नये. म्हणूनच सर्व नावे, भाग काल्पनिक आहेत. फक्त घटना संपूर्ण सत्य आहे. काश्मिर-श्रीनगरही खरे आहे. 'गोली मारी तो क्या करोगी' म्हणणाऱ्या या आतंकवाद्यानीच माझा जीव गोळीबारातून वाचवला होता.

बराच वेळ लोटला होता. माझ्या प्रश्नांची त्यांनी उत्तरे दिली नव्हतीच. मला आणखी काही विचारायचे नव्हते. त्यांनाही आणखी काही बोलायचे नसावे. माझी परतण्याची वेळ होत आली. मनात एक सल होता त्याविषयी विचारावे म्हणून

हळूवारपणे बोलले. जनाब मगाशी तुम्ही म्हणालात काही स्त्रियांशी माझी भेट करून देणार आहात. तुम्ही या स्त्रियांच्या अत्याचाराविषयी बोलला होतात. मी एक स्त्री आहे औरजजातचे दु:ख-वेदना-अपमान तुम्हाला समजणार नाहीत पण मला समजतील. त्यांच्या दु:खावर मी निदान फुंकर घालू शकते. त्यांच्या वेदना वाटून घेऊ शकते. औरतजातीला असलेला हा सर्वांत मोठा लज्जास्पद शरमनाक शाप आहे. कोणतेही जनावरसुद्धा मादीच्या संमतीशिवाय तिच्याजवळ जात नाही. मग तो शेर असो नाहीतर कुत्ता! पण इन्सानची मर्दजात जनावरांपेक्षा नीच-शैतान असते. नकळत माझ्या डोळ्यात पाणी आले. आवाज भरून आला. त्यांनी माझ्याकडे थोडे रोखून पाहिले. हलक्या आवाजात आपापसात काश्मिरीमध्ये काही बोलले आणि सगळे जण उठले. सिनिअर म्हणाला, ''चलो तुरंत निकलना है। नही तो आपको (आता 'तुम' नव्हते) वापस जानेमें अंधेरा होगा।'' मनात आलेच– म्हणजे मी परत जाणार होते, तेही हातीपायी धड! घराबाहेर आलो. ऊन पडले होते. काही ठिकाणी बर्फ विरघळले होते. काही विरघळत होते. हवा अतिशय थंड असली तरी हातातल्या कांगडीची ऊब वाटत होती. सर्वजण जीपपर्यंत जाऊन आत बसलो. पण दोघेजण नाहीत हे लक्षात आले. परत डोळे बांधले, बुरखा घातला. जीप चालू झाली. कच्चा रस्ता असावा. धक्के बसत होते. मी घट्ट धरून बसले होते. या लोकांशी भेट झाली. माझ्या प्रश्नांचे त्यांनी स्पष्ट उत्तर दिले नव्हते, पण मला आपले आपलेच मिळाले होते. आता मी अतिशय दु:खद घटनेला सामोरी जाणार होते. बलात्कार पीडित स्त्रियांना भेटायला चालले होते. मनात विचारांचे वादळ घोंघावत होते. आता कोण भेटतील? कशा असतील त्या? दिसायला रूपवान असतील पण वागायला कशा असतील? काय बोलतील काय सांगतील? मी हे सर्व कशा करता करते आहे? यावर काही लिहिले तर कोणी वाचतील का? विचार करतील का? संवेदना जागृत होतील का? माझ्या काश्मिरी मुलासाठी मी इथल्या समस्या दु:खे जाणून घेत आहे. कारण तो या समाजातला एक बिंदू आहे. त्यानेही दहशतवाद पाहिला आहे. भोगला आहे. त्याच्या दृष्टीने त्याची मते आहेत. तीपण समजून घ्यायला हवीत. त्यासाठी सर्वांनी प्रयत्न करायला हवेत. मी पण त्या प्रयत्नातला एक कण म्हणून जीवावर उदार होऊन इथे आले. माझ्याशी ही मंडळी तशी बरी वागली. या स्त्रिया कशा वागतील? आत्तापर्यंतचे जगातले बलात्कार मला आठवू लागले. आता मनात ना भीती होती ना उत्सुकता. एक निराशा मनाला झाकोळत चालली होती.

■

बर्फात गोठलेले दुःख

जीप थांबली. डोळ्यांवरची पट्टीही काढली. बुरखाही निघाला. माझी पर्स गाडीतच ठेवायला सांगितली. बरोबरचे लोकही गाडीतच थांबले. मी आणि दुभाषा निघालो. अगदी थोडेसे चालायचे होते. जेमतेम पायवाटेने रपरप् चिखलातून दुभाषाचा हात धरून निघाले. आजूबाजूला झाडी होती. त्यावर बर्फ साचलेले होते. बाकी जमिनीवर मात्र कुठे नव्हते. जवळच एक छोटेसे घर होते. आजूबाजूला झुडुपे होती. काही झाडे पर्णहीन तर काही थोड्या पानांसह होती. आम्ही चार पायऱ्या चढून दाराजवळ जाताच दार उघडले. आत जाताच बंदही झाले. घर म्हणजे परत समोरासमोर दोन दारे असलेली खोलीच होती. खिडक्या नव्हत्याच. पण झरोके आणि त्यातून चांगला उजेड आतमध्ये आलेला होता. लाल जाजम किंवा जाड सतरंजी खोलीभर अंथरलेली होती. मी थंडीने काकडलेली होते. भीतीने गारठलेली होते. बंदुकीचे आवाज अजूनही कानात घुमत होते. भरपूर गरम कपडे घातले होते तरीही हुडहुडी कमी होत नव्हती. 'चिलेकनान'चाच महिना. हार्ट ऑफ द विंटर. खोलीत खाली बसताच कांगडी आणि कहावा पुढे आला. कांगडी चांगली रसरशीत फुललेली होती. हा कहावा प्यायल्यावर तरतरी वाटते हा अनुभव मी थोड्या वेळापूर्वीच घेतलेला होता. आत्ताही बरे वाटले. या चहात मिठाबरोबर थोडी दालचिनी आणि लोणीही घातलेले होते.

मी एका बाजूला बसले. समोर ५-६ स्त्रिया बसल्या. दुभाषा एका बाजूला बसला. माझे काकडणे पाहून एक जण दुसऱ्या दाराने आत गेली. परत येऊन तिने मला एक ढगळ फिरन (गुडघ्यापर्यंत येणारा ऊबदार गाऊन) घालायला दिला. त्या सर्वांनीही सलवार वर असे फिरनच घातले होते. पुरुषांचे फिरन पायघोळ असतात, बायकांचे कमीझसारखे गुडघ्यापर्यंत असतात. बाह्याही कोपरापर्यंतच असतात. दोघीतिघींमध्ये दोन

कांगड्याही होत्या. काश्मिरमध्ये थंडीत कांगडी अविभाज्यच आहे. रस्त्यावरही कांगडी घेऊन लोक फिरताना पाहिले. थंडी जरा कमी झाली. त्यांच्याकडे नजर टाकली. काश्मिरी सौंदर्य म्हणतो त्याचा मूर्तिमंत नमुना होता. सरळ नाक, उंच कपाळ, गोरावर्ण, लाल गाल, ओठ, डोक्याला कानावरून रुमाल बांधलेला.

दोघी-तिघींच्या केसांच्या वेण्या पुढे खांद्यावरून आलेल्या होत्या. काश्मिरी गळ्यातले आणि कानातले मात्र नव्हते. सर्वजणी माझ्याकडे रोखूनच पाहत होत्या. सर्कशीतील प्राण्याकडे पाहावे तसे टवकारून पाहत होत्या. माझा धीर चेपला. पण बोलायची सुरुवात कुठून कशी करावी? शेवटी त्यांच्यातीलच वयस्कर दिसणाऱ्या स्त्रीने सुरुवात केली. मोहतरम्मा तुम्ही पत्रकार आहात का? आमच्या लुटलेल्या इज्जतीची लक्तरे टीव्ही, रेडिओ, वर्तमानपत्रे यामध्ये प्रसिद्ध करणार आहात? दुभाषा त्यांचे म्हणणे हिंदीत सांगत होता. कदाचित त्यांना मिडियाची मंडळी भेटण्याचा अनुभव आलेला असेल. पण मी यापैकी कशातीलच नव्हते. शारीरिक पीडेइतकेच त्यांच्या मनावर झालेले आघात त्यांच्या वागण्या-बोलण्यातला कोरडेपणा दाखवत होते. परिस्थितीने त्यांना मजबूर केले होते. कदाचित सर्वांकडून उपेक्षाही होत असेल. कदाचित घर-दार-मोहल्ल्यातून तिरस्कारही होत असेल. कदाचित आपल्याच लोकांकडून बहिष्कृतही झाल्या असतील. कदाचित अतिरेक्यांनी त्यांना ओलीसही ठेवून घेतले असेल. सतत उपभोगण्यासाठी. काहीही असू शकेल. माणसाने शिवल्यावर पक्षी नाही का आपल्या पिल्लांना वाळीत टाकत? कारणे काही असली तरी त्या मला भेटत होत्या. त्यांच्या नजरेत विखार होता. एक प्रकारचा त्वेष होता. आणि अवहेलनेचे प्रचंड दुःखही भरलेले होते.

जरा खोल असणाऱ्या डोळ्यांतून मला हे सर्व जाणवले. एक क्षण असे वाटले त्यांच्या हातात त्या वेळी शस्त्र असते तर? त्यांच्या स्वरातील तीव्रतेने माझ्या डोळ्यात पाणी आले. हळूच म्हणाले– बहेन मी पण एक औरतच आहे. तुम्ही माझ्यापेक्षा लहान दिसता आहात तेव्हा तुमच्या... माहेरची आहे असे समजा. तुमचे दुःख-तुमचा गुस्सा मला समजतो आहे. मी पत्रकार नाही, तुमच्यासारखीच स्त्री-जातीची आहे. आनंदाचे वाटेकरी सगळे असतात. पण एक बाई म्हणून मी तुमचे दुःख वाटून घ्यायला आले आहे. माझे पैशाचे पाकीट रिकामे असेल, पण सहानुभूतीचा घडा भरलेला आहे. अत्याचार कुठेही होतात. मी जिथून आले आहे त्या मुलखातही भरपूर होतात. भर रस्त्यात, भर चौकातही होतात. बसमध्ये, ऑटोमध्ये, रेल्वेतही खुलेपणी होतात. पण प्रतिकार करायला पुरुष एकदम पुढे होत नाहीत, असेही वाचले आहे, असा सर्वांचा अनुभव आहे. कधी कधी बस्तीवर रात्री हल्ला होतो. वस्तीवरचे पुरुष रोजीरोटी कमावण्यासाठी दुसऱ्या मुलखात गेलेले असतात. मग वस्तीवर म्हातारी माणसे, लहान मुलं-मुली आणि तरुण बायका

असतात. अशा वेळी प्रतिकार करायलाही कुणी नसते.

लाकडी दरवाजे कुऱ्हाडीच्या घावापुढे टिकत नाहीत. आलेले हमलावर चीजवस्तू दागदागिने आणि या बायकांची इज्जतही लुटतात. एखादा म्हातारा पुरुष रक्षण करायला पुढे आला तर त्याची कत्तल होते. चार पुरुष लोकांपुढे औरतची ताकद कमी पडते आणि तो जानवर आपले काम साधून घेतो. मग एकाबरोबर दुसरेही तेच करतात. मागे राहतात जखमी, इज्जत लुटलेल्या बायका. त्यांचा आक्रोश कानी पडतो तेव्हा दरवाजा, खिडक्या बंद करून गुपचुप बसलेली माणसे उजाडल्यावर चहलपहल सुरू झाल्यावर चौकशीला येतात. दिवसाउजेडी पत्रकार, सोशलवर्कर, पोलीस सगळेच जागे होतात. जाबजबान्या होतात तोवर सर्वस्व लुटलेले असते. उरतात फक्त अश्रू. इथे नेचर खूपच प्रतिकूल आहे. थंडीमुळे शरीराच्या जखमाही जास्त दुखतात. हळूहळू थंडी संपेल, शरीर ठीक होईल, पण मन मात्र दुःखीच राहील. असाच काळ उलटला की नवीन आयुष्य सुरू होते. तुम्ही काही पाप केलेले नाही. ज्याने पाप केले त्याला खुदाच्या दरबारात उत्तर द्यावे लागेलच.

माझ्या बोलण्याने वातावरण जरा निवळले. जरा बोलणे झाल्यावर त्या थोड्या बोलक्याही झाल्या. एक तरुण स्त्री म्हणाली, 'मॅडम मिलिटंट येतात (या मिलिटंटना फ्रीडम फायटर् असेही काहीजण म्हणतात.) जेवण बनवण्याची ऑर्डर देतात. गोश्त तर हवेच असते. आम्ही आमच्याकडची कोंबडी अथवा बकरी कापतो. आमचे नुकसान चुपचाप सहन करतो. जेवण तयार होईपर्यंत सर्वजण दारूही पितात. जेवण पुढे आले की लांडग्यासारखे जेवणावर तुटून पडतात. अन्न उरलेच तर बांधून घेतात. पोट भरले की त्यांना दुसऱ्या भुकेची जाणीव होते. मग आमच्याकडे पाहतात. एखादा उठून घरात किती बायका आहेत हे पाहून त्यांनाही आणतो. बस्स त्यांची एक नजर पुरेशी असते. आमचे शौहर आणि इतर मर्दलोक चुपचाप बाहेर जातात. नाहीतर गोलियाँ उडती है. ते बाहेर जावोत न जावोत आम्हाला बदनके नीचे लेकर कुचल डालते हैं. शौहर तलाक न देता नांदवतात हेच आमचे नशीब! तलाक देऊन दुसरा निकाह करायला मेहेरचा पैसा कुठून आणणार? आणि परत असेच होणार नाही याचा भरोसा काय? जंगलात पळून तरी कुठे जाणार? आमच्यापेक्षा मिलिटंटना जंगल चांगले माहीत आहे. रात्री भीतीही वाटते. मोसम खराब असतो तेव्हाच ते येतात. त्यांना थंडीत ऊब येण्यासाठी आम्हाला नंगे व्हावे लागते.

ऐकताना काळीज कापत होते. कसले कसले भोग भोगले असतील यांनी? दुसरी एकजण म्हणाली, "या टेररिस्टना शोधत फौजी येतात." त्यांचेही अंदाज आणि खबरे असतात. चुल्हा, जुठे बर्तन पाहून त्यांना कळते 'ते' येऊन गेले आहेत. मग फौजी आम्हाला छळतात. मारहाण करतात. फक्त आमची मुर्गी, बकरी कापून जेवण बनवायला लावत नाहीत. मॅडमजी हे फौजी साल-साल घरसे बिबीसे दूर रहते

है. औरत पाहिली की त्यांच्यातला मर्द जागा होतो. बुढी, जवान, बच्ची तक नही छोडते. मिलिटंट असोत अथवा फौजी, सगळ्यांची हवस एकच. बाईचा बळजबरीने उपभोग घ्यायचा. जास्त शारीरिक हाल नकोत म्हणून शरण येऊन शरीर दिले तर थोडा त्रास कमी होतो. असेही काहीजणी करतात. जिच्या पोटात दोन-तीन महिन्याचा बच्चा आहे त्यांना हाल सोसत नाहीत, मग त्या स्वत:हूनच शरीर देतात. एक-दोन-तीन जेवढे असतील तेवढे एक-दोन-चार जेवढ्याजणी असतील तेवढ्यांना आडवे घेतात. एकदाच रेप केला तर नशीब! पण कधीकधी एकाच वेळी तिघेचौघेही पाठोपाठ पेटपर चढतात, अम्मा. सहा नही जाता और जानभी नही जाती. ती मूकपणे रडू लागली.

मला तर ऐकताना अंगावर काटा येत होता. दुभाषाही शरमेने मान खाली घालूनच पुटपुटत सांगत होता. पण आता भाषेचा अडसर या वेदनेच्या पुरात वाहून गेला. त्यांच्या डोळ्यातून स्वरातून मला आपोआप समजू लागले. दुभाषाशी काश्मिरीत एकजण काहीतरी बोलली. तो उठून खोलीबाहेर गेला. माझ्या छातीत धडधडू लागले. मी सर्वस्वी अनोळखी हिंदू स्त्री. मुसलमान म्हणजे दगाबाज हे मनावर ठसलेले. त्यातून काश्मिरी मुसलमान म्हणजे सगळेजण अतिरेकीच वागणारे. त्यातून हल्ली हिंदू-मुस्लीम संबंध पूर्ण दुरावलेले. माझ्या लहानपणी आमच्या शेजाऱ्यांकडून ईदला शीरखुर्मा येई. दिवाळीला आमचे फराळाचे ताट जाई. वझिरा-मी एका वयाच्या, एका शाळेत जात होतो, खेळत होतो. बरोबरच साड्या नेसू लागलो आणि शाळेत असतानाच अचानक वझिराची शादी झाली. तेव्हा त्यांच्या कौमवाल्यांपुढे वझिराच्या सुशिक्षित वडिलांचे काही चालले नाही. आपण आणि मुस्लीम वेगळे आहोत याची मनात नोंद झाली.

मी कॉलेजात गेले तोवर वझिराला चार मुले झाली होती. मुस्लीम समाजाची एक परंपरावादी निरगाठ बसली. एकमेकांवर विश्वास राहिला नाही. जिथे पावला पावलावर अतिरेकी मुस्लीम असावेत असे वाटते. अशा भागात मी एकटी आले होते. इथे अनेक अनेक अगदी शेकडोने हिंदू स्त्रियांची इज्जत मिलिटंटनी लुटली होती. काश्मिरी पंडितांचा अनन्वित छळ झाला होता. सरकार या छळाला थांबवू शकले नव्हते. कदाचित मदतही केली असेल. त्यांच्या मायभूमीतून बेइज्जत करून त्यांना हाकलून लावले गेले. निर्वंश करतात तशी काश्मिरभूमी निर्वंशपंडित केली. हा सगळा ताजा इतिहास असलेल्या काश्मिरच्या एका भागात मी या अत्याचार पीडित स्त्रियांना भेटायला आले होते. कशावरून त्या मला दगाफटका करणार नाहीत? मी काफिर औरत आणि काफरांना मारा, असे औरंगजेब म्हणत होता हा इतिहास पाठ. तू नही तेरी माँने झरनेका उपरवाला पानी पिया था ही लांडगा आणि कोकराची लहानपणी वाचलेली गोष्ट लक्षात होती.

ब्राह्मणांनी, इनामदारांनी, जमीनदारांनी, वतनदारांनी अत्याचार केले म्हणून त्याचा सूड पुढच्या पिढीला भोगावा लागला ही उदाहरणे आहेत. महात्माजींचा वध एका ब्राह्मणाने केला म्हणून ब्राह्मणांची घरे, वाडे जळलेले सांगलीत पाहिले होते. अनुभवले होते. हिंसेला कोणते ना कोणते तरी निमित्त लागते. अगदी गोध्रा ते मुंबईचे बॉम्बस्फोट आता आता पाहिलेत. जातीय धार्मिक संतापाच्या उद्रेकाला काडी एवढेही निमित्त पुरते. या स्त्रियांवर झालेल्या अत्याचाराबद्दल फौजींच्यावतीने मी माफी मागू शकत होते का? की भारतीय म्हणून मीच एका काडीचे निमित्त ठरले असते? माचिस सिनेमातले वाक्य 'माचिस की एक तिली दिया जलाती है, आग भी लगाती है.' कसल्या विचाराने दुभाषा बाहेर कशाला गेला होता? त्याला काय सांगितले होते? जीपमध्ये आणखी चारजण होते त्यांना बोलवायला गेला? कशासाठी बोलवायचे? माझ्या चेहऱ्यावर भीतीची लहर उमटली. या मिलिटंटनेच मला इथे आणले होते. म्हणजे या सर्वांचा मिळून काही कट होता का? शेवटी हे काश्मिरी मुस्लीम मिलिटंट ते पाकिस्तानातील की पी.ओ.के. मधील हे मला माहीत नव्हते. माहीत करून घ्यायचेही नव्हते. आणि माहिती मिळाली तरी मला काय उपयोग? ते काश्मिरी आणि उर्दू बोलत होते. त्यांचे उर्दू मिश्रीत हिंदी मला समजत होते.

माझे मराठी वळणाचे हिंदी त्यांना समजत होते. थोडाफार संवाद आमच्यात झाला होता. आत्ता माझ्यापुढे स्त्रीत्वाच्या दुःखाचा पहाड उभा होता. अब्रूच्या चिंध्या होत्या. त्याने कशाची, कोणाची लाज राखायची? देशात कुठेही घडणारी ही घटना होती – कोठेवाडी ते मुंबईची लोकल ट्रेन – आत्ताही माझी भूमिका बघ्याचीच होणार होती, तरीही मी आले होते. या स्त्रियांशी बोलण्याचा प्रयत्न करत होते. ती वयस्कर स्त्री माझ्याजवळ बसत म्हणाली– तिला थोडं फार हिंदी येत होतं– "मोहतरम्मा घबराना नही. आपको कुछ तकलिफ नही होगी। ये देखो हमारी हालत क्या होती है. बाई ग, तू पण आमच्यासारखी स्त्री जातीची आहेस. पोटा खालचा हा दोन तीन इंचाचा तुकडा औरत आणि मर्द सर्वांना आहे, तोवर असे बेशरमी बेरहमी बलात्कार होणारच. हा माणूसजातीला कयामतीपर्यंत असलेला शाप आहे. तक्रार कोणाकडे करणार? सहन करणे भागच आहे. अखबार पढताना कोणा कोणाला सजा मिळाल्याचे कळते पण आम्हाला आमची लुटलेली इज्जत परत मिळणार आहे का?" तिने एका मुलीला हाक मारली. आतल्या खोलीतून एक आठ-नऊ वर्षाची मुलगी लंगडत कष्टाने बाहेर आली. ती बाई काही बोलल्यावर त्या कडाक्याच्या थंडीत तिने अंगावरचे कपडे काढायला सुरुवात केली. तिचे लाल लाल ओठ सुजून काळे निळे झाले होते. गुलाबी गालांवर ओरखडे होते. सर्व गोऱ्यापान अंगावर काळे निळे वळ होते. अजून पूर्ण न वाढलेल्या वक्षस्थळांवर रक्त साकळलेले होते. पोटावर ओरखड्यांच्या खुणा होत्या. खालचा नाजूक भाग पाहवत नव्हता, असा

सुजलेला होता. मांड्यांवरचे रक्ताचे ओघळ सुकलेले, दाबलेले दंड काळे निळे पडलेले होते. तिची ती अवस्था पाहून थंडीतही मला दरदरून घाम फुटला. कलकलायला लागले. माझ्यासारख्या सुरक्षित कवचातील मध्यमवर्गीय स्त्रीला असं काही पाहायची सवय नव्हती. कारण दु:खापासून दूर पळण्याचीच वृत्ती. तिने शांतपणे कपडे घातले. पोटाशी कांगडी घेऊन तिथेच आडवी झाली. पाय पोटाशी घेतलेले आणि चेहऱ्यावर वेदनेचा महापूर पसरलेला होता.

घराबाहेर येऊन मी भडाभडा ओकले. डोके गरगरत होते. कोवळ्या शरीराची इतकी विटंबना? सेप्टिक होऊ लागले असावे. किळसवाणा दर्प येत होता. ही घटना कधीची असेल? कधीची का असेना मी तिच्यासाठी काय करू शकत होते? या दुर्गम भागात डॉक्टर कुठे मिळेल? निदान या क्षणी तिला थोडा तरी आराम मिळायला हवा. मी कुठे आहे हे मला माहीत नव्हते. माझी पर्स जीपमध्ये होती. दुभाषाला ती आणायला सांगितली आणि घरात गेले. थोडे गरम पाणी मागितले. घरात फक्त लोटाभर प्यायचे पाणी होते. मग मागच्या दारी गेले खोपटे वजा आडोशाला चूल, वाळलेले सरपण होते. तिथे असलेल्या डेकचीत एका बाजूच्या डबक्यातले बर्फ मिश्रीत पाणी घेतले. चूल पेटवून ते गरम करायला ठेवले. तोवर माझी पर्स आणली होती. त्यातील कैलासजीवनची ट्यूब काढली. नॅपकीन काढला. तिच्या शरीराचा खालचा भाग थोडे पाणी घालून धुतला. जाजम बाजूला करून एक पोतं अंथरून तिला उताणे झोपवले. पाठीवरही असेच ओरखडे आणि रक्त होते. मग नॅपकीन गरम पाण्यात ओला करून हातपाय, तोंड, पाठ, मांड्या असे सगळे अंग दोनवेळा पुसून घेतले. डेकचीतील पाणी काळपट लाल झाले होते. तेवढ्यात एकीने पाणी बदलून दुसरे दिले. हे जरा कढत होते त्यात नॅपकिन बुडवून पिळून गरम शेक दिला. सळसळणाऱ्या वेदनेने कण्हण्याचा अस्फुट हुंकार आला. नंतर संपूर्ण कैलासजीवन ट्यूब सगळीकडे लावली. निवियाची छोटी डबीही होती, ती पण तळहात-तळपाय व जखमा सोडून सगळीकडे फासली. कपाळावर एक खोक पडलेली होती. ढोपरही फुटले होते. बिचारीने प्रतिकारासाठी झटापट केली असणारच, तिथे बॅण्डेड लावले. साधारणत: पर्समध्ये या गोष्टी नेहमीच ठेवते. त्या खऱ्या उपयोगी पडल्या. वेदनेने हुंकारत तिने सर्व करून घेतले. सगळे झाल्यावर माझा हात धरून म्हणाली, "अम्मा अच्छा, ठंडा लगता है। जलन कम हो रही है।" (ती काश्मिरीमध्ये बोलली, दुसरीने तिच्या हिंदीत मला सांगितले.) एक पेन किलर गोळी गरम कहाव्याबरोबर दिली. उरलेल्या दोन गोळ्या त्या बाईच्या हातात उद्या दे म्हणून ठेवल्या. तिच्या अंगावर माझी शॉल घालून थोपटले.

थंड प्रदेशात मी नेहमी एक शॉलही हॅण्डबॅगेत ठेवतेच. तिची ही हालत कोणी केली माहिती नाही. समजूनही घ्यायचे नाही. कारण मी आणखी काही मदत करू

शकत नव्हते. माझी मर्यादा एवढीच होती. तिचे नावगाव काही माहीत नव्हते. जाणून घ्यायचेही नव्हते. आयुष्यात मी परत त्यांना कधीही भेटणार नव्हते. फक्त दहा मिनिटापुरता शारीरिक आराम देण्याचे काम मी केले. एवढेच माझ्या हातात होते. माझी निघायची वेळ झाली होती. आणखी काही बोलायचे राहिले नव्हते. थंडगार पाण्याने हात धुतले. डोळ्यातील पाणी पुसत उभी राहिले. त्या मुलीच्या आईने माझा हात हातात घेतला. हळुवारपणे दाबला. बॅगेतले २०० किंवा २५० रु. हातात आले ते सर्व तिच्या हातात ठेवले आणि म्हटले, ''जल्दसे जल्द डॉक्टरांकडून उपचार करून घ्या. बच्ची ठीक हो जायेगी.'' तिच्या आईच्या दृष्टीने मी तिच्या मुलीच्या वेदना काही काळ दूर करणारी मसीहा होते. सर्वजणी दारापर्यंत पोचवायला आल्या. मागे वळून पाहायचे धैर्य माझ्यात नव्हते. जीपमध्ये चढले. चढताना दिसले त्या मुलीची आई पायरीवर उभी होती. पाऊस पडू लागला होता. तरीही उभी होती. परत डोळ्यांवर पट्टी बुरखा आला. डोळ्यावरच्या पट्टीमुळे अंधार होताच पण मनातही अंधार होता आणि प्रश्नांचे मोहोळ होते. बलात्कार झाले होते शरीरावर. यातून जर मूल जन्माला आले तर? निसर्ग आपले काम करतोच. गर्भपात फक्त यांच्या धर्मात मंजूर नाही. मग जन्माला येणाऱ्या बाळाचे भवितव्य काय? मुलगा झाला तर मिलिटंटच होईल का? आजही 'ती आई' आठवते आहे. तीच म्हणाली होती, 'पेट के नीचेका ये दो-तीन इंचका तुकडा नही होता तो मेरी बच्ची बच जाती ना?' माझ्याकडे काही उत्तर नव्हते.

जीप हळूहळू परतीच्या रस्त्याला लागली. बहुतेक उतरत होतो वाटले. त्या स्त्रियांना भेटल्यावर माझ्यावर बराच मानसिक परिणाम झाला होता. मधेच जीप थांबली कोणीतरी उतरले. परत जीप थांबली. डोळ्यावरची पट्टी, बुरखा निघाला. श्रीनगरमध्ये शिरलो होतो. अंधार पडत होता. पण रस्त्यावर दिवे होते. ते बघून जरा बरे वाटले. बसस्टॉपवर मला उतरवून जीप निघून गेली. बर्फ पडत नसला तरी पाऊस पडत होता. थंडीही वाढलेली होती. वीज कधीही जाण्याची शक्यता होती. बसस्टॉपवर मी एकटीच उभी होते. रहदारीही तुरळकच होती. पाहिलेल्या दुःखामुळे, माणसातल्या पशुत्वाच्या दर्शनामुळे मन विषण्ण झाले होते. झाकोळलेल्या आकाशापेक्षा माझे मन जास्त काळवंडून गेलेले होते. एवढ्यात रशिदची गाडी मला लागून उभी राहिली. दार उघडून रशिद म्हणाला, 'अम्मा चलो' मी स्वतःला त्याच्या गाडीत लोटून दिले. इतका वेळ आवरून धरलेले रडे उफाळून बाहेर आले. आणि मी ओक्साबोक्शी रडू लागले. थोडावेळ रशिदने गाडी थांबवली. 'अम्मा सब खैरियत है? काही लागलं, दुखलं, खुपलं का? काही दुःखद घटना घडली का? फार घाबरली आहेस का? रिलॅक्स अम्मा, रिलॅक्स. तुला फार दुःख होणार याची मला कल्पना होती. त्यांनी तुला काही त्रास दिला का?' मी नकारार्थी मान हलवली. 'मग

खूप शिव्या दिल्या का? हे लोक असेच असतात. बहकलेले चांगले-वाईट न कळणारे. ते जनावर आहेत, तू माणूस आहेस. त्यांना समजावण्याचा चांगल्या मनाने तू प्रयत्न केलास ना? मग आता जे पाहिलेस-ऐकलेस, जे साहस केलेस ते सर्व विसरून जा. सर्व दुःख बर्फाखाली गोठवून (फ्रिज) टाक आणि बर्फाची चादर ओढलेल्या काश्मिरचे वेगळे सूफी सौंदर्य पाहा. उद्या आपण खीर भवानी आणि चरार-ए-शरीफला जाऊ. परवा मुघलगार्डन पाहू. तुला चिनारची पर्णहीन झाडे दिसतील. हा चिलेकनानचा (कडाक्याच्या थंडीचा) मोसम संपला की या झाडांना कोवळी पालवी फुटेल आणि परत वसंतात झाडे बहरतील.' त्याने माझ्या पाठीवर थोपटले. गाडी सुरू केली. त्याच्या घराच्या रस्त्याला लागलो. मी ओढणीनेच तोंड पुसले. क्रीम लावले. केसांवर ब्रश फिरवून स्कार्फ बांधला. एहसान समोर मला माझा रडवा अवतार पेश करायचा नव्हता. तिची कल्पना होती की मी गुलमर्गला बर्फावर खेळायला गेले आहे. शरीराने थकलेली पण मनाने खूप आनंदी असेन. तिला खरे वाटेल असे मला वागायचे होते.

आम्ही घरात आलो. रशिद म्हणाला, 'अम्मा फार थकलीय, खोलीत जाऊन वॉश वगैरे घेऊ दे, बदन हल्का होगा. नंतर थोडा आराम कर. एहसान जेवण वरच घेऊन येईल. मी जरा बाहेर जाऊन येतो. तासाभराने साधा डाळभात दे.' त्या थंडीत आता दिवे गेले असताना मेणबत्तीच्या प्रकाशात मी बॉयलरचे कडकडीत पाणी घेऊन स्वच्छ साबण लावून अंघोळ केली. तरीसुद्धा वाटत होते बंकरमधील दुर्गंधी आपल्या शरीराला चिकटलेली आहे. अंधारातही मला माझ्या शरीराचे स्त्रीपण जाणवत होते आणि मळमळत होते. केवळ स्त्री-मादी म्हणून किती भोग भोगावे लागतात. महत्प्रयासाने त्या बायकांचा विचार मनातून काढून स्त्रीत्वाचा चांगला अविष्कार आठवण्याचा प्रयत्न करू लागले. अशा थंडीत कपडे धुणे शक्य नसल्याने अंगावरून उतरवलेल्या कपड्यांचे एका कॅरी बॅगेत बोचके बांधले. नवीन स्वच्छ कपडे घालताना त्या बायकांना नवीन स्वच्छ शरीर मिळेल का असे मनात आलेच. पण आता तो विचार बिल्कुल करायचा नव्हता. थोडा वेळ रजई पांघरून पडले. कदाचित तास दीडतास झाला असावा. वेळेचे भान नव्हतेच. एहसान हलक्या पावलाने खोलीत आली तिच्या हातात सॅफरॉन कहावाचा मोठा कप होता. कप हातात देऊन म्हणाली, 'पहिले हे प्या. कांगडीही चांगली फुलवली आहे नंतर गरम गरम जेवण इथेच घेऊन येते. बर्फात हिंडून तुम्ही दमला असाल. उद्या परत जायचे तर आज चांगली विश्रांती घ्या.' कडकडीत गरम पाण्यात केशर, थोडी साखर, थोडी दालचिनी पूड आणि बदामाचे काप घातलेला कहावा पिऊन मला तरतरी आली. थोड्या वेळाने तिने मेअर (तांब्याची कल्हई लावलेली खोलगट थाळी) मधे गरम भात आणि राजमा वाढला. त्यांच्या पद्धतीने बिस्मिल्ला (वदनी

कवळ घेता) म्हणून जेवायला सुरुवात केली. भूक लागल्याची जाणीव झाली. राजमा चविष्ट झाला होता.

आता एहसानच्या संभाषणातही रस घेऊ लागले. एहसान आणि तिच्या मैत्रिणींना भेटायला मला आवडणार होते. काही नोकरी करणाऱ्या, काही न करणाऱ्या होत्या. त्यांच्याशी संवाद, त्यांचे विचार, आवडीनिवडी, मने जाणून घेणे मला आवडणार होते. पण ते सर्व आता उद्या. आत्ता डोक्याला विचार करायला लावण्यासारखे काही नको होते. हवी होती फक्त शांत झोप. जेवण होताच तत्पर सुनेप्रमाणे एहसानने हातावर गरम पाणी घातले. थाळीतच हात धुवून मी आडवी झाले. रोज नाईट रेस्ट ही झोपेची एक गोळी घेते, आज दोन घेतल्या. पेनकिलरही घेतली. खाली बसून कंबर, गुडघे दुखत होते. एहसान जेवणाचा ट्रे वगैरे घेऊन गेली. त्याआधी तिने माझ्या अंगावर ब्लँकेट रजई वगैरे नीट खोचून घातले. रशिदही आला. त्याच्या हातात हॉट वॉटर बॅग होती. गोळ्या-औषधे घेऊन झाली. रजईच्या आत पोटा-छातीशी हॉट वॉटर बॅग घेतली. चांगली ऊब वाटली. त्या दोघांना 'गुड नाईट' केले. रशिदने कपाळावर हात ठेवून ताप वगैरे नाही ना पाहिले. भरपूर गरम पांघरुणे आहेत हे पण पाहिले. म्हणाला, "आजचा दिवस संपला. उद्या नवीन दिवस उगवणार आहे. कदाचित सूर्यप्रकाशही असेल आणि तुला छान वाटेल. पास्ट इज पास्ट, फ्युचर इज टुमारो. शांतपणे झोपा. गुड नाईट" खोलीचे दार ओढून तो गेला. मी डोळे मिटले. मिटल्या डोळ्यांपुढे चित्रविचित्र गोष्टी दिसत होत्या. काही भूतकाळातल्या काही वर्तमानकाळातल्या, कानामध्ये मशीनगनचे आवाज घुमत होते. हळूहळू औषधाची गुंगी मेंदूवर पसरू लागली. पापण्या जड झाल्या. डोळे मिटू लागले. मग वाटले मी विमानात बसले आहे. उंच गेलेल्या विमानातून बर्फाची शुभ्र शिखरे दिसू लागली. आणि अलगद त्या शिखरांवरून उतरून झोप माझ्या डोळ्यात उतरली. गाढ झोप लागली.

■

वाझवान

सकाळी अंमळ उशीराच उठले. एहसानला म्हटले तुम्ही जो नाश्ता खाता तोच मलाही दे. वेगळे पराठे वगैरे काही नको. त्याचप्रमाणे बेड टी वगैरेही मला लागत नाही. मुळात मी चहा कधीच न पिणारी. उत्तरेत पंजाब सोडता कॉफी प्रकरण कमीच. कॉफीही फक्त नेस कॉफीच, तीपण संपूर्ण दुधातील. पाण्याचा थेंब नाही. अगदी फिकी आणि भरपूर साखर असणारी. पाच रु. देऊन मशीनमधून तयार मिळणाऱ्या नेसकॉफीचे स्टॉल मला तरी श्रीनगरमध्ये दिसले नाहीत. चहा मात्र प्रत्येक कोपऱ्यावर मिळत होता. कॉफी कदाचित सीझनमध्ये मिळत असेल. तरुणवयातच फिल्टर कॉफी (मद्रासी कॉफी) प्यायची सवय लागलेली, त्यामुळे माझ्या कॉफीच्या खोड्याही बऱ्याच. साहजिकच घराबाहेर पडल्यावर पाणी पिऊनही चालते. फारतर काळा चहा (कोरा चहा) पिऊ लागले. दूध आधीच आवडत नाही. कोरा चहा स्ट्राँग वाटला तर पाणी घालता येते. शेवटी चहा काय, कॉफी काय सकाळी पोटाला काहीतरी गरम पेय हवे असते. मग एहसानने मला सॅफरॉन कहावा द्यायला सुरुवात केली आणि त्याची मला थोडी चटकच लागली. केशर हे उष्ण गुणधर्मी असल्याने थंडीला चांगले असते. बाहेर मीठ घातलेला कोरा चहाही प्यायची. श्रीनगरला सर्व दारे, खिडक्या गच्च बंद असताना किंचित कोंदट वाटणाऱ्या जागेत आले घालून उकळलेल्या चहाचा वास दरवळला की बरे वाटे.

सकाळी उठताच मी माझे सर्व आवरून घेऊन कपडे घालून तयार झाले. फुललेली कांगडी समोर आली. संध्याकाळी घातलेल्या लोबानचा (धूपाचा) आत्ताही किंचित दरवळ आल्यावर बरे वाटले. डायनिंग रुममध्ये भारतीय बैठकच होती. मी नाश्त्यासाठी बसले. सर्वजण खाली बसूनच जेवत. फक्त अब्बाजी बेडरिडन असल्याने आपल्या कॉटवर बसूनच चहा पीत. चहाच्या किटलीवर काश्मिरी

भरतकाम केलेली टी-कोझी होती. एका प्लेटमध्ये लवासा रोटी होती. पातळ, जरा कडक असा कलौंजी आणि मिरी घातलेला हा नानचाच प्रकार होता. चहात बुडवून सर्वजण खात. मी चहा पीत नसल्याने दूध होते. काश्मिरी मिरचीचे लोणचेही होते. हे प्रकरण लोणच्याबरोबर चावून खाणे जरा जडच होते. शेवटी दुधात कुस्करून मऊ करून खाल्ले. नंतर रशिदने माझ्यासाठी कॉर्नफ्लेक्स आणले. हे सोपे झाले. साधा आपल्यासारखा ब्रेड त्याच्या घरी फारसा पाहिला नाही. अमिषाने भरपूर बटर चोपडून साखर लावून गुंडाळी करून लवासारोटी कुरतडून कशीबशी खाल्ली. जेवण-खाणे याबद्दल तिची रडारडच होती. पोट साफ व्हायचे नाही, दातही किडके होते. ना खळखळून चुळा भरणे ना ब्रश करणे. सिपरने दूध प्यायची. रूप मात्र देखणे. अस्सल काश्मिरी रंग, नाक, गुलाबी गाल, लाल ओठ होते. मी कशीबशी अर्धी रोटी खाल्ली. एकूण समुद्रसपाटीपासून उंचावर गेले की माझी भूक मंदावते. पोटही बिघडते. अगदी कमीत कमी खावे लागते. पेय मात्र भरपूर प्यायचे. त्यामुळे रात्रीचे जेवण म्हणजे सूप.

रशिद कितीही थंडी असली तरी पाऊस-बर्फ काहीही पडो– रोजची अंघोळ चुकवत नाही. कपडे ऐटबाज, पॅन्टशर्ट, कडक इस्त्रीचे, वर छान स्वेटर, त्यावर जॅकेट असा सर्व पाश्चात्त्य झकपक जामानिमा करूनच डायनिंग रूममध्ये येतो. एहसानने माझ्यासाठी रजा घेतलेली असल्याने ती घरगुती पोषाखात असे. आज मी एहसान बरोबर जाणार असल्याने रशिद चहा-नाश्ता करून ऑफिसला गेला. मी आदल्या दिवशी रात्री अंघोळ केली असल्याने सकाळी अंघोळीची गोळी घेतली. तापमान ३ किंवा ४ असावे. मात्र आता स्नो-फॉल बंद झाला होता. एहसानही तयार व्हायला गेली. मीपण आज तिच्या मैत्रिणींकडे जायचे असल्याने झकपक सलवार-कमीझ घातले आणि त्याची शोभा न दिसेल इतके भाराभर वुलन कपडे चढवले. एहसानने वुलनची सलवार, फॅन्सी फिरन आणि एक स्वेटर घातला. डोक्याला रेशमी रुमाल बांधून सर्व अंगाला गुंडाळून सुंदर नाजूक भरतकाम केलेली तलम काश्मिरी पश्मिना शाल गुंडाळली. अमिषालाही बुटापासून टोपीपर्यंत लाल चुटूक रंगाचे कपडे चढवले होते. अक्षरश: बाहुली दिसत होती. आम्ही दोन-तीन तास हिंडणार होतो, पण आपण इथे घेतो तसा खाऊचा डबा पाण्याची बाटली असे काहीच बरोबर नव्हते. पद्धतच नसावी. मी मात्र पुण्याहून खाऊची (चितळे) छोटी पॅकेटस् सगळ्यांकडे द्यायला घेतली होती. ती घेऊन निघाले. तळलेले फणसाचे गरे, आंबावडी, केळावेफर्स मुलांना फारच आवडायचे.

काश्मिरी संस्कृतीत 'वाझवान' प्रकाराला फार महत्त्व आहे. 'वाझ' म्हणजे खानसामा आणि त्याने बनवलेल्या तऱ्हेतऱ्हेच्या पदार्थाची आकर्षक मांडणी म्हणजे 'वान' लग्नसमारंभ थंडीत असतात तेव्हा पदार्थही गरमागरमच ठेवायचे असतात.

साधारणत: एका थाळीत (मोठी परात – ही तांब्याची परात बाहेरून नक्षीकाम केलेली व आतून कल्हई लावलेली असते.) या थाळीच्या चारी बाजूला चारजण बसतात. भारतीय बैठकच असते. बासमती तांदळाचा मोठा ढीग वाढतात. प्रत्येकजण आपला हिस्सा आपल्या बाजूला घेतो. नंतर त्यावर क्रमाक्रमाने विविध नॉनव्हेजचे कालवण वाढतात. मधे मटण, चिकन वगैरे तुकडे घालतात. जोडीला वेगवेगळे कबाब, चटण्या, सुके नॉनव्हेज असते. अशा पद्धतीने आलेले सर्व मेहमान मेजवानी करतात. 'वाझ' काय कमी, काय हवे-नको, सर्व गरम आहे ना, यावर लक्ष ठेवून असतो. स्त्रिया मुलेही असेच जेवतात. अर्थात ही मुस्लीम पद्धत आहे. ट्रॅडिशनल आहे. रशिदने सांगितलेली. तोपर्यंत मला वाझवान म्हणजे एखादा नॉनव्हेज पदार्थ असावा असे वाटत होते. चिकनकरी वगैरे सारखा. काही पंडितमंडळी शाकाहारी 'वाझवान'ही करत म्हणे. आता पंडितच राहिले नाहीत. काश्मिरी पंडित नॉनव्हेज खातात. बंगाली ब्राह्मणासारखे.

आपणही हे घरी करून पाहायला हरकत नाही. पुण्याला कॅम्पमध्ये नद्रू म्हणजे (कमळाचे देठ) विकत मिळतात. इथे त्याला लोटस दंडे म्हणतात. या नद्रूचे २-३ इंचाचे तुकडे करून गरम मिठाच्या पाण्यात भिजवून ठेवायचे. नंतर त्याची भोके सुईने साफ करायची, मधला पोकळ भाग लांब काडीने साफ करायचा. या भागात माती, बारीक जलकृमी जीव असतात. परत गरम पाण्याने धुवायचे. या देठांची खूप स्वच्छता करावी लागते, म्हणून मी पुण्याला कधी प्रयोग केला नाही. दृष्टीआड सृष्टी चांगली. नंतर याचे पातळ गोल किंवा उभे काप करायचे. उभे सोपे पडतात. या नद्रूला केसासारखे बारीक धागे असतात ते काळजीपूर्वक सोलून काढायचे नाहीतर तोंडात येतात. परत स्वच्छ धुवून या तुकड्यांना मीठ, तिखट, चाट मसाला चोळायचा आणि भज्याच्या पिठाप्रमाणे पीठ तयार करून त्यात बुडवून तळायचे. बरोबर काश्मिरी मिरचीची लालभडक, आंबटगोड, झणझणीत चटणी देतात. त्यात बुडवून ठेवायचे. एहसानने यात टोमॅटो, धणे किंचित गरम मसाला घातल्याने ती आणखी टेस्टी बनली होती. आपल्या बटाटे वड्यांप्रमाणे ही नद्रू भजी कुठेही विकत मिळतात.

तिखटमिठाचे मकाणेही मस्त लागतात. या पांढऱ्याशुभ्र कमळाच्या बिया हलक्या फुलक्या लाह्यांप्रमाणे असतात. डागाकडे पुण्याला मिळतात. कडकडीत गरम तुपात अथवा बटरमध्ये अंदाजे तिखटमीठ घालून लगेच हे मकाणे घालून भराभर परतायचे. सगळीकडे तिखटमीठ लागायला हवे, की खायला तयार झाले. एहसानने त्यात थोडे अक्रोड तुकडे, बदाम तुकडे, खुबानीचे तुकडे (पहाडी जर्दाळू केशरी रंगाचे असतात) परतून घातले होते. मोठा वाडगाभर. कसे संपले कळलेच नाही. प्रश्न होता या सर्व पदार्थांच्या पौष्टिकतेचा आणि किमतीचा.

सर्व रेस्टॉरंटमध्ये पंजाबी फूड या सदरात राजमा, छोले, दमआलू, बिर्याणी पुलाव असतातच, पण सर्वांना सहसा न आवडणाऱ्या दुधी भोपळ्याची भाजी कृष्णा धाब्यावर खायला मिळाली. जम्मू परिसरात ही करतात. भरपूर कांदा, लसूण, आले, वाटलेल्या लाल मिरच्या, बडिशेप, टोमॅटो, आणि साखरही घालतात. गरम मसालाही अख्खा घातलेला असतो. आबंटगोड, तिखट, मसालेदार जरा सुकी भाजी परोठ्यांबरोबर चांगली लागली. रस ठेवला तर भाताबरोबरही खाता येईल. त्याच्यावर हिरव्या मिरच्या तळून ठेवल्या होत्या. पण मला सगळ्यात काश्मिरी ड्रायफ्रूट बिर्याणी आवडली.

हॉटेलमध्ये खातो त्यापेक्षा जास्त चविष्ट होती. वेगळी होती. बिलकुल तिखट नव्हती. सर्व सुकामेवा तुपावर परतून घेतला. फरसबी, मटार, गाजर तुकडे जरासेच वाफवून घेतले. थोडे सफरचंद तुकडे आणि फळांचा एक टीनही-पाक काढून फळे घेतली. त्यात पीच, अननस आणखीही काही होती. सीझन नसल्याने ताजी फळे नव्हती. केशर पाण्यात खलून ठेवले आणि थोड्या केशरकाड्याही घेतल्या. बासमतीचा भात मोकळा शिजवून घेतला. भातात पाणी दूध आणि मीठ घातले होते. या भातात भाज्या, फळांचे तुकडे, तळलेले भरपूर ड्रायफ्रूट, बटाट्याचे तळलेले काप घालून मधून मधून खलून ठेवलेले केशर शिंपडून थोड्या केशरकाड्याही मिसळल्या. सर्वांत शेवटी खव्याचे छोटे छोटे तळलेले गोळे ठेवून डेकची घट्ट झाकण लावून बंद करून कणकेने झाकण घट्ट बंद करून गॅसवर तवा ठेवून वर झाकणावर कांगडीतले निखारे ठेवले आणि वाट बघत बसलो. अर्ध्या तासात बासमती आणि केशराचा घमघमाट दरवळला. डेकचीच्या झाकणाला लावलेली कणिक सुकून तुकडे पडले. गॅस बंद करून पाच मिनिटानंतर उघडून उलथन्याच्या मागच्या बाजूने मधे मधे बटर सोडून परत घट्ट झाकण लावून थोडा वेळ ठेवले. एका मोठ्या डिशमध्ये (काश्मिरी तांब्याची नक्षीकाम केलेली) बिर्याणी, झणझणीत लालभडक दमआलू, कांदा, टोमॅटो, काकडी, गाजर, बीट लावून ही प्लेट सजवली. खाण्याआधी मला बघतच बसावे वाटले. त्या रात्री मला निरोप समारंभाची मेजवानी होती. मेणबत्तीच्या प्रकाशात ही बिर्याणी आणि स्वीट-डीश, गाजरहलवा खाताना मला लवासा, भाजलेले बटाटे, मध या खास जेवणाचा विसर पडला.

गरम शोरबा (सूप), जेवण, शीरखुरमा, नंतर परत कहावा एक एक पदार्थ केशराच्या रंगासारखा रंगत जेवणाची लज्जत वाढवत चालला होता. एका मित्राने खास नद्रू पालक सब्जी करून आणली होती. ही खास काश्मिरमध्ये गावातून होणारी भाजी आहे. हॉटेलात मिळत नाही. पोट फक्त एकच होते आणि पदार्थ अनंत होते. जेवताना रशिद गप्प-गप्पसा होता. ही मेजवानी म्हणजे दोन-तीन दिवसात मी जाणार याची खूण होती. अन्नदाता सुखी भव म्हणत मी उठले.

एहसानने हातावर गरम पाणी घातले. ''वापस जल्दी आना। अच्छे सीझनमें आना। फूलोंके सीझनमें आना। फलोंके सीझनमे आना।'' असे सर्वांनी परत परत सांगितले. खुदा हाफिज करून आलेल्या तिन्ही फॅमिलीज परत गेल्या. मी अंथरूणावर पडून गेल्या दोन दिवसात घेतलेल्या भेटीगाठी आठवत होते. एहसानच्या मैत्रिणी, रशिदचे मित्र, अब्बाजींचे मित्र, तरुण-तरुणी अशा कितीतरी जणांना भेटले होते. गढवालच्या व्हॅली ऑफ फ्लॉवर्समध्ये भरतच्या खेड्यातल्या चिमुकल्या घरातीलच एक होऊन राहिले. गढवाली जेवण जेवले. इथे थाटाची मेजवानी होती. दोन्ही हिमालयपुत्रच एक हिंदू-एक मुस्लीम. एक शांत गावातला, एक अशांत शहरातला. दोघांचे माझ्यावर सारखेच प्रेम. फोनमुळे अजून संपर्क आहे. भेटी होवोत न होवोत, प्रेम-माया तशीच आहे. ऋणानुबंधाच्या कुठून पडल्या गाठी भेटीत तुष्टता मोठी. आठवणी तशाच ताज्या टवटवीत राहणार आहेत. माणसे सोडून जातात, मनातल्या आठवणी आपल्यापाशीच राहतात.

■

थंड हवेतील घुसमट

एहसान रशिदसारखी खास काश्मिरी रंग-रूप-नाकाची नाही. गोलसर चेहरा, जरा अपरे नाक आणि सावळा रंग पण डोळे मोठे बोलके आणि हसतमुख चेहरा आहे. तिची साझिया ही मैत्रीण मात्र काश्मिरी सौंदर्याचा नमुना होती. वय ३० ते ३५ च्या दरम्यानचे असावे. तीन छोटी मुले होती. अमिषा साझियाच्या मुलांबरोबर खेळू लागली. आमच्या गप्पा सुरू झाल्या. सोबत कहावा, कुलचा, रेडिमेड नमकीन होते. श्रीनगरमध्ये घरकामाला नोकर हा प्रकार कमीच आहे. सर्व मध्यमवर्गीय स्त्रिया सर्व घरकाम घरीच करतात. धुणी-भांडी-झाडणे-पुसणे सगळे स्वत:च करावे लागते. श्रीमंत लोक आणि उच्चपदस्थ सरकारी नोकरांकडे सर्व्हंट क्वॉर्टर असतील तर मात्र नोकर-नोकराणी असतात. मुख्य म्हणजे खानसामा असतो. त्याचीच बायको नोकराणी. मध्यंतरीच्या परिस्थितीमुळे घरी नोकर ठेवणेही धोकादायकच होते. कधी हातात गन धरतील सांगता येत नव्हते. थंडीमुळे आता दारे-खिडक्या बंदच होती. पाऊस म्हणून धूळही खूप कमी. रस्त्यावर चिखलच होता. थंडीमुळे अंघोळ, कपडे याचाही फार झमेला नव्हता. मी तिथे असताना दिवे आल्यावर एहसानने मशीनमध्ये कपडे धुतले होते. ड्रायरने वाळवले तरी त्यांचा ओलसर-दमटपणा आठ दिवस जात नव्हता. शेवटी माझे कपडे इस्त्री करून वाळवले. घरी स्वयंपाकाची भांडी मात्र भरपूर असतात. जेवणात डाळभात (प्रमुख), भाजी आणि एकतरी नॉनव्हेज रस्सा असतोच. भाजीही सीझनमध्येच. काकडी, गाजर, बीट, लिंबू, कांदा कापून ठेवलेले असते. फारफार तर बुंदी रायता! चटण्या, कोशिंबिरी, लोणची, पापड, दोन सुक्या भाज्या, तळण, कढी, रस्सा अशी आपल्यासारखी व्हरायटी नसतेच. रोटी, लवासा, कुलचा नाश्त्यासाठी असतात. मुख्य अन्न चांगल्या तांदळाचा भात. काश्मिरमध्ये असे म्हणतात, 'जिस घरमें दोनों वक्त खाते

हैं रोटी, वहाँ कभी नही देना बेटी.' रोटी गरिबीचे अन्न आता मात्र सोयीमुळे रोटी खाणे वाढलेय. तयार पीठच वापरतात. ह्या पिठाला सबसिडी असल्यामुळे ते खूपच स्वस्त मिळते. गव्हाचे पीठ पंजाबवरून जम्मूमार्गे येते. नॅशनल हायवे नं. १ बंद – की गव्हाचे पीठ बंद असेच वाटले. एक भाताची हंडी शिजवून रस्सेवाले तिखटजाळ गोश्त केले की काम भागते. मासेही जेवणात असतात. खास मेजवानीला मात्र तऱ्हेतऱ्हेचे कबाब हवेतच. भाज्याही हव्यात चार-पाच नॉनव्हेज पदार्थ हवेत.

साझिया, सोफिया, अश्रफ कितीतरी जणांच्या आठवणी माझ्यापाशी अशाच राहणार होत्या. साझिया एहसानप्रमाणेच शाळेत नोकरी करणारी होती. मात्र ती उर्दूची शिक्षिका होती. डिसेंबर-जानेवारीची तिलाही सुट्टी होती. त्यामुळे आम्ही तिच्या घरी आरामात गेलो. तिचा नवरा सरकारी नोकरीत असल्याने ते सरकारी क्वॉर्टर्समध्ये राहत होते. स्वत:चे घर भाड्याने दिले होते. श्रीनगरमध्ये घरांना भाडी चांगली मिळतात. सरकारी नोकरीतील माणसालाच घरे भाड्याने मिळतात. पण घराचे कधी काय होईल याची शाश्वतीही नसते. क्वॉर्टर्सपासून तिला शाळा आणि नवऱ्याला ऑफिस जवळ पडते. साधारणत: पहिल्या लोकांची स्वत:ची घरेच आहेत. ब्लॉक सिस्टिम आत्ता आली. आता उपनगरेही खूप वाढलेली आहेत. मी १९५८ साली पाहिलेल्या श्रीनगरपेक्षा आता शहर फारच वाढले होते. मात्र राहण्याची पद्धत अजून बरीचशी काश्मिरीच होती. सोफासेटच्या जोडीने भारतीय बैठक असतेच. बहुतेकांच्या घरी वॉल टू वॉल कार्पेट असते. उत्तम रंगसंगतीचे गालिचे, नामदाचे पडदे, लोड, तक्के याने बैठक सजवलेली असते. भारतीय बैठकीवर दोघांत मिळून एक कांगडी वापरता येते. रुमहिटर असले तरी विजेच्या व्होल्टेजचा भरवसा नाही. कांगडी ही काश्मिरची खासियत आहे. बेताच्या उंचीचे हॅण्डल असलेल्या गोलाकार वेताच्या टोपलीत मातीचे गोलाकार भांडे बसवलेले असते. त्यातील राखेत फुलवलेले निखारे असतात. मधून मधून छोट्याशा लोखंडी उलथन्याने (खेळण्यात असते तसे) ते निखारे वरखाली करायचे. मग चांगली धग लागते. त्या आठ-दहा दिवसाच्या मुक्कामात मलाही कांगडी पेटवता येऊ लागली. ती कांगडी पोटाशी घेऊन ऐसपैस मांडा ठोकून बसून (भरपूर गरम कपडे वर ब्लँकेट गुंडाळून) सॅफरॉन कहावाचे घुटके घेत, कुलचा चापत गप्पा मारणे छान वाटे.

रशिद माझ्यासाठी 'टाइम्स ऑफ इंडिया' आणे. तो मी रात्री फक्त चाळत असे. रशिदला घरात फुरसद नसे, एहसानला वेळ नसे. त्यामुळे गरम कॉफीचा घोट घेत सकाळी सकाळी वर्तमानपत्र चाळणे ही पुण्याची सवय मोडली. जगाची खबर घेण्यापुरती मी न्यूज पाहत असे. त्यासाठी रिमोट घेऊन न्यूज चॅनल शोधावा लागे. एकूणच जगाच्या ताज्या घडामोडींविषयी सर्वांना ओढ कमी होती. काश्मिरचे खोरे एवढेच सीमित जग सर्वांनी मान्य केले होते. यात रशिदच थोडासा वेगळा होता.

अब्बाजी पाक टी.व्ही. नाहीतर श्रीनगर टी.व्ही.च्या उर्दू बातम्या क्वचित पाहत. सर्वजण सिनेमा पाहत. त्यांना सतत टी.व्ही. चालू हवा. दिवे गेले की टी.व्ही. नाही म्हणून अस्वस्थ होत. नुकत्याच झालेल्या त्सुनामी हाहाकाराविषयी फक्त रशिदच हळहळून बोलला. एहसानला असे काही घडलेय एवढेच माहिती होते. खरे म्हणजे तरुण मुलांना त्सुनामीची माहिती होती. पण कोणी हळहळायलाही तयार नव्हते. कॉलेजमधील इंटरनेट हाताळणारी मुलेही काही बोलायला तयार नाहीत. पण काश्मिरची बातमी प्रत्येकाला माहिती असायची. लवकरच सुरू होणाऱ्या मुजफ्फराबाद बसविषयी खडान्खडा माहिती होती, उत्सुकता होती. मग नोकरी, घर यात गुरफटलेली साझिया काय कप्पाळ बोलणार?

घरातला खर्च कोण करते विचारले तर म्हणाली तिचा पगार यासाठीच होता. एहसानही तेच करत होती. स्वत:चा पगार स्वत:साठी काही प्रमाणात खर्चावा हा विचारच नव्हता. सर्वांना कपडालत्ता माहेरून येई. कधी कधी नवरा घेई. मिळून हॉटेलात जाणे नाहीच. सासरचे खूप पाहुणेरावळे आले, ईद वगैरेची दावत असली तरच नवरा सामानसुमान आणे. तेही त्याच्या पसंतीचे. एरवी ती आपल्या पगाराच्या हिशोबाने दूध, भाजी, अंडी, मटण वगैरे आणे. भिशी, किटीपार्टी हे नव्हतेच. मात्र नवऱ्याच्या ऑफिसचा खास कार्यक्रम असला तर कधीतरी जायला मिळे. नवऱ्याचे तिच्यावर खूप प्रेम होते. पण ते घरात बसून चहा पीत गप्पा मारण्यासाठी. साझिया, एहसान, अथवा मला भेटलेल्या बऱ्याचजणी नकाब म्हणजे बुरखा न वापरणाऱ्या होत्या. पण सर्वजणी अल्लातालाच्या मर्जीवर अवलंबून होत्या. 'मेरी किस्मतही ऐसी' म्हणत निमूटपणे स्वीकारायचे. स्वत:चे वाहन ही पुरुषांची मक्तेदारी. पुण्याप्रमाणे स्त्री स्कूटर चालवते आहे आणि नवरा मागे बसला आहे, हे दृश्य तर दिसणारच नाही. वाहन चालवणाऱ्या फारच थोड्याजणी होत्या. कदाचित दहशतवाद हे प्रमुख कारण असेल. साझियाला नवरा ऑफिसला जाताना शाळेत सोडी. दुपारी ती मुलांसह चालत येई.

एहसान टेम्पो किंवा ऑटोने जाई. साझियाला स्वयंपाकाची आवड होती. तिच्याकडे संजीव कपूरचे खानाखजाना पुस्तक होते. इतर पुस्तके म्हणजे धार्मिक पुस्तके, तीसुद्धा उर्दूमधीलच होती. इतिहास, भूगोल, सामान्यज्ञान अशी पुस्तके फक्त शाळेसाठी असतात असे तिचे म्हणणे. मुलांना शिक्षण हवेच यावर मात्र ती ठाम होती. आणखी मुले नकोत याविषयीही नवरा-बायकोत एकमत होते. एहसान-रशिदलाही दुसरे मूल सध्यातरी नको होते. आतंकवादाच्या छायेत इतकी वर्षे काढल्यामुळे विचारांची ठेवणही बदलत गेली होती. वरवर आनंदी, सुखी दिसणाऱ्या वृत्तीमागे भय दडले असावे असे मला वाटले. जाणवतही राहिले. मला भेटलेल्या या स्त्रिया साधारण ३३ ते ३६ वयोगटातील होत्या. त्यांचे तारुण्य या भयाच्या

सावटाखाली वाढले होते. यातल्या दोघी शिक्षकी पेशातल्या होत्या. एकजण राज्यसरकारच्या ऑफिसमध्ये काम करणारी होती. तर एकजण रेडक्रॉसची N.G.O. होती. तिला परदेशी सेटल व्हायचे होते. रुक्सानाला दोन मुली होत्या. आता नवऱ्याला मुलगाच हवा होता. एकीला एकच मुलगा होता. दुसरे मूल हवे की नको हे तिचा नवरा ठरवणार होता. पहिले बाळंतपण खूपच अवघड झाल्यामुळे तिला मूल नको होते पण ते तिच्या हातात नव्हते. स्त्री-स्वातंत्र्य, स्त्रीमुक्ती याची दखल फक्त ठरावीक स्तरात होती.

सोफिया बड्या घरातील बहू. नवरा श्रीमंत व्यापारी. सरकार दरबारी वजन असलेला, स्वत:ची इंडिका घेऊन ती आमच्याबरोबर आली होती. पोषाखही महागडा होता. उत्तम भरतकाम केलेले होते. कानात मोठे झुमके, गळ्यात नेकलेस, सोन्याच्या बेल्टचे घड्याळ. नाकात हिऱ्याची चमकी. बोलायला अत्यंत मृदू. उत्तम इंग्रजी, हिंदी, उर्दू आणि बऱ्यापैकी फ्रेंच शिकलेली. बऱ्यापैकी परदेश प्रवासही केलेला होता. त्यामुळे बाहेरच्या जगाची चांगली ओळख होती. तरीही धर्माची झापडे लावलेली होतीच हे कळत होते. प्रत्येक वाक्यात इन्शाल्ला, अल्लातालाची शुकरगुजार, थँक्यू, ओ! माय डियर शब्दांची पखरण होती.

साझिया कडून आम्ही तिच्या घरी गेलो. रुक्साना, रेहाना तिथेच आल्या होत्या. चहाबरोबर तऱ्हेतऱ्हेचे कबाब होते. घरी, कामाला नोकराणी असली तरी खाद्यपदार्थ बाहेरूनच मागवलेले होते. माझ्यासाठी एग्जरोल होते. तिच्या मते अंडे शाकाहारी असते. इथली खासियत म्हणजे तऱ्हेतऱ्हेचे ब्रेड, बेकरी पदार्थ मुबलक. चहाबरोबर भजी, सामोसे विकतच आणायचे. मिठाईसुद्धा बाजारातील. पोहे, उपमा, थालीपीठ, इडली-डोसा हे प्रकार नाहीत, की चिवडा, शंकरपाळी, चकली, लाडू, वड्या करून ठेवणेही नाही. एकूणच सटरफटर खाद्यप्रकार नाहीत. त्यामुळे रस्त्यावर उभे राहून भेळ-पाणीपुरीही नाही. दोन वेळ भात, नास्त्याला नान, लवासा, कुलचा, पराठा. पाहुण्यांसमोर ड्रायफ्रुटस्‌चे बाऊल भरून ठेवायचे. मला मात्र ब्रेडचे सर्व प्रकार आवडले.

बाजारातील सर्व जिन्नस असले तरी उत्तम चवीचे आणि ओव्हनमधून गरमागरम पेश केलेले होते. आम्ही भल्यामोठ्या दिवाणखान्यात बसलो होतो. फायरप्लेस होती. इन्व्हर्टर असल्याने वीजेचा प्रॉब्लेम नव्हता. वेलवेट कव्हरचा सोफा त्यावर काश्मिरी नक्षीकामाचे रुमाल, पडदेही मखमलीचे, अमेरिकन प्लेटचे भरपूर घोळदार, त्याला चांदीचे नाजूक घुंगरू लावले होते. लेसही सुरेख होती. बेल्जियमचे झुंबर, मंद प्रकाशाचे, कामाचे उभे टेबल कोरीव लाकडी, टेबललॅम्प स्टॅण्ड. सर्व कटलरी चांदीची होती. उत्तम बोनचायनाचे शुभ्र, सोनेरी नक्षीचे कप, त्यात केशरी कहावा खुलून दिसत होता. पेपरनॅपकिनचा स्टॅण्डही कोरीव काम केलेला लाकडाचा होता.

कहावाही छोट्या चांदीच्या किटली मधे होता. श्रीमंतीचे ओतप्रोत दर्शन जागोजागी होत होते.

पण, त्यांना त्सुनामी, कच्छचा भूकंप याबद्दल काहीच माहीत नव्हते. अवघ्या १० दिवसांपूर्वी झालेल्या निसर्गाच्या भीषण त्सुनामी आपत्तीशी त्यांचे काही देणे-घेणे, सोयरसुतक नव्हते. 'आम्ही इतके हलाखीत दिवस काढले तर आम्ही कसली मदत करणार?' यांच्या राहणीमानावरून त्यांची परिस्थिती हलाखीची मुळीच नव्हती. पण आपल्या काश्मिर खोऱ्याव्यतिरिक्त कोणालाही कसलीही मदत करण्याची वृत्तीच त्यांच्यात नव्हती. लडाखलाही त्या वेगळ्या समजत होत्या. रुक्साना तर चक्क म्हणाली, ''वो तो हमसे कितने दूर कहीं साऊथमे है। हम थोडेही जानेवाले हैं। वो संकट हमारा नही, नेशन का है। भारतका है। हम तो काश्मिरी हैं।'' आम्ही आणि आमची वादी एवढेच आमचे जग; त्सुनामी वगैरे तुमचे तुम्ही पाहून घ्या. पण श्रीनगरमध्ये होणाऱ्या हल्ल्यांविषयी ती कळवळून बोलत होती. तिच्या अब्बाजींच्या हाऊसबोटी होत्या. तो बिझनेस डाऊन झाल्याचे तिला दु:ख होते. याला जबाबदार कोण? याचे उत्तर होते. गंदा पॉलिटिक्स. पण हे करत कोण होते? शेरे काश्मिर पासून सर्वजण काश्मिरीच राज्यकर्ते सत्तेवर होते ना? मशिदीतून नारे लावणारे काश्मिरी मुस्लीमच होते ना? मग डाव्या हाताने, उजव्या हाताला मारले म्हणून ओरडायचे? वो सब पुराना हो गया म्हणत, आपले नाकर्तेपण दुसऱ्यावर ढकलण्यात सर्व काश्मिरी तरबेज आहेत. काही न करता केंद्रसरकार करोडोंची मदत करत आहे ना, मग आपल्या पोळीवर प्रथम तूप घेऊ ही वृत्ती. अब पुरानी गलतियाँ सुधारनी चाहिये हे मला बरे वाटावे म्हणून आवर्जून सांगितले. एहसानने पाठिंबाही दिला नाही. विरोधही केला नाही. अल्लातालाच्या मर्जीने सब ठीक होगा. अच्छे दिन आयेंगे वगैरे सर्वांनी म्हणून झाले. अच्छे दिन म्हणजे काय? अत्याचारामुळे निघून गेलेले पंडित परत येणार होते का? मग ठीक काय होणार होते?

माझ्या या प्रश्नाला कोणी उत्तर दिले नाही. पण साझियाच्या एकांगी विचाराची दिशा दिसून येत होती. मिलिटंटचा विषय काढताच साझिया चूप झाली. एहसानने मला डोळ्याने खुणावले. नंतर कळले आर्मीच्या कोंबिंग ऑपरेशनमध्ये तिच्या भावाकडे मिलिटंटच्या खाणाखुणा मिळाल्या. 'त्या' लोकांशी त्याचा संबंध होता. माहेरचे सर्वजण कट्टर मुसलमान होते. ते हिंदूंचा द्वेष करत होते. तिच्या एका चुलतभावाने एक हिंदू मुलगी पळवून आणली व जबरदस्तीने तिच्याशी लग्न केले होते. पार्वतीची परियाद झाली होती. साझियाचा नवरा सरकारी नोकर, या सर्वांपासून दूर राहणारा. त्याने साझियाचेसुद्धा माहेरशी असलेले संबंध तोडून टाकले. अगदी मौलवीपुढे कायदेशीर फारकतनामा वाचला वगैरे. तरी माझ्या मनात पाल चुकचुकली. त्या हिंदू मुलीला सुटकेसाठी मदत का केली नाही? दहशतीच्या भयाने? नवऱ्याला,

मुलांना मिलिटंटकडून काही अपाय होऊ नये म्हणून? मनात तशी आच निर्माण व्हायला विचारांची प्रगल्भता, सहिष्णुता, असहाय स्त्रीला मदत करण्याची तळमळ, जिद्द हवी. धर्माचा पगडा असलेली साझिया असा धोका थोडाच घेणार होती? यातून तिचा काय फायदा होणार होता?

इथे मला अमृता प्रीतम यांचा पिंजर सिनेमा आठवतो आहे. फक्त त्यातील मूळ नायिका हिंदू असते आणि साझिया पिढ्यान्‌पिढ्या मुसलमान आहे. पण मुस्लीम मुलगी पळवली तर ती अशी मदत करेल का? कारण आता मिलिटंट काश्मिरी मुस्लीम मुलींनाही स्वान्तसुखाय पळवत आहेत. अशा पळवून आणलेल्या मुली हाऊसबोटीत लपवून ठेवतात म्हणे. विशेषत: पर्यटकांचा सीझन नसतो तेव्हा असे करणे सोपे असते. सगळे काही आलबेल झाले की मुली बाहेर काढून त्यांचा पाकिस्तान, अफगाणिस्तान कुठेही निकाह लावला जातो. भरपूर पैसे मिळाले की बोटमालक खूष!

मला हाऊसबोटीत तरंगत डुलत हलत राहायचे होते. १९५८ साली फार अस्वच्छता वाटली होती. आता कितीतरी स्वच्छता आणि सुधारणा झाल्या होत्या. पण रशिदने साफ नकारच दिला. सीझन नसताना तिथे राहणे योग्य नाही. ग्रुप हवेत. चहलपहल हवी, सिक्युरिटी चेकिंग असते. गस्त असते. गजबजाट असतो वगैरे. म्हणजे गर्दीत सुरक्षितता असते का? पण दहशतवादी हल्ले गर्दीच्याच ठिकाणी होतात ना? दहशतवादाचे हेच तर सूत्र आहे. गर्दीत भय निर्माण करा. २६ जानेवारी जवळ आली होती. काहीही होईल हे सर्वांचे उत्तर होते. शिवाय माझी मिलिटंटशी भेट झाल्यानंतर तो मला कुठेही एकटी फिरू देत नव्हता. घरातील भेटीही ठरलेल्या घरी होत्या. झेंडावंदन सक्तीचे असते. तेवढेच जातात. बॅण्डवरच राष्ट्रगीत वाजवतात. कोणीही तोंडाने म्हणत नाही. अर्थात ही उदासिनता सगळीकडे आहे. सकाळनगरमध्येही झेंडावंदन असते. सकाळी घरकाम असते म्हणून मी अजून गेले नाही. एक दिवस घरकाम नंतर करता येते. उदासिनता हेच खरे. रशिद त्या दिवशी घरात नमाज पढून राष्ट्रगीत म्हणतो. २६ जानेवारीपर्यंत राहिले असते तर आम्ही दोघांनी म्हटले असते.

सोफियाची मुले थोडी मोठी होती. ती दिवाणखान्यात आली. हाय-हॅलो करून आपापल्या खोल्यात गेली. खोलीतून पाश्चात्त्य संगीताचा झंकार उमटला. थोड्या वेळाने सर्व शांत झाले. सोफियाही थोडा वेळ आतल्या खोलीत गेली. एहसान कुजबली. नमाज पढने गयी है. सोफियानेच सांगितले ती दिवसातून पाचवेळा नमाज पढते. पाश्चात्त्य रीतीरिवाजात मुरलेली असली तरी काश्मिरी संस्कृतीची अदब तिच्या वागण्या-बोलण्या-चालण्यात दिसत होती. थोडेसे नाटकीपणही डोकावत होते. माझा अंदाज घेण्याची सावधगिरीही मला कळत होती. पण प्रेमळ होती. बोलकी होती. श्रीमंती थाट असला तरी गर्व दाखवत नव्हती. एहसान मला अम्मा म्हणते

हे पाहून तिला फारच आश्चर्य वाटले. एक हिंदू आणि एक मुस्लीम यांच्यात काही भावनिक नाते असेल अशी तिला कल्पनाच नव्हती. पण हात हातात घेऊन म्हणाली, "आन्टीजी कभीकभी खूनके रिश्तेसे दिलका रिश्ता बडा होता है।" जरी त्यांच्या मैत्रीच्या गप्पा वरवरच्या होत्या तरी शाळेपासूनची मैत्री सर्वांनीच टिकवली होती. अल्लातालाच्या मेहरबानीनेच आत्ताचे सुखाचे, शांततेचे दिवस दिसताहेत यावर एकमत होते. सोफिया तिची मैत्रीण रोटरी क्लबच्या मेंबर असल्याने पार्टी, गेट-टुगेदर यात रमत होत्या. त्या चौघी-पाचजणी मिळून नेहरू क्लबमध्ये लंचला जात. साझिया घर, नोकरी तीन मुलांची उस्तवार, मियाँची मर्जी यात गुरफटलेली. एहसान नोकरी घरकाम, हट्टी अमिषा, आळशी रशिद, आजारी सासरे संभाळत होती. रशिदचा जरा हटके असलेला स्वभावही तिलाच संभाळावा लागे.

सकिना पूर्णपणे एकत्र कुटुंबाचा मोठा खटला असलेली होती. नोकरी न करणारी साधी मध्यमवर्गीय स्त्री. घराबाहेर पडताना ती बुरखा घाली. आमच्या भेटीत ती काहीही बोलली नाही. नंतर एहसानने सांगितले मिलिटंटनी तिच्या उपनगरातल्या घरावर हल्ला केला. त्यात त्यांचे आर्थिक, मानसिक, शारीरिक नुकसान खूपच झाले. त्यांच्या घरी मिलिटंट येऊन गेले. त्यांना जेवण दिले. निवारा दिला म्हणून सिक्युरिटीफोर्सचे लोक आले. चौकशीबरोबर छळ मारपीट केली. या सर्व झमेल्यात सकिनाच्या आईचा मृत्यू झाला एवढेच कळले. काय काय झाले हे सविस्तर विचारण्याचा मला धीर झाला नाही. दहशतवाद्यांचा त्रास सर्वांनीच भोगला आहे. सुरुवात हिंदूंपासून झाली. आता फक्त मुस्लीम उरले आहेत. मग त्यातील उदारमतवादी मुस्लिमांचा छळ होतोय. छळ करणे, हिंसा हीच दहशतवाद्यांची खरी रूपे आहेत. जेव्हा हिंदूंना भयंकर त्रास सुरू झाला तेव्हा त्यांना काश्मिर सोडण्याशिवाय पर्यायच उरला नाही. त्यामानाने मुस्लिमांना त्रास खूपच कमी झाला. मुस्लिमांनी खोरे सोडू नये अशी धमकीही होती. कारण काश्मिरमध्ये मुस्लिमच राहायला हवे होते. त्यामुळे समाजाचे जाणेयेणे आपापल्या फॅमिलीपुरतेच राहिले. तेसुद्धा अपरिहार्य म्हणूनच. परिचितही अपरिचित झाले. कोणावर विश्वास ठेवायचा कोणावर नाही याचा गुंताच झाला.

सोफियाच्या दृष्टीने मी तशी काफिरच असावी. मुस्लिमधर्माचे, त्यातील त्यागाचे ती सतत गोडवे गात होती. शेवटी मी सहज बोलता बोलता म्हटले, "कोणताही मजहब हिंसा, हत्या, खून-खराबा, लूटमार शिकवत नाही, पण काश्मिरचा आत्ता आत्ताचा इतिहास पाहिला तर तो मुस्लिमधर्मियांनी हिंदूंवर केलेल्या अत्याचाराचाच आहे. अगदी आत्ता दहा-बारा वर्षांपूर्वी पंडितांचा इतका छळ झाला की त्यांना त्यांचे वतन जीव वाचवण्यासाठी सोडावे लागले. हब्बाकादलच्या हवेल्या आज कोणाच्या ताब्यात आहेत? कोणा एका व्यक्तीने म्हणजे गव्हर्नरने सांगितले म्हणून कोणी

देश, घर-दार, बाग-बगीचे, इस्टेट सोडत नाहीत. जगाच्या इतिहासात फक्त हिटलरमुळे असे घडले आहे.''

गप्पांना वेगळेच वळण लागले. पण आता मलाही गप्प राहवेना. कच का खायची? सत्य आहे बोलायलाच हवे. तिच्या दिखाऊ आदबीतूनही एक अहंमन्य जेत्याची झलक जाणवू लागली. थप्पड मारली तर दुसरा गाल पुढे करणाऱ्यातली मी नाही. मग काय व्हायचे ते होवो. तिच्या धार्मिकतेतून अंधश्रद्धा डोकावू लागली. सर्वांच्या मैत्रीतही ती गरीब-श्रीमंत भाव कळत न कळत जाणवून देते आहे असे वाटले. एहसान सुशिक्षित पदवीधर आहे. उदारमतवादी आहे. तिचा नवरा रशिद अतिशय देखणा आणि पाश्चात्त्य रीतीरिवाज पाळणारा आहे. फारच टापटिपीत राहतो. त्यांच्या कम्युनिटीत सर्वांशी मिसळून वागण्याचे त्याचे कसब सर्वांमधे फार कमी दिसते. एहसानचीही त्याला साथ आहे ते ती जाणून होती. मैत्रीमागे हेही अदृष्य धागे गुंतलेले होते. एहसानही हे सर्व जाणून होती. वेळी-अवेळी तिच्या गाडीचा तिला उपयोग होई. पण एकूणच माझे-रशिदचे नाते सोफियाला रुचले नसावे. बरं माझ्या अवतारावरून मी काही गडगंज श्रीमंत वाटत नव्हते. श्रीमंतीत काही गोष्टी खपवून घेतल्या जातात. माझ्याकडून रशिदला कोणताच लाभ नव्हता, याचेही कोडे तिला उलगडत नव्हते. आधुनिक राहणीच्या बुरख्याखालील सोफियाशी गुडी गुडी बोलणे यात मला रस राहिला नव्हता. २६ जानेवारी विषयी तर तिचे मत होते– 'छुट्टी है, आराम फर्मायेंगे, मौसम थंडा है, पार्टी-शार्टी करेंगे, बस् कहीं धमाके नही होने चाहिये।' राजकारण, गरिबी, झुग्गीयोंके लोग (झोपडपट्टीतील लोक) गंदगी याबद्दल चीड होती. समाजसेवा म्हणजे बकवास होता. देखावा असतो. तिचे मत परवरदिगारच्या मेहरबानीने सारी दुनिया पाक होनी चाहिये. म्हणजे काय? हे मात्र स्पष्ट सांगितले नाही. मला उगीचच वाटले, काश्मिरसारखा संपूर्ण भारत मुस्लिमबहुल व्हायला हवा असे तिला वाटत असावे. मुले होणे हा धर्माचा हक्क आहे. त्याच्यावर कायद्याची पाबंदी नको. कारण फॅमिली प्लॅनिंग इस्लामला मंजूर नाही. पण स्वत:ची फिगर जपण्यासाठी तिने ते केले होते, हे नंतर कळले. तिचा नवरा वाटेल त्या मार्गाने पैसा मिळवतो. त्यासाठी तिचे पॉश राहणे इंग्रजी, हिंदी, उर्दू, पर्शियन, फ्रेंच उपयोगी पडते हेही कळले. तरीही एहसानची बालपणापासून मैत्री आहे. माहेर घराला घर लागून आहे.

एकट्या सोफियाच्या भेटीवरून श्रीमंत उच्चभ्रू समाजाचा अंदाज काढता येणार नव्हता. पण दिशा कळत होती. काश्मिरी मुसलमान दिसतात, वागतात, बोलतात तसे नसतात. असा अंदाज मनात येऊन गेला. कदाचित रशिद याला अपवाद असावा. अर्थात आमचा प्रत्यक्ष सहवास असा कितीसा होता? ऐकणे, बोलणे, पाहणे, दिसणे, सहवास यानंतर स्वभावाचा अंदाज येतो. त्यातील अंतरही

कळते. सोफिया-सारखीच रुक्सानाही जरा श्रीमंती थाटाची होती. नवरा केंद्रसरकारात मोठा ऑफिसर आहे. नंबर दोनची कमाई भरपूर आहे. ही पण रोटरी इनरव्हीलची सभासद. एहसानची नात्याने नणंद असलेली रेहानाही रोटरीवालीच तिघींच्या पार्ट्या-हॉटेल-लंच चालत असे. कधीतरी एहसानलाही गेस्ट म्हणून नेई. या तिघी स्टेक लावून रमी खेळत, स्टेटस् खातीर कधी कधी ड्रिंक्स घेत. अर्थात हे सर्व ठरावीक ग्रुपमधेच आणि चोरूनच असे. एहसान यात कधीही नसे. रशिदला याचा जबरदस्त तिटकारा होता. वडिलांच्या हातापायाला थंडीत चोळायला त्याच्याकडे ब्रॅण्डीही नव्हती हे पण मला एहसाननेच सांगितले. कदाचित तिला या सर्वांचा हेवाही वाटत असेल. तशी ती आईवडील, भाऊ, बहिणी, आत्या, काका अशी भरल्या कुटुंबातली होती. रशिद घरातल्या गोष्टीत लक्ष कमीच घाले. घरकामात तर मदत नाहीच. उलट मित्रांना बोलावून काम वाढवून ठेवे. त्याच्या देखणेपणापुढे ती दिसायलाही फिकी होती. पण विलक्षण हसतमुख, कष्टाळू आणि कामसू वाटली. तिचा प्रेमळपणा तर मी अनुभवत होतेच.

रुक्साना मात्र विलक्षण देखणी होती. आपले सौंदर्य खुलवण्याची कलाही जाणत होती. माफक पण उठावदार मेकअप, उच्च अभिरुचीचे रंगसंगती साधणारे कपडे, तसेच अगदी साधे पण किमती दोन-तीनच अलंकार असे तिच्या दोन्ही भेटीत लक्षात आले. शिक्षण इंग्रजी माध्यमातले पण हिंदीही छान होते. माझ्याशी हिंदीतच बोलली. बोलण्यात कुठेही अंधश्रद्धा डोकावणार नाही याची खबरदारी घेतली होती. सध्याच्या सरकारबद्दल खरा खोटा कोणास ठाऊक, पुळका दाखवलान. वर्षानुवर्षांच्या मुस्लीम समाजाच्या कहाण्या वाचून कदाचित माझे विचारही संशयी झाले असावेत. म्हणून सतत सर्वांविषयी अविश्वासच वाटत होता. मात्र सोफियापेक्षा जास्त मोकळी आणि नवविचारांचा आदर करणारी वाटली. ती नवऱ्याबरोबर सरकारी खर्चाने पाकिस्तानचा शाही पाहुणचार घेऊन आली होती. पण फार गोडवे गात नव्हती. इस्लामाबादला खरेदी मात्र भरपूर केली होती. तशी तिला दिल्लीही आवडली होती. पण फक्त थंडीत. उन्हाळा नको. श्रीनगर किंवा काश्मिरघाटीवर तिचे मनापासून प्रेम होते. गरिबीमुळे, झोपडपट्टी, अस्वच्छता वाढलीय याची तिला जाण होती. पर्यावरणाचा ऱ्हास होत असल्याने मोसम बदलतोय हे पण म्हणाली. मुख्य म्हणजे यामुळे त्सुनामीचे संकट आले हे पण सांगितलेन. काश्मिरची जुनी लाकडी कोरीव कामाची घरे धरोहर (वारसा) म्हणून जपायला हवीत हे पण सांगून–ही घरे अवश्य पाहा असे सुचवले. आम्ही निघालो तेव्हा गळामिठीने निरोप दिला. मैत्रीचे प्रतीक म्हणून एक भेटवस्तूही दिली. परत चांगल्या सीझनला येण्याचे आमंत्रण दिले. मला रुक्साना आवडली.

रेहाना धर्म स्वत: पुरता मानते म्हणत मला हिंदू धर्मातील उणिवाच दाखवत

होती. वाचनही बरे होते. पेपर वाचत होती. स्टार न्यूज पाहत होती. जातपात न मानणारा मुस्लीम धर्म श्रेष्ठ सांगताना हिंदुधर्मातील चातुर्वर्ण्याची जुनी पुराणी उदाहरणे सांगितली. मी पण सांगितले आता असे नाही. विधवांना सन्मान आहे. केशवपन कधीच बंद झालेय. स्त्री-शिक्षणाचा प्रसार खूप खेडोपाडीही आहे. प्रेमविवाह होतात. स्त्रियांना स्वातंत्र्य, स्वतःची मते आहेत. ती सर्वजण मानतात. आर्थिक स्वातंत्र्य आहे. एकटी स्त्री कुठेही जाऊ शकते. मी तर काश्मिरला एकटी आले होते. जातपात मानत नाहीत, आंतरजातीय विवाह सर्रास होतात. तरीही ती तिचा हेका सोडत नव्हती. अत्यंत गोडभाषेत समर्पक उदाहरणासहित ती मुस्लीम धर्माचे गोडवे गातच राहिली. चांगली धर्मप्रचारकच वाटली. कौन्सेलिंग करण्याची पद्धत उत्तम होती. माझे सांगणेही लक्षपूर्वक ऐकून घेतले. म्हणाली कधीतरी पुण्याला जरूर येईन. तसे सकिना व्यतिरिक्त सर्वांनीच सांगितले. म्हटले जरूर या. आमच्या घरीच राहा. घर लहान आहे. चालवून घ्या. मी तुम्हाला स्त्रियांसाठी काम करणाऱ्या सामाजिक शैक्षणिक संस्था दाखवेन. माझ्या लेखिकांपासून सर्व मैत्रिणींना भेटवेन. पुण्यात पाहण्यासारखे खूप काही आहे. एकमेकांच्या भेटीतूनच आपुलकीचा पूल तयार होतो आणि दुराव्याची दरी दूर होते. आपण वेगळ्या धर्माच्या असलो तरी आपली जात 'स्त्री' जात आहे. आपला आत्मसन्मान, आपली आयडेंटिटी आपणच मिळवायची असते. तेव्हा जरूर पुण्याला या.

मी श्रीनगरमध्ये फक्त मुस्लीम समाजातच तेही मध्यमवर्गीय लोकांतच राहिले. मुस्लिमधर्मीय स्त्री-पुरुष, तरुण मुले, तरुण मुलींनाच भेटले. त्याही अशाच प्रातिनिधिक त्यामुळे मला दिसलेले या समाजाचे दर्शनही एकांगीच आहे. मी खूप मंडळींना 'दुख्तराने हिंद' (दुख्तर मूळ शब्द– अर्थ - मुलगी) या संघटनेच्या मुस्लीम महिला कार्यकर्ती विषयी चौकशी केली. एहसानसह सर्वांनीच तोंडाला कुलूप घातले. रशिदला फक्त ऐकून थोडे फार माहीत होते. मलाही फारशी माहिती नव्हती. तरी एवढे निश्चित माहिती होते– एका मुस्लीम उच्चशिक्षित स्त्रीला मुस्लिम अतिरेक्यांनी फार छळले. तिच्या नवऱ्याला पळवून नेले. नंतर हाल हाल करून सोडले. शेवटी तिला आपले गाव सोडून जम्मूला निर्वासित कॅम्पमध्ये यावे लागले. पुरोगामी विचारांच्या या नफिसा कौसर पीडित स्त्रियांसाठी लढा देत आहेत. त्यांना भेटण्याची माझी इच्छा अपुरी राहिली. मी जम्मूला गेले तर त्या दिल्लीला गेल्या होत्या. चुकामूक झाली.

दिवस संपला, सोफियाने आम्हाला घरी सोडले. संध्याकाळी रशिद बरोबर त्याच्या काही मित्रांकडे जायचे होते. एहसानने आमिषाला वाटेत तिच्या माहेरी सोडले. ती फारच किरकिर करत होती. इकडे साधारण रात्री आठ-साडेआठ नंतर सहसा कोणी घराबाहेर राहत नाही, पडत नाही. नायजेरियात १९८० साली

लेगॉसलाही माझा असाच अनुभव होता. २६ जानेवारीचे टेन्शन सर्वांनाच होते. २६ जानेवारीच्या आगेमागे काहीतरी गडबड होतेच हा अनुभव होता. अशा परिस्थितीत सापडल्यास जिवालाही धोका असतो. त्यामुळे लवकर घरी जाऊन परवरदिगारचे आभार मानत, आजचा दिवस चांगला गेला म्हणायचे. रशिदही त्यातलाच. गावातून (सिटीमधून) त्याच्या घरी जाण्यासाठी रेसिडेन्सी रोड, लाल चौक इत्यादी ओलांडून जावे लागे. सर्व भागात जबरदस्त चौकी-पहारे होते. चेकिंग होते. त्यातून मी ठळठळीतपणे हिंदू दिसणारी स्त्री म्हणूनही असेल, तो रिस्क घेत नव्हता. अर्थात हल्ल्याच्या घटना हल्ली दिवसाढवळ्याच जास्त घडत होत्या. आमचे पर्यटक ज्या हॉटेलात उतरले होते तिथे त्यांना भेटायला जायचे होते. आम्ही पाच-साडेपाचलाच निघालो होतो. गप्पागोष्टी झाल्या. सर्वांचा चहा, माझा कहावा झाला. त्या मंडळींनी डिनर नाही तर निदान सूप तरी घेऊन जा म्हणून आग्रह केला. माझी हरकत नव्हती. अवघे सात-साडेसात तर होत होते. पण एहसान-रशिद नको म्हणत होते. अस्वस्थही होते. बरोबर आमिषाही नव्हती, तरी घरी लवकर चलण्याची त्यांची घाई होती.

थंडी असली तरी दाल लेकवर चहलपहल होती. दिवे झगमगत होते. हॉटेलच्या अंगणात मोठी शेगडी पेटलेली होती. माहोल कॅम्पफायरचा होता. कहावा, कुलचा, नद्रू भजी, सामोसे, सूप, रोस्टेड पोटॅटो असा मेनू होता. पण रशिद पाच मिनिटेही थांबायला तयार नव्हता. मुस्लीम रेस्टारंट मॅनेजरनेही आम्ही निघावे सुचवले. इथेच रात्री राहणार असाल तर प्रश्न नाही. पण घरी जायचे तर निघावे हा त्याचा सल्ला. शेवटी भजी, समोसे, बटाटे त्याने सिल्व्हर फॉईलमध्ये पॅक करून दिले आणि पर्यटक पाहुण्यांना नाराज करून आम्ही निघालो. वाटेत दोन ठिकाणी आम्हाला अडवले. एकदा लाल चौकाच्या आधी, एकदा नंतर. मोटारीची कागदपत्रे पाहिली. माझ्या कपाळावरच्या ठसठशीत कुंकवाच्या टिकलीकडे निरखून पाहत मग जाऊ दिले. संपूर्ण लालचौक, परेडमार्ग ओलांडून राजबागेनंतर पुढे जावे लागे. त्याच्या घराच्या पुढे तीन-चार कि. मी. अंतरावर पूर्वी दहशतवाद्यांचा कॅम्प होता म्हणे. तो उद्ध्वस्त केला तरी काळजी घ्यावी लागेच. अशी नाकाबंदी कधीही, कितीही वेळा होऊ शकते. कदाचित एहसान-रशिदच असते तर एवढी पूछताछ झाली नसती. पण बरोबर मी होते ना! अपरिचित चेहऱ्यामोहऱ्याची. पूर्णपणे हिंदू दिसणारी, भाषेला उत्तरभारतीय हिंदीचा लहेजा नसणारी, ना पंजाबी वाटणारी. एकजण म्हणालाही 'बंबईकी हो?' मी मान डोलावली. चार प्रश्न विचारून त्याने आम्हाला जाऊ दिले. जरा दूर गेल्यावर एहसान म्हणाली, "या अल्ला, बच गये." दहशतीचे सावट म्हणतात ते असे होते. चौकशीच्या सबबीखाली आम्हाला अटकही झाली असती तर? हा अनुभव काश्मिरी मुसलमान व्यक्तीच्याच घरी राहून घेता येतो असे वाटले. आणि इथले जगणे अजूनही असुरक्षित भयाच्या सावटाखालीच आहे

असे वाटले. २६ जानेवारी, १५ ऑगस्ट जवळ आले की आतंकवाद का वाढतो?

कॉलेजना विंटर हॉलिडे होता. तरीही माझ्याशी गप्पा मारायला एहसानच्या बहिणीच्या मैत्रिणी एहसानच्या माहेरी जमल्या होत्या. एहसानचे माहेर टिपिकल मुस्लीम पद्धतीचे, भर बाजारात गल्लीत होते. रशिदच्या घरासारखे आधुनिक वाटणारे सिमेंट काँक्रीटचे नव्हते. पण बसायला मोडे, मचवे (छोटी बाजली) आणि दिवाणही होता. अर्थात भारतीय बैठक होतीच. वॉल टू वॉल कार्पेट होतेच. एहसानची आई साधीसुधी, पासष्ट-सहासष्ट वर्षांची असावी. बोलायला फारच मधाळ आणि खायला घालायला फारच आग्रही वाटली. त्यातून मी रशिदची अम्मा! मग तर बघायलाच नको. मी नेलेल्या भेटी तिच्या बहिणींना आवडल्या. खाऊही आवडला. विशेषत: चकली आणि लक्ष्मीनारायण चिवडा. अर्थात आमच्या मीटिंगसाठी घरी केलेले समोसे होते. तेही मटारचे. हे मी प्रथमच पाहत होते. चहा फराळ म्हणजे बाहेरचे विकतचे नमकीन असेच आजवर झाले होते. पुदीना, चिंच, साखर, खजूर यांची आंबटगोड चटणी होतीच. फक्त सगळे काही झणझणीत डोळ्यात पाणी आणणारे होते. जमलेल्या तरुण मुली म्हणजे आठ-दहा तरुण गुलाबांचा ताटवा होता. अमिरा, अमरोज या एहसानच्या बहिणीही सुंदरच होत्या. दिया, दिलशाद, नग्मा, कायनात, महक या सर्वजणी वुमन्स कॉलेजातच जाणाऱ्या होत्या. त्यांच्यापैकी संज्योत ही एकच शीख तरुणी होती. वडील व्यावसायिक, काका कॅनडात स्थायिक त्यामुळे शिक्षण होताच कॅनडातलाच मुलगा पाहून लग्न करून तिकडेच स्थायिक होणार होती. तिला काश्मिर अजिबात आवडत नव्हते. तशी श्रीमंत घरातली, त्यामुळे ड्रायव्हर कॉलेजात सोडे आणि परत नेई. पेहराव अर्थातच सलवार कमीजच. कॉलेजमध्ये ड्रेसकोडच आहे. संपूर्ण पांढरा ड्रेस आणि हिरवा स्वेटर. ओढणी डोक्यावरून घ्यावीच लागते. बुरखा या कॉलेजात फार कमी होता. जरा मॉडर्न कॉलेज असावे. बुरखा घालणाऱ्या दोघी आल्या होत्या. त्या कट्टरपंथी इस्लामिक विचारांच्या होत्या.

स्वत:च्या वाहनाने स्कूटर, स्कूटी, सायकल अशा जाणाऱ्या यातल्या कोणीच नव्हत्या. जवळचे कॉलेज असेल तर पायी (एक ते दीड कि.मी.पर्यंत) नाहीतर सार्वजनिक बससेवा अथवा खाजगी मिनीबस सेवेचा उपयोग करत होत्या. पण या सर्वांनाच शिक्षण आवश्यक वाटत होते. परंतु शिक्षणात वैविध्य कमी होते. निदान मला भेटलेल्या या आठ-दहा जणी तशा मध्यम फारतर उच्च मध्यमवर्गीयच होत्या. खानदानी श्रीमंत कोणी नव्हते. अथवा पोलिटिकल लीडरच्या मुलांपैकीही कोणी नव्हते. काय शिकावे याचे मुलींना स्वातंत्र्य नव्हते. लग्न होईपर्यंत शिकायचे. नोकरी मिळवण्यासाठी आवश्यक म्हणून शिक्षण घ्यायचे. कारण नोकरी हवी हे शंभर टक्के मान्य होते. अर्थात आपल्याकडेही गावातून काही वेगळी परिस्थिती नाही. पण

शहरातून उच्च आणि तंत्रशिक्षणाच्याही खूप सोयी आहेत. इथे श्रीनगर नाहीतर जम्मू. त्यामानाने जम्मूला सोयी जास्त आहेत, असे सर्वच जणी म्हणाल्या. करिअरचा विचार कमीच होता. इंजिनिअर, डॉक्टर, सॉफ्टवेअर, इन्फर्मेशन टेक्नॉलॉजी, मिडिया याचे आकर्षण सगळ्याजणींना होते. विशेषतः मिडियाचे. मॉडेलिंग आणि बॉलिवुडचे आकर्षणही तितकेच होते. एहसानची आई किचनमधे जाताच माझ्यावर बॉलीवुडबद्दलच्या प्रश्नाचा भडिमार झाला. ॲक्टिंग स्कूलचे पत्ते विचारून झाले. शामक दावरच्या डान्सस्कूलचा पत्ताही विचारला. अर्थात यात माझे ज्ञान शून्य त्यामुळे त्यांची थोडी निराशाच झाली.

डॉक्टर, इंजिनिअर होण्यासाठी मुलींना सरकारी सवलतीही खूप आहेत. इतर राज्यातून राखीव कोट्यातून सीटस् आहेत. एकूणच काश्मिरमध्ये मुले अथवा मुली यांना सोयी सवलती आहेत. तो त्यांना त्यांचा हक्कच वाटतो आहे. उत्तम कॉलेज, उत्तम प्रोफेसर्स, उत्तम हॉस्पिटल्स, एन.सी.सी., सैन्यात प्रवेश याविषयीचे विचार पढवल्यासारखे वाटले. लग्न, उत्तमसंसार हे ध्येय प्रथम. शिक्षण हे त्याचे साधन. मग चांगले सासर, पगारदार नवरा ही आशा सर्वांना होती. व्यापारापेक्षा नोकरी, तीही सरकारी नोकरी असणारा नवरा सर्वांनाच हवा होता. मात्र काश्मिर सोडून बाहेर जाण्याची तयारी फारशी नव्हती. सुख, चैन, पैसा हे गणित होते. मोटार हवी, क्लबला जायला मिळावे. मधून रेस्टॉरंटची दावत हवी. फावल्या वेळेत सिनेमाच्या सी.डी. पाहाव्यात. सर्वांनाच सिनेमाचे विलक्षण आकर्षण होते. शाहरुख खान, संजय दत्त आवडते नट आणि राणी मुखर्जी आवडती नटी होती. दिया आणि दिलशाद यांना संगीताची आवड होती. त्यांना मॉडेलिंगही करायचे होते. पण घरून परवानगी नसल्याने नाराज होत्या. झेलमला मिडियाचे, त्यातही वृत्तवाहिनीत बरखा दत्त सारखे करिअर करायचे आहे. को-एज्युकेशन जवळजवळ सगळ्यांना पसंत असले तरी, बऱ्याचजणींना अशा कॉलेजात जायला परवानगी नाही. उर्दू शिक्षणावर सर्व भर. संस्कृत ही एक भाषा आहे, हे सुद्धा कोणाला माहीत नव्हते. फ्रेंच, जर्मन शिकणे आवडेल, पण तशी सोय हवी म्हणाल्या. कॉलेजची भाषा उर्दू असली तरी हिंदी सर्वांना येत होते. जीन पॅन्ट, टी शर्टचे आकर्षण असले तरी घरच्यांमुळे घालता येत नाही याचे खट्टूपण सर्वांच्या बोलण्यात होते. तरीही काहीजणी जीन्स आणि टॉप घालतात आणि वरून संपूर्ण बुरखा घेतात. पुरुषमाणसे नसली की बुरखा काढतात. आपण काहीतरी छान आधुनिक कपडे घातल्याचे समाधान मिळवतात.

फर्ग्युसन रोडवरून जाताना कॅफे कॉफी डे, बरिस्ता, वैशालीत वैविध्यपूर्ण पोषाख पाहताना खूपदा लाजही वाटते. आमच्या सकाळनगर जवळ ई-स्क्वेअर हे मल्टिप्लेक्स आहे. तिथे तर फॅशन परेडच असते. वाटते हे सर्व कसे परवडते

यांना? मला अजून बरिस्तात पन्नास रुपये खर्चून कॉफी पिण्याचा धीर झाला नाही. चार साड्यांचा जमाना माझ्यावेळचा, पन्नास वर्षांपूर्वीचा होता. माझ्या मुलीच्या वेळी पंचवीस वर्षांपूर्वी पंधरा-वीस ड्रेस म्हणजे मध्यमवर्गीयांची चैन होती. आज तिच्या मुलीला कर्नाटकात कॉलेजामधे ड्रेसकोड आहे. कमीत कमी तीन-चार डझन तरी सलवार कमीज असतील. दर सुट्टीला नवीन ड्रेस शिवायचेच असे तीन वर्षे चालू आहे आणि कॉलेज संपल्यावर ड्रेस घालायचा नाही म्हणून जीन पॅन्टस् आणि वेगवेगळे टॉप्स हवेतच. दुसरी नात नुकतीच कॉलेजात जाऊ लागली आहे. युनिफॉर्मच्या कचाट्यातून सुटली आहे. साहजिकच लाँग स्कर्टपासून सर्व तऱ्हा हव्यात. हीच तऱ्हा सोळा ते अठरा वयोगटातल्या शेजारपाजारच्या मुलींची. स्कूटरवरून फुलनदेवीप्रमाणे सर्वांग झाकून सर्व जणी जातात तेव्हा काश्मिरमधल्या मुलींची आठवण होतेच. ग्रे नाहीतर पांढरा सलवार कमीज, केस डोके झाकून घेणारा रुमाल, ओढणी अंगावर लपेटून घेतलेली. थंडीमुळे हिरवा, काळा, निळा, लाल स्वेटर, घरात उबदार फिरन. एकनूर आदमी दसनूर कपडा, त्या चिलेकनानच्या थंडीत दिसला नाही.

तरुण वय असले तरी भयाच्या सावटाखाली सर्वजणी दबलेल्या होत्या. अर्थात उच्च सरकारी अधिकारी व श्रीमंत माणसं यांची गोष्ट वेगळी असेल. त्यांचे शिक्षणही वेगळे असेल. आपल्याकडे खूप बड्या लोकांची मुले वेगळे नाही का शिकत? नाहीतर परदेश असतोच की. मला काही त्यांना भेटता आले नाही. प्रत्येकाची एकेक 'पहुँच' असते. माझी मध्यमवर्गीय होती. तीही मर्यादित. एहसानच्या बहिणीच्या मैत्रिणींपर्यंत, नाकासमोर त्या कॉलेजला जात होत्या. शिकत होत्या. पालकांनी लग्न करून दिले की संसार करणार होत्या. काश्मिर खोऱ्याबाहेर लग्न झाले, तर त्यांचा इस्टेटीवरचा हक्क जाणार होता. पुरोगामी आधुनिक विचाराचे वारे त्यांच्याकडे फिरकत नव्हते. पाकिस्तानात किंवा पी.ओ.के. मधे लग्न करून जायला मात्र सर्वांचा नकार होता. का त्याचे स्पष्टीकरण देता येत नव्हते किंवा द्यायचेही नसेल. त्यांच्याच धर्माच्या देशात त्यांना जायचे नाही याचे मला फारच नवल वाटले. यापैकी एकीचीही हिंदू पंडित मैत्रीण नव्हती. हिंदू आता नव्हतेही. इस्लाम आणि इस्लाम, काश्मिर आणि काश्मिर एवढेच जग असलेल्या या मुलींना मी 'दुख्तराने हिंद' या स्त्रियांच्या संघटनेविषयी विचारले. त्याच्या प्रमुख असलेल्या मुस्लिमधर्मीय 'नसीम कौसर' यांच्याविषयी विचारले एहसानच्या मैत्रिणींनाही विचारले होते. पण कुणालाही काहीही माहिती नव्हती. न्यूज चॅनेल जवळजवळ पाहत नव्हत्याच. सिनेमा, काही सिरीयल, त्याही पाकिस्तानी पाहणे म्हणजे टी.व्ही. पाहणे. मिडियात जाऊ इच्छिणारी दिलशादही पैसा मिळतो म्हणून मिडियात जाणार होती आणि काश्मिरखोऱ्यातून बातम्या देणार होती. यासाठी सर्वांगीण अभ्यास लागतो हे मी तिला काय समजावून

सांगणार? घराबाहेर पडण्याचे निमित्त म्हणून कॉलेज नसेल ना? नाही म्हटले तरी मनात आलेच.

गप्पा मारताना त्या सांगत होत्या, हिंदी सिनेमात बरसातपासून रंगवलेले काश्मिरी मुलींचे चित्र खरे नाही. बोगस आहे. त्यातील काहीजणी पब्लिक बसने उपनगरातून अगदी जवळच्या खेड्यातूनही येणाऱ्या होत्या. त्या म्हणाल्या, 'आम्ही घरी जाईपर्यंत आमच्या आई-वडिलांचा जीव थाऱ्यावर नसतो.' आत्ता तीन-चार वर्षे झाली, खोरे थोडे शांत आहे. तरी मधून मधून श्रीनगरमध्ये होणारे बॉम्बस्फोट हादरवून टाकणारे असतात. यातून शाळा-कॉलेजही सुटत नाही. तुम्ही न्यूजमध्ये पाहत असालच. एवढ्या अडचणीतूनही आम्ही शिकायला येतो याबद्दल आमच्या वालिद (वडील) यांचे आम्ही लाख-लाख शुकरगुजार आहोत. त्यामुळे ग्लॅमरस जगापेक्षा शिक्षण सुरळीतपणे मिळणे हीच आमची गरज आहे. धर्माच्या पाबंदीमुळे खोऱ्याबाहेर जाऊन एकटे राहून शिक्षण घेणेही अवघड आहे. आणि जम्मू-श्रीनगर सोडले तर आमच्या राज्यात शिक्षणाच्या सोयी तरी किती आहेत?

सायबान बुरखा घालणारी होती. तिचे विचारही जरा जहाल वाटले. अवांतर सामान्य ज्ञानाचे वाचन जवळजवळ नव्हतेच. परत परत आपल्या गैरसोयी, अडचणी, दहशतीचे वातावरण त्याचा मनावर होणारा परिणाम उगाळत होती. त्सुनामीची तर तिला माहितीच नव्हती. सगळ्याजणींना सरकारी सुविधा, मोफत औषधं, मोफत शिक्षण आवश्यक वाटत होते. जणू तो त्यांचा हक्कच होता. किंबहुना हे केंद्रसरकारने द्यायलाच हवे असा कल होता. वाद वाढू नये म्हणून मी तिच्याशी चर्चा थांबवली. एकांगी विचारापुढे मी काय समजावून सांगणार होते? केंद्र सरकार, राज्यसरकारी नोकरी, त्यातील नवरा हवा पण लष्करातला नको. लष्कराचा विषय निघताच सर्वजणी एकदम गप्पच झाल्या. भारतीय लष्कराविषयी एवढे मौन या तरुण मुलींमध्ये का?

स्वतंत्र कुटुंबपद्धती, ब्लॉकटाईप राहणे बरेच पसंत होते. कारण घरकामाचा बोजा फार पडत नाही. सुरक्षित सुखवस्तू राहणीही हवी आहे. किमान नागरी सोयी पण हव्या आहेत. विशेषत: वीज, पाणी, ड्रेनेज आणि सार्वजनिक वाहतूक सबसिडीने म्हणजे जवळजवळ मोफतच हवी आहे. सार्वजनिक स्वच्छतेविषयी (रस्त्यावर कचरा नको) मात्र चिडीचूप. एकूणच स्वच्छतेचे प्रमाण मला तरी कमीच वाटले. रशिदच्या उपनगरात ड्रेनेजसाठी गटारेच नव्हती. जरा पाऊस पडताच रस्त्यावर पाणी साठत होते. चिखल होत होता. घरी आल्यावर गरम पाण्यानी अंघोळ केली व मला बरे वाटले. पाणी टंचाई होतीच. वीज केव्हाही जाते. गॅस वेळेवर मिळत नाही. मग स्वच्छता या विषयावर मौनच उत्तम. कपडे धुणे हा संशोधनाचा विषय होता. मी पण दहा दिवस बाहेरचे कपडे तेच तेच घालत

होते. ड्रायरमधून काढलेले कपडेदेखील आठ दिवस सुकले नव्हते. त्या सर्वजणीत मी वयस्कर आणि तशी गबाळीच होते. कॉलेजमध्ये ड्रेसकोड नको. आम्ही बेहुदा कपडे घालणार नाही. पण पाबंदी नको. फॅशन, कपडालत्ता, दागदागिन्यांसह अद्ययावत माहिती त्यांना होती. अगदी परदेशी बनावटीचे स्त्रियांचे आतले कपडेसुद्धा. बूट, फॅन्सी जोडे यांचीही आवड दिसली. सध्या बर्फाचे दिवस असूनही त्याला अनुरूप जोडे सर्वांचे होते. राजकारण, राजकारणातील काश्मिर अथवा पाकिस्तानातील स्त्रिया हा विषय निघताच सगळ्यांनी तोंडात मिठाची गुळणी धरली जशी काही. बोलायला तयारच नाहीत. अगदी भारतीयही असोत. कासवासारखे हातपाय आत घेतले.

शेवटी फॅशन, सिनेमा, नटनट्या याभोवतीच आमच्या गप्पा फिरत राहिल्या. कदाचित कॉलेजमध्ये चर्चा मंडळे असतील. वाद विवाद अथवा वक्तृत्वस्पर्धा होतही असतील. मी त्यापर्यंत पोचू शकले नाही. कॉलेजमध्येही आर्थिक स्तरावर आधारित खूप गोष्टी अवलंबून होत्या. काही ठिकाणी तर धर्मापेक्षा आर्थिक स्तराचा पगडा जास्त होता. दहा वर्षाच्या वयोगटात असताना यांनी आतंकवाद पाहिला आहे. म्हणूनही त्या अशा मनोवृत्तीच्या झाल्या असतील. वरवर बोलणाऱ्या असतील नाटकीही असतील. दडपण, दहशत याचे अनिश्चित जीवन आपण अनुभवले नाही, तोवर स्वातंत्र्य हा शब्द फार गोड वाटतो. सावित्रीबाई फुले, आगरकर महर्षी कर्वे यांच्या त्यागामुळे मला बोलणे सोपे वाटते, पण अनुभवणे कठीणच असते. यामुळेच कोणत्यातरी दडपणाखाली असणाऱ्या या तरुणी किती खरे, किती खोटे बोलत आहेत हे मला तरी समजत नव्हते. कदाचित स्वार्थी संधीसाधूही असतील. त्यांच्या दृष्टीने प्रजासत्ताक दिन सुट्टीचा दिवस. पण हा विंटर हॉलिडेत येतो याचे वाईट वाटत होते. मग झेंडावंदन तर दूरच.

साप्ताहिक सुट्टी शुक्रवारीच असते. पाकिस्तानातही अल्लाचा दिवस म्हणून शुक्रवारीच असतो आणि मध्यपूर्वेतही शुक्रवारच असतो म्हणे. पण निधर्मी भारतात का असावी? भारतात रविवारी शाळा-कॉलेजना सुट्टी असते असे मी समजत होते आणि काश्मिर हा भारताचा भाग आहे ना? मग हा भेदभाव का? १९८७ च्या दशकात श्रीनगरमध्ये तिरंगी ध्वज जाहीरपणे जाळला. पण आपले सरकार काही करू शकले नाही. मग मी ह्या मुलींकडून काय अपेक्षा करावी? तामिळनाडूत राष्ट्रीय हिंदी बातम्या दाखवल्या जात नव्हत्या. आधी हिंदी ही राष्ट्रभाषा का मानायची? कारण एके काळी उत्तरप्रदेश खासदारांची संख्या आणि नेहरू उत्तरप्रदेशचे होते म्हणून. असेही ऐकले होते. खरे खोटे राजकारणीच जाणोत. कानडी, तेलगू, मल्याळम्, तमीळ या दक्षिण भारतीयांनी हिंदी मानलीच पाहिजे ही सक्ती का? मग मराठी, गुजराती का नको? मुंबईत तर बँकेच्या

बोर्डवरून आपण कुठल्या भागात आहोत हे मराठीत लिहिलेले असते म्हणूनच खेड्यातील मराठी माणसाला समजते. पार्ला-घाटकोपर, माटुंगा अशी ठिकाणांची नावे स्पष्टपणे लिहिलेलेच बोर्ड असतात. श्रीनगरला उर्दू आणि इंग्रजीत होते. आपल्या सहिष्णू अस्मितेमुळे कोणाचेही कुठेही अडत नाही. हीच तर भारतीय खासियत आहे. देशाभिमान वगैरे सर्व दिल्लीतील राजकीय राजकारणी लोकांनी जोपासायचा. आपण मनातल्या मनात वंदेमातरम् म्हटले की देशभक्तीचा कोटा पुरा झाला. तरीही श्रीनगरच्या या तरुणींचे राजकीय अज्ञान, भारताविषयीची उदासीनता फार खटकली. दिल्ली सरकारकडून यांना फक्त फायदाच हवा आहे असेच मला वाटले. यांना सतत काही करोडोंचे पॅकेज पाहिजे होते. अर्थात पुण्यातही फार जागरूक तरुणपिढी आहे असे नाही. पण आपला तो बाब्या असतो. शिवाय सामाजिक, सांस्कृतिक, राजकीय, शैक्षणिक, जागृती असणाऱ्या संघटना महाराष्ट्रात कृतिशील आहेत ही मोठीच जमेची बाजू मला वाटली. पण इथल्या लोकांवर असलेला धर्माचा आणि पाकिस्तानचा प्रभाव त्यांच्या डोळ्यांवरची झापडे काढू देत नाही. पण एशियन एजची एक बातमी आठवत होती. आज ५३ किंवा ५६ टक्के काश्मिरी जनता भारतीय जनमताच्या किंवा संविधानाच्या बाजूने आहे म्हणे. तर त्याचा फायदा आपल्या सरकारला करून घेता येईल का? जर या वर्तमानपत्राची बातमी खरी असेल तर? ह्या सर्व राजकारणाचा विचार करण्याची माझी कुवत नाही. तो माझा पिंडही नाही. कारण त्यासाठी अभ्यास आणि संशोधन लागते. मी फक्त 'माणसे', त्यांच्या मनोवृत्ती पाहणारी आहे.

माझ्या माहेरी तसे त्यावेळच्या (१९५०-५२ साल) काँग्रेसचे वातावरण होते. पण पिंड थोडाफार हिंदुत्ववादीच राहिला. ९९ टक्के नातेवाईक, परिचित, मित्रमैत्रिणी याच वृत्तीचे. पूर्ण निधर्मी आणि नास्तिक मंडळी तशी कमीच भेटली. साहजिकच लहानपणापासून थोडा धर्म, थोडी श्रद्धा याकडे झुकणारी वृत्ती राहिली. पण कट्टर धार्मिक होऊ शकले नाही. अर्थात वरील मंडळींना मी काश्मिरा मुसलमानांना बरे म्हटलेले बिलकुलच आवडले नाही. कदाचित माझे रशिदकडे राहणेही पसंत पडले नसावे. कारण काश्मिरी मुस्लीम म्हणजे आतंकवादी आणि त्यांनी काश्मिरी पंडितांवर केलेले अत्याचार याची निरगाठ पक्की आहे. अर्थात हे सत्य असले तरी यापैकी कितीजण श्रीनगरला मुस्लीम घरात राहिले आहेत. मुस्लिमांना भेटले आहेत हे मला माहीत नाही. प्रत्येक नाण्याला दुसरी बाजू असते. प्रत्येक काश्मिरी मुसलमानांचा आतंकवाद्यांशी संबंध असतोच असे नाही. मात्र एवढे निश्चित आहे की बहुसंख्य नागरिकांचा पाठिंबा असल्याखेरीज दहशतवाद एवढा फोफावणार नाही. मुस्लीम मंडळींनीही काही छळ भोगलेले आहेत. नको ते विचार मनात आलेच. महाराष्ट्रात, पुण्यात दहा वर्षे सतत दहशतवादात राहावे लागले असते तर मी कशी वागेन?

मुंबईतील बॉम्बस्फोटानंतर मुंबईकरांची मन:स्थिती कशी बदललेली होती याचा मी तेव्हा मुंबईतच राहत असल्यामुळे अनुभव घेतला आहे. रात्रीही कामानिमित्त उशीरापर्यंत बाहेर राहणारे लवकर घरी परतू लागले. काही दिवस रात्री सिनेमाचा शेवटचा शो पण झाला नाही. भय मनात साचले की असे होतेच. मग इथे तर सतत भय आणि भयच होते.

या तरुण स्त्रिया मुली यांच्याशी थोड्या गप्पा मारल्यातरी त्यांच्या स्त्रीमनाचे जीवनाचे वेगळे पदर वेगळे पैलू मर्यादित स्वरूपात दिसले. त्याची शहानिशा करणारी मी कोण? जे समोर आले ते मी ऐकून घेतले, जसे अत्याचार पीडित स्त्रियांचे ऐकून घेतले होते. माझ्या समोर तीन वयोगटातील स्त्रिया आल्या त्यातूनच माझ्या मनात तुकड्या तुकड्याने या स्त्रियांचे चित्र उभे राहिले. भय, न्यूनगंडाच्या सावटाखाली आम्हाला सगळे मिळायला हवे, तेही मोफत म्हणणाऱ्या, आक्रमकवृत्ती जोपासणाऱ्या, अल्लातालाच्या मेहरबानीवर सर्व सोपवणाऱ्या, नवऱ्याच्या कृपेवर जगून सर्व स्वीकारणाऱ्या क्वचित सोफियासारख्या उच्चभ्रू श्रीमंत स्त्रियांचे दर्शन झाले. दोन तास बोलणे झाले. मी ज्या घरातील पाहुणी होते, त्या वर्गातीलच स्त्रिया जास्त भेटल्या, पण हातचे राखून बोलल्या. सावधपणे बोलल्या. मी पुण्यासारख्या पुरोगामी शहरातून आलेली त्यामुळे आमच्यात मानसिक, वैचारिक तफावत होतीच. आर्थिकही होती. आमचा आर्थिक स्त्रोत फक्त पेन्शन होता. कसलीही सबसिडी नव्हती. फक्त औषधोपचार सरकारी कृपेने जवळजवळ मोफत मिळत होते, म्हणून मी जगू शकत होते. अशी मी आणि अशा त्या आमचा संवाद झाला पण सुसंवाद कसा होणार? बलात्कार पीडित स्त्रियांचा भाग वेगळा काढला तरी या बायका मला तशा शहाण्या (चलाख) सोशिक आणि समंजसही वाटल्या. शिक्षण आणि नोकरीचे महत्त्व कळत होते याचेही बरे वाटले. संपूर्ण दिवस संपत आला. जेवण एहसानच्या माहेरी झाले. दुपारचे जेवण तसे उशिरा अडीच-तीन नंतरच असते. त्यांचे राहणीमान असे का? त्यांचे सामान्यज्ञान एवढेच का? हे मी कसे तपासणार? माझ्या वयाच्या स्त्रियांनी अतिरेक्यांचे दहशतीचे चटके भोगलेले आहेत. हत्या पाहिल्या आहेत. छळ भोगलेला आहे. संपूर्ण काश्मिरच्या दुर्दैवाचा आलेख पंधरा वर्षे पाहिलेला आहे. कट्टर धर्म स्वीकारला आहे. त्याची धर्मांधताही पाहिली आहे. वयाची ३५ ते ५५ हा काळ एखाद्या गडद भयावह सावटाखाली काढणे सोपे नाही. हिंदू द्वेष वर्षानुवर्षे भिनत गेलेला आहे. परिस्थिती आणि राजकारण कारणीभूत आहे हे तरुण पिढीला समजले. हेही नसे थोडके.

एहसान माझी दुभाषा होती. बहुतेकजणी काश्मिरी उर्दू बोलत होत्या. हिंदीही बोलत होत्या. पण उच्चारांचा ढंग काश्मिरी असल्याने आणि भराभर बोलण्याने मला समजत नसे. सगळ्यांचा एकच सूर आम्ही दु:ख भोगले आहे. शेवटी मी म्हटलेही

पर्शियन नंतर सिंधी पंजाबी समाजानेही दु:ख भोगले आहे. बेवतन झालेत. तुमच्यापेक्षा पंडितांचे दु:ख मोठे नाही का? त्यांना वतन सोडावे लागले. हाल तर झालेच. मृत्युही सहन करावा लागला. जेव्हा काश्मिरमध्ये शांतता होती तेव्हा पंडित इथे राहत होते. त्यांच्या कोठ्या, बागबगीचे होते. तुमचा तेव्हा परिचय असणारच. लगेच उत्तर मिळाले, 'वो लोग कबके चले गये। घर बेचके पैसा लेके गये। हिंदू गव्हर्नरनेही उनको श्रीनगर छोडनेपर मजबूर किया।'' अगदी साचेबंद उत्तर मिळाले. मग हिंदूंच्या छळाविषयी तर बोलणे दूरच. या मुस्लीम स्त्रियांपैकी कुणाचे वडील, कुणाचा भाऊ, दीर, तरुण मुलगा फौजेकडून नाहीतर अतिरेक्यांकडूनही मारला गेलेला होता. १९४७ साली यातील काहीजणी लहान असतील पण काश्मिरप्रश्नाचा झालेला विचका आणि शेर-ए-काश्मिर शेखसाहेबांचा विषारी प्रचार विसरल्या नसतील. मला त्यांची राजकीय मते-उत्तरे नको होती. १९८० च्या दशकापर्यंत काश्मिर तर शांत होते. त्यावेळचे सामाजिक, सांस्कृतिक जीवन ऐकायचे होते. यातही मला भेटलेल्या या स्त्रियांचे लहानपण जवळपासच्या खेड्यातून गेलेले होते. कसे होते तेव्हाचे खेड्यातले जीवन? मग जरा मोकळ्या झाल्या. त्यांच्या तरुणपणाचे काश्मिर कसे होते हे रंगवून सांगितले. इथले संगीत वेगळ्याच ठेक्याचे, वेगळ्या लयीचे आहे. 'बुमरू बुमरू' हे गाणे लोकसंगीतातील हब्बा खातूनच्या कविता प्रसिद्ध आहेत. त्याच्या कॅसेटस् रेकॉर्ड सी.डी. आहेत हेही सांगितले. मात्र ज्या वयात तनमनाने फुलायचे त्याचवेळी घरचे कोणी ना कोणी मारले गेले असायचे. याचा अपरिहार्य निराश परिणाम वागण्या बोलण्यातून दिसत होता.

तिथे प्रत्येकाची स्वत:ची बैठी घरे आहेत. फार तर एकमजली असतात. एका इमारतीत अनेक ब्लॉक्स ही पद्धत कमीच आहे. आता सरकारी नोकरांसाठी मात्र अशा इमारती बांधत आहेत. त्याही ऑफिसला जवळ पडतील अशा. जुन्या घरात किंवा नव्या बंगल्यातून कोर्टयार्डमधून (मागच्या अंगणातून) शेजारणींशी गप्पा मारणे, स्वेटर विणणे हा विरंगुळा. तोही उन्हाळ्यात. हिवाळ्यात दारे खिडक्या बंद. उगीच घराबाहेर पडून भटकंती नसते. नवरा मटण, भाजी, रेशन आणणार. या बायका सकाळी कुलचा, लवासा, नान विकत आणणार. चहा झाला की नवरे उठणार. सेल-मान्सून सेल-समर कलेक्शन-विंटर सरप्राईज इत्यादी आपल्याकडच्या गंमती तिथे आठ-दहा दिवसांत दिसल्या नाहीत. थंडीमुळे फिरन नावाचा गुडघ्या पर्यंत येणारा कुडता (डगल्यासारखा) कायम अंगात, केसाला रुमाल हा साचेबंद पोषाख. भाताची हंडी आणि एखादे रस्सेदार मांसाहारी कालवण बनवले की स्वयंपाक झाला. भाज्या, कोशिंबिरी, भरीत नाही. त्यामुळे मुलांना जरा कॉन्स्टीपेशनची तक्रार कायम असते हे सर्वांनी सांगितले. दही-ताकही नाही. ईद वगैरेला दावत असते, तेव्हा नॉनव्हेज आणि भाज्यांच्या तऱ्हा तऱ्हा असतात. त्यातही दम बिर्याणी

प्रमुख असते. हा स्वयंपाक मात्र खटाटोपीचा आणि रिच असतो. ड्रायफ्रूट आणि केशराची उधळण असते. गरीब घरातही केशर असते. व्ही.आय.पी. पाहुण्याला सॅफरॉन कहावा असतो. बाऊलमध्ये अक्रोड, बदाम, चिलौंजी, खुबानी भरून (तोंडात टाकायला) ठेवतातच. भाज्याही कोबी, मटार, फ्लॉवर, टोमॅटो, गाजर अशा, फक्त सीझनलाच असतात. बहुतेक सर्वच माल व्हाया जम्मू-पंजाब-हरियाणातून येतो. मीठ मात्र गुजरातमधून येते. नेहरू टनेल आणि राष्ट्रीय हायवे क्रमांक १ बंद झाला तर गॅससह सर्व वस्तूंची टंचाई होते. गेल्या काही वर्षांत श्रीनगरची बेसुमार वाढ झाल्याने आजूबाजूची शेती कमी झाली. त्यामुळे खास काश्मिरी भाज्याही नाहीत. शेतात जायला उघड्यावर काम करायला लोक अजून धजावत नाहीत. आता खेड्यांतून फक्त मुसलमानच आहेत तरीही अतिरेकी दहशत बसवायला हल्ले करतच आहेत. कारण खेड्यातही संरक्षणासाठी फौज असतेच. त्यांच्यावरही गोळीबार, ग्रेनेडचे हल्ले. ओल्या बरोबर सुकेही जळते. मग नागरिकांवर दोघांचाही हल्ला बोल. घरचे कोणी ना कोणी मरते. शेती उजाड होते. हे पाहणाऱ्या स्त्रिया माझ्याशी मोकळेपणाने काय बोलणार? अपेक्षाच चूक होती.

हुस्ना बेगम म्हणाली, "आमा (दिदी) तुम्ही घरात एकट्या आहात, सोबत बालबच्चे आहेत. आदमी कामावर गेले आहेत. दरवाजा खटखटावून मिलिटंट दारात उभे राहतात. हातात गन असते. दार निमूटपणे उघडावेच लागते. इन्शाल्ला तुम्ही दुसरे काय करणार? आम्ही दार उघडतो. सोनेनाणे, रोख पैसा, धान्य उचलतात. जेवण बनवायला लावून जेवतात. सुके पदार्थ टिफिनमध्ये भरून घेतात. कधी निघून जातात. कधी घरातच लपून राहतात. आमच्याचसारख्या दिसणाऱ्यांतून मिलिटंट वेगळे कसे काढणार. आम्हीही चाचा, मामू नाती सांगतो. ते कपडेही आमचेच वापरतात. मर्द लोकांनाही त्यांनी घरात असे राहणे आवडत नाही. पण गोळीबाराने उडवून देतील म्हणून गप्प बसतो. मुलींना-सुनांना गावाला गेल्यात सांगून गोठ्यात, गोदामात लपवून ठेवतो. जगण्यासाठी सगळे सहन करावे लागते. कयामतचे दिवस आले आहेत. फौजी येतात कोंबिंग करतात, घराची गोठ्याची, गोदामाची, झाडावरही तलाशी घेतात. माळ्यावरचे सर्व सामान काढतात. पाण्याचे ड्रम, टाक्या फोडून टाकतात. क्रॅक फायरिंग करून दोन-चार जणांना उडवतात. घरांना आग लावतात. काहीजणांना धरून नेतात. एन्काऊंटर करून ठार करतात. पाठीत गोळी घातलेली असते. म्हणतात हे अतिरेकी होते. चकमकीत ठार झाले. कोणतीही संघटना काही करू शकत नाही. तुम्हीही काही करू शकणार नाही."

सरकार बदलले पण आतंकवाद वाढतोय, का? मनातली भीती अजून पहिल्यासारखीच आहे? अतिरेकी तर जनावर आहेत ते जनावरासारखेच वागणार, पण सिक्युरिटीवाले आमच्या सुरक्षेसाठी आहेत ना? तेच जर जानवरासारखे वागू

लागले तर शिकायत कोणाकडे करायची? पंडितस्त्रियांचा विषय मागे पडून परत परत काश्मिरींचे हाल याच विषयावर बोलणे येत होते. हुस्ना बेगमचे बोलणे बरेच तारतम्याचे तरी होते. फारच खोदून विचारल्यावर म्हणाली, "पंडित गेले, पंडिताईनही गेली. त्यांच्यावर अत्याचार झाले. त्यांचे हाल झाले हे खरे आहे. पण त्यांचा जीव वाचला. आम्ही कुठे जाणार? मारणारेही आमचे, मरणारेही आम्हीच. आम्ही कुठेही गेलो तरी काश्मिरी म्हणजे आतंकवादी अशाच नजरेने आमच्याकडे पाहणार. भारतात कुठे जाणार? काहीजण मेले काही जिवंत राहिले. म्हणत आम्ही इथेच राहिलो. पंडित आपली बाजू जगाला सांगू शकतात. आमची बाजू तुम्ही कोणाला सांगाल का? आपल्या घरी जाऊन सर्व विसरून जाल." या सर्वांशी बोलण्यातून मला तुटपुंजे एवढेच समजले की काश्मिरी मुस्लीम स्त्रियांनीही काही सोसले आहे. भोगले आहे. खूप गमावले आहे आणि आज शांतता निर्माण झाल्यावर या भांडवलावर भरपूर काही कमावण्याचा प्रयत्नही करत आहेत.

■

एका श्वासाचे अंतर

मी तिथे असताना एक सरकारी बिल्डिंग दिवसाढवळ्या भर दुपारी उडवली. त्या दिवशी नेहमीप्रमाणे मी आणि रशिद चहानाश्ता करून अकराच्या सुमारास निघालो होतो. आता रस्ता मलाही थोडाफार ओळखीचा झाला होता. पुढचे माहीत नाही पण आजवर तरी एकदा पाहिलेला रस्ता मी विसरत नाही असा अनुभव आहे. अगदी फार मोठे बदल झाले तर गोष्ट वेगळी. अगदी नायजेरियातही याचा अनुभव मी घेतला होता. माझ्यापेक्षा जास्त वर्षे तिथे राहिलेल्या माझ्या यजमानांना 'इलुपेजु' या लेगॉसच्या भागातील मराठी मंडळींच्या घराकडे जाणारे रस्ते मी दाखवत होते. श्रीनगरमध्येही घराजवळच्या कॉर्नरनंतरचा फ्लायओव्हर तेथील मार्केट एरिया, मग झेलमवरचा पूल, शेरे काश्मिर पार्क, लाल चौक इत्यादी ओलांडत आम्ही गेलो. 'जे ॲण्ड के' बँकेत रशिदचे काम होते ते केले. नंतर 'जे ॲण्ड के'चे इन्फर्मेशन सेंटर होते. तिथे मला काही माहितीपत्रके पुण्याला नेण्यासाठी घ्यायची होती. 'व्हॉईस ऑफ कश्मीर' या सरकारी मुखपत्राची (लोकराज्यसारखे) शक्य असेल तर वर्गणी भरायची होती. म्हणजे सरकारी आवरणातील का असेना इकडच्या बातम्या कळतात. नंतर जनाब गुलजार यांचेकडे जायचे होते. ते खास जुनी काश्मिरी लाकडाची (वुडन) घरे दाखवण्यासाठी जुन्या श्रीनगरमध्ये जामा मशिदीजवळ नेणार होते. जुने श्रीनगर तेथील बाजार, खास बेकऱ्या, वेताच्या वस्तूंची दुकाने, काश्मिरी मसाल्याची दुकाने, ड्रायफ्रुटस्‌ची दुकाने, खास सॅफरॉन (केशर) दुकाने असा खजिना पाहायला मिळणार होता. खरेदी करायची नसली तरी विंडो शॉपिंगमध्येही मजा असते. विशेषत: इथे बेकरी प्रॉडक्ट, कुलचा, लवासा, नान, तऱ्हेतऱ्हेचे ब्रेड प्रसिद्ध आहेत. हे सर्व करून चार-साडेचारपर्यंत घरी परतणार होतो.

हवा स्वच्छ चांगली होती. ऊन पडले होते. रस्ता मोकळा होता. तेव्हा वेळेत

सर्व व्हायला हरकत नव्हती. संध्याकाळी काही मंडळींना चहाला (हाय टी) बोलावले होते. मी बटाटेवडे करणार होते. झकास काठापदराची साडी नेसणार होते. भरपूर गरम कपडे घालून साडी नेसून बांगड्या, मंगळसूत्र, कानातले असा थाटमाट करायचा होता. एहसानही माझी सिल्क साडी नेसणार होती. गुलजारसाबच्या घरी जाताना रशिद परिसराची माहिती देत होता. ही अमुकतमुक बिल्डिंग हा नेहरूपार्क मध्येच चकाचक काचेची आय.टी. बिल्डिंगही लागली. नंतर दाललेक रस्त्यावर नत्थू स्वीटस् लागले, तिथून मिठाई घेतली. मी पुण्याहून नेलेले पदार्थ संपले होते. जवळच गुलजारसाबचे घर होते. या बसा, 'सलाम आलेकुम', 'वालेकुम सलाम' सोपस्कार पार पडले. कहावा, चहा, कुलचा झाल्या. ह्या खसखस कुलचा होत्या. स्पेशल 'बटरवाल्या'. म्हटले, आता नक्की झोप येणार. शिऱ्यासारखा खसरा की कसरा नाव असणारा गोडपदार्थ खाऊन झाला. आता निघायची वेळ आली. एवढ्यात रशिदचा आणि गुलजारसाबचे मोबाईल एकदमच खणखणले. घरातला फोनही वाजू लागला. दोघे जरा चिंताग्रस्त दिसले. दोन-सव्वादोन वाजत होते. एवढ्यात गुलजारसाबची बिनी 'या अल्ला' करत घाबरून बैठकीच्या खोलीत आली. तिघांचे काश्मिरी उर्दूत हळू आवाजात काही बोलणे झाले. काहीतरी गडबड झाली आहे एवढा अंदाज आला, पण काय झाले समजले नाही. भाभीजी माझ्याजवळ बसल्या. हे दोघे बाहेर गेले. आता मात्र मलाही धाकधूक वाटू लागली. मनात आले अब्बाजींचे काही बरे वाईट झाले की काय? ती म्हणाली, ''ये तो हमेशा का झमेला है। धमाके होतेही है। आप घबराना नही।'' म्हणजे अब्बाजी ठीक असून कुठेतरी बॉम्बस्फोट झालेला दिसतोय. तिला म्हटले, ''टी. व्ही. लाव, न्यूज कळेल.'' तर तेही तयार नाही. म्हणाली, ''बच्चे घरात आहेत त्यामुळे चिंता नही। आप फिक्र नही करना। थोडी देरमें सब ठीक होगा।'' आता मात्र माझे गप्पांमध्ये लक्ष लागेना. नाही नाही त्या गोष्टी आठवू लागल्या. एकदा तर वाटले कोंबिंग ऑपरेशन सुरू केले आणि मी इथे सापडले तर विनाकारण या चांगल्या मंडळींना त्रास होणार. अर्थात या ऐकलेल्या आणि माझ्या मनातल्या अतिशयोक्तीच्या कल्पना होत्या. मला थोडावेळ एकटीला स्वस्थ बसू दे हे तिला कसे सांगणार?

अर्ध्या तासात रशिद आणि गुलजारजी परत आले. रशिद म्हणाला, ''अम्मा प्रोग्रॅम चेंज हुआ है। थोडी देर रुकना पडेगा। मिलिटंटने आय. टी. बिल्डिंग उडा दी है। हमे उसी रास्तेसे जाना है। वहाँ अभी कर्फ्यू लगा है। नाकाबंदी भी है। आज शामका प्रोग्राम कॅन्सल किया है। मैंने एहसान और मेहमानोंको फोन किया है। अब्बाजी, एहसान, आमिषा सब ठीक हैं। उन्हे हमारीही चिंता हो रही थी अगर थोडा पहले निकलते तो फंस जाते। अम्मा हमे आदत है। मुझे आपकी फिक्र लगी है। आप आराम करो, कुछ नही होगा। शामको घर जायेंगे।'' मी काय बोलणार? थंड हवेमुळे

शिजवलेले बटाटे, वाटलेले आले-लसूण-मिरची खराब होणार नव्हते. फक्त मूड खराब झाला होता. बळे बळे दोन घास सर्वांनी खाल्ले. रात्री इथेच राहायला लागू नये. देवापाशी प्रार्थना केली. साडेपाच-सहा वाजता 'खुदा हाफिज' करून अल्लाची प्रार्थना करून निघालो. थंडी आणि घडलेल्या घटनेमुळे वातावरणात एक मरगळ आली होती. अंधार पडू लागला. दाललेकवरचे दिवे लुकलुकू लागले.

मला मुंबईतल्या क्वीन्स नेकलेसच्या झगमगाटाची आठवण आली. वाटेत गुलजारजींचा एक पोलीस मित्र मोटारीत बसला. मी पुढच्या सीटवरून मागे आले. लालचौक आला. बॉम्बस्फोटाने उडालेली बिल्डिंग पूर्ण उद्ध्वस्त झाली होती. आमच्याजवळ पास असल्याने आम्ही कर्फ्यूतून जाऊ शकलो. आणखीही तुरळक वाहने होती. चॅनेलच्या वाहिन्यांच्या गाड्या, त्यांचे इकडे तिकडे धावणारे कॅमेरामन, रिपोर्टर यांची एकच धावपळ उडाली होती. मोठा इव्हेन्ट होता ना? पोलीस सिक्युरिटी फोर्सचे लोक बघ्या मंडळींना हलवत होते. त्या बघ्या मंडळींकडे पाहताना मनात आले– आपल्या कामाचा जायजा (पाहणी) घ्यायला 'त्यांच्यातले' कोणी आले असतील का? कसे ओळखायचे? सगळेच फिरन-जॅकेट-मफलर गुंडाळलेले. सगळे नेहमीचेच दृश्य होते. फक्त तेव्हा सकाळ होती आणि आत्ता संध्याकाळ नव्हती. ती आय. टी. बिल्डिंग, त्याजागी एक ढिगारा होता. काचांचे तुकडे होते. संरक्षण दलाच्या लोकांनी बिल्डिंगला घेरले होते. ॲम्ब्युलन्स होती. फायर ब्रिगेड होते आणि आमच्यासारखे जीव मुठीत धरून जाणारे काहीजण होते. २६ जानेवारी जवळ आली होती, म्हणून केलेली ही दहशतवाद्यांची कारवाई होती.

मी पुण्याला परत आल्यानंतर 'जे ॲण्ड के'चे टुरिस्ट इन्फर्मेशन सेंटर मुजफ्फराबाद बस सुरू होण्याआधी अतिरेक्यांच्या हल्ल्यात जळून खाक झालेले टी.व्ही.वर पाहताना वाईट वाटले. एक सुंदर लाकडी इमारत भस्मसात झाली होती. पूर्वीचे हमले लपून छपून अंधार पडताना किंवा अंधारात होत. आता दिवसाढवळ्या होत होते. असे हल्ले, त्याला फौजेचा प्रतिकार गेले पंधरा-सोळा वर्षे काश्मिर अनुभवत आहे. त्यामुळे काश्मिरची प्रगती दीडशे वर्षे मागे गेली आहे असे रशिद म्हणतो. पण या गोष्टी घडू नयेत म्हणून काश्मिरी मंडळींनी काय केले? काय करत आहेत? याचे उत्तर कोणीच दिले नाही. रशिदच फक्त म्हणतो आमची चूक आम्ही भोगतो आहोत. अल्ला क्षमा करणार नाही. त्यामुळेच त्याचे नातेवाईक त्याच्याशी फारसे जिव्हाळ्याने वागत नाहीत. जरासा बहिष्कृत गावकुसा बाहेरचा वाटला. पंधरा वर्षांचे दु:ख त्याच्या हृदयात सलत आहेच. पण याला उपाय काय? मला तर त्याच्याविषयी वाईट वाटले. आपले घरदार वतन सोडून तू इकडे ये म्हणूही शकत नव्हते. फक्त सांत्वनाचा हात पाठीवर फिरवू शकत होते.

अलिशान इमारतीशेजारी मशीनगनच्या गोळ्यांची, मॉर्टर ग्रेनेडची भगदाडे

पडलेल्या, झडलेल्या इमारतीही शहरात जागोजागी दिसत होत्या. अशीच एक इमारत लालचौक परिसरात होती. दुमजली होती. अगदी हमरस्त्यावर दिसत होती. मी सतत पाहताना वाटायचे ही आपण कुठेतरी कधीतरी पाहिलेय. मागच्या जन्मातल्या गोष्टी दिसतात तसे वाटायचे. आणि अचानक आठवले २००४ जानेवारीतच दहशतवाद्यांनी लालचौकाजवळ एका गल्लीत एका घरावर कब्जा केला होता. घर तसे हमरस्त्यावरचे होते. पण घरात जाण्याचा रस्ता गल्लीतून होता. एक मजली (ग्राऊंड + एक) घर होते. त्यातून काही रहिवाशांची सुटका केली होती. एक बाई आपल्या दोन मुलांसह लष्कराच्या संरक्षणात पळत जाताना दिसत होती. कोणी वार्ताहरही जखमी झाला वाचल्याचे आठवते आहे. संपूर्ण परिसराची नाकाबंदी केलेली होती. चार-पाच आतंकवादी घरात घुसले होते. दोन-तीन नागरिकांना ओलीस ठेवले होते. दोन दिवस गोळाबारीसह जणू युद्धाचे वातावरण होते. एक इमारत आणि बाजूचा परिसर ही रणभूमी होती. न्यूज चॅनल्सवर सतत हेच दाखवत होते. मग लष्कराने कोणा कोणाची सुटका केली यात तीच स्त्री परत परत दाखवत होते. काही निरपराध मारले गेले. काही जवान शहीद झाले. कोणी जखमी झाले. त्यांना हॉस्पिटलमध्ये नेले वगैरे. ब्रेकिंग न्यूज होती. नंतर परत ब्रेकिंग न्यूज, दोन आतंकवादी पळून जाण्यात यशस्वी झाले. पण दोघांना सशस्त्रदलाने ढेर केले. मग परत परत तोच तो मेलेला आतंकवादी कोपऱ्यात पाय पसरून पडलेला, जवळ त्याची सॅक पडलेली दाखवत होते. इव्हेन्ट संपला. नवी न्यूज आली. मी पण टी. व्ही. वर हे सर्व नाट्य पाहिले होतेच. आणि एकदम लख्ख आठवले– हीच ती २००४ सालची जानेवारीतील आतंकवादी हल्ल्याची बिल्डिंग आहे. रफिकला जरा बाजूला घेऊन टॅक्सी थांबवायला सांगितली. खाली उतरून निरखून पाहत होते. होय! तीच ही छिन्न-विच्छिन्न पडकी इमारत होती. एहसानला आतच बसवून मी टॅक्सी ड्रायव्हर रफिकमियाँला म्हटले बस अभी आती हूँ. रस्ता क्रॉस करून डिव्हायडर वर उभी राहून फोटो काढायला लागले. लेन्सचा कॅमेरा असल्याने प्रश्न नव्हता. मी अँगल घेतला एवढ्यात एक लष्करी जवान जवळ आला त्याने माझ्या कॅमेऱ्यापुढे हात धरला. "फोटो खिंचना मना है," "क्यों?, सारी दुनियाने एक साल पहले यहाँ क्या हुआ, ये बिल्डिंग क्षतीग्रस्त हुई ये देखा है फिर अब ये क्यों मना है?" "वो हमे मालूम नही। अब मना है आप यहाँसे जाईये।" जास्त वाद घालण्यात अर्थ नव्हताच. मी मुकाट्याने परत फिरले. एक वर्षानंतरही ती इमारत होती तशीच होती. आय. टी.ची २००६ साली तशीच दिसेल.

मात्र दाललेक परिसर पर्यटकांचा असल्याने तिथे बरीच डागडुजी केलेली दिसत होती. तो भाग पर्यटकांसाठी सुरक्षित असल्याचा अनुभव मी आणि माझ्याबरोबरचे विमानातले पर्यटक घेतच होतो. रात्रीच्या थंडीत दिव्यांमुळे लुकलुकणाऱ्या शिकाऱ्यातून

हाऊसबोटीतून थोडेफार जाणेयेणे होतेच. विशेषत: नवविवाहित दाललेकच्या कडेकडेने हातात हात घालून बिलगून फिरत होते. सकाळच्या कोवळ्या उन्हात (दहा-अकरा वाजता) परिसरात भटकत होते. सायकल रिक्षातून, शिकाऱ्यातून येणारे फेरीवाले आवाज देत होते. एक रात्र मी पण दाललेक काठच्या हॉटेलात राहून ही मजा अनुभवली होती. घासाघीस करून बारीक सारीक खरेदी सर्वांनीच केली. शिकाऱ्यातून फिरले. शिकाऱ्यातून आलेल्या वस्तूंची सर्वांनी खरेदी केली. सांगितल्याच्या निम्म्या भावात बरोबरच्या मंडळींनी खरेदीचा आनंद लुटला. पण तो काही फार काळ टिकला नाही. कारण खरी किंमत त्यापेक्षाही कमी होती. मी मात्र काहीही खरेदी केली नाही. करणार नव्हतेच. खास अतिरेकी भेटीसाठी सर्व पैसे खर्च करून टाकले होते. आता मात्र वाटते परत जायला मिळाले तर हाऊसबोटीत राहीन. खरेदीही करीन. पण त्यांना भेटणार नाही आणि सीझन फळा-फुलांचा हवा.

मुक्काम संपत आला होता. बऱ्याच भेटीगाठी झाल्या होत्या. काही अपेक्षित तर काही अनपेक्षितही. सर्वांत मन विषण्ण करायचे ते बलात्कारित स्त्रियांचे दु:ख. एकूणच मी भेटलेल्या काश्मिरी स्त्रियांची अगतिकता, अंधविश्वास, उदास मानसिकता मनात झाकोळून यायचीच. या बायकांना मानसिक स्वातंत्र्य नाही असेच वाटत राहिले. भिशी, महिलामंडळे, क्लब, गेट टूगेदर अशा फारशा बाहेर मोकळेपणाने एकट्याने फिरण्याच्या संधी कमीच होत्या. पुण्याला आम्ही मैत्रिणी कधीकधी वैशालीत जातो, तर कधी भेळ-पाणीपुरी खायला जातो. एकमेकींचे वाढदिवस 'सुकांता', 'श्रेयस' मध्ये साजरे करतो. अगदी इकबाल, पेज-थ्री पासून पिक्चर्स पाहतो, तर फक्त मैत्रिणी-मैत्रिणी हिमाचलपासून राजस्थानपर्यंत सहलीला जातो. आता तर मी श्रीनगरला आले होते. माझ्या घरातील कोणाला खटकले नव्हते. पण एहसान, सकिना, साझिया असे काहीच करू शकत नव्हत्या. दहशतीमुळे पिक्चर हॉल ओस पडलेले. आता तर त्यांचे हॉस्पिटलमध्ये रूपांतर होणार असे ऐकले होते. पिकनिक वगैरे तर सोडाच पण रेस्टारंटमध्येही नवऱ्याने नेले तरच जायचे. घरकामाला नोकर मिळत नाही. मिळाला तरी विश्वास ठेवता येत नाही. चोरी करून पळून जाणे हमखास असते. ना दाद ना फिर्याद. अतिउच्च पदावर असाल तर चोर नाहीतर चोरीचा माल सापडतो. साहजिकच एहसानसह सर्वांना थंडीत घरकाम करावे लागतेच.

इंग्लंडमध्ये मी सहा महिने होते. मैत्रिणीकडे पाहुणी होते. तेव्हा धुणे, भांडी, केरवारा, बागकाम सगळे घरीच होते. पण वॉशिंग मशीन, डिशवॉशर, व्हॅक्युम क्लीनर या सोयींमुळे अवघड जात नव्हते. वीज जात नसल्याने वेळच्यावेळी सर्व कामे उरकली जात. खोळंबून राहावे लागायचे नाही. पुण्याला कडक उन्हामुळे मी थकून जाते तर एहसान कडाक्याच्या थंडीमुळे दमत होती. स्त्री-संघटना, मोर्चे,

मागण्या मागणे तिथेही आहे. पण ते कडाक्याच्या थंडीत नाही. आणि सर्रास नाही. मला अशा कोणी आधुनिक विचाराच्या भेटल्या नाहीत. पोषाखाने आधुनिकता येते असे नाही. वैचारिक स्वातंत्र्यच नसेल तर? सर्व भार अल्लातालावर सोपवून होत्या. अर्थात हिंदू मैत्रिणी स्थलांतरित का झाल्या याचे उत्तर देता आले नाही. आता कोणी हिंदू मैत्रिणीही नाहीत. इतकी झापडं लावलेली होती, की आजूबाजूचे जग, समाज जसा काही माहीतच नव्हता. अर्थात आमचे सर्व बोलणे दहशतीच्या सावटाखालचेच होते.

■

तीन दुःखे

निकाह

नूर, तिचा नवरा साजिद आणि त्यांच्या तीन गोंडस मुली, साजिदचे आईवडील, साजिदची मोठी बहीण यांची ही गोष्ट. कुठेही घडणारी, अगदी सुशिक्षित पुण्यातही घडणारी. फक्त नावे, धर्म, जात, राज्य वेगळे एवढेच. आज एकविसाव्या शतकातही उच्चभ्रू, उच्चशिक्षीत लोकांमध्ये सुद्धा मुलगा हवाच असे म्हटले जाते. चोरून गर्भजल चिकित्साही होते. प्रकृतीच्या नावाखाली मुलीचा गर्भ काढून टाकला जातो. दोन मुलींनंतर महाराष्ट्रात सहसा चान्स घेत नाहीत; पण मुलगा हवाच म्हणणारे काहीही करतात. अगदी त्र्यंबकेश्वरला जाऊन धार्मिक विधीही करतात. एकदाचा मुलाचा गर्भ निश्चित होतो. त्या आनंदात आधीच्या मुलीच्या गर्भाची हत्या विसरली जाते. सिझेरिअन होणार असेल तर दिवस, तिथी, मुहूर्त वगैरे पाहून बाळाला पोटातून काढतात. हे विज्ञान आणि ही श्रद्धा दोन्हीही पुण्यात आहे. मग काश्मिरमध्ये वेगळे काय? तर गर्भजल चिकित्सा होत नाही, पण मुलगा हवा असतोच. नूरलाही मुलगा हवा होता.

नूरचा निकाह दोन्ही घरच्या मंडळींनी ठरवला होता. नूर नोकरी करत होती. नगद पगार घरात येत होता हेच तिचे मोठे क्वालिफिकेशन होते. लख्ख गोरी, उंच कपाळ, धारदार नाक, नाजूक जिवणी अशी काश्मिरी स्वरूपतेची लक्षणे ठळकपणे नजरेत भरत नव्हती. साजिद मात्र उंचापुरा, सरळ नाकेला, गुलाबी गोरा, अस्सल काश्मिरी रूपाचा नमुना होता. शिकला सवरला, डिग्री असली तरी नोकरी नव्हती. व्यवसायही बेताचाच चालत होता. कधी कुरियर कंपनीत तर कधी LIC एजंट असं चाललं होतं. वडिलांचे पेन्शन, नूरचा पगार आणि त्याच्या इंजिनिअर भावाची नोकरी

छोटी-मोठी कामे असे बरे चालले होते. बहिणीचे लग्न सधन परिवारात झाले होते. काश्मिरमधील बदललेल्या परिस्थितीचा परिणाम सर्वांनाच भोगावा लागत होता. साजिदलाही दुर्दैवी अनुभव आला. लाल चौकात झालेल्या बॉम्बस्फोटात भावाची स्कूटर उडाली. तो जबर जखमी झाला. खूप उपचार केले. नूरचा सगळा फंड उचलून त्याला दिल्लीला नेले. जीव वाचला, पण एक हात-एक पाय गमावला. दोन्ही कानांची श्रवणशक्तीच नाहिशी झाली. भकास मन अपंग शरीराने तो श्रीनगरला आला. दिवस खुरडत जाऊ लागले. साजिद नुकसान भरपाईसाठी सरकारी कचेऱ्यांतून खेटे घालू लागला. ह्या अपघाताआधी भावाचे लग्न ठरले होते. वधुकडच्यांनीच स्कूटर दिली होती. वधूला एक लाखाचा मेहेर पन्नास हजारांचे दागिने दिले होते. एकुलती एक श्रीमंत घरातील मुलगी होती. वडिलांची इस्टेट तिलाच मिळणार होती. तिने अशा अपंग तरुणाला नकार देण्याआधीच साजिदच्या भावाने आत्महत्या केली.

शोकाचे चाळीस दिवस संपले. फतेहा पढून झाला. सर्वांचे रुटीन सुरू झाले. नूर घरचे सर्व कामधाम आटपून नोकरीवर जाऊ लागली. जातानाच तिन्ही मुलींना तयार करून शाळेत पोचवी. येताना घेऊन येई. शनिवारी शाळा नसे. तेव्हा सासू कसेतरी सांभाळी. दुपारी मदतीला म्हणून नणंद येत असे. मग मायलेकींच्या गुजगोष्टी चालत. घरी आल्यावर नूर कामाचा हा डोंगर उपसे. दहशतवाद वाढल्यानंतर नोकर मिळेना. मिळाला तरी तो कोण असेल याची खात्री नाही. खूप श्रीमंत लोकच नोकर ठेवत. नोकरांची अट असे त्यांना सरकारी नोकरी मिळवून द्यायची. मध्यमवर्गीय लोक घरीच काम करत. कितीही थंडी-बर्फ असले तरी नूर मुलींना स्वच्छ करे, केस विंचरे, काम करता करताच चहा घेई. सासू, सासरा, नवरा, नणंद एकत्र चहा पीत. गप्पा मारत. साजिद बहिणीला पोचवायला. दोस्तांकडे गपशप करायला जाई. बहुधा संध्याकाळी दिवे जात म्हणून आधी स्वयंपाक उरकावा लागे. थंडी असेल तर कांगड्या तयार ठेवायला लागत. हे सर्व उरकल्यावर मुलींचे, सासू-सासऱ्यांचे जेवण उरके. परत चहा घेऊन ती स्वत: नीटनेटकी होऊन साजिदची जेवायसाठी वाट पाहत बसे. पण तो आजकाल बराच उशीर करूनच परते. मुली झोपलेल्या असत. आजकाल तिला भूकही लागत नसे. त्याच्याबरोबर दोन घास खाऊन कधी अंथरुणाला पाठ टेकते असे होत असे. सकाळी लवकर उठावे लागे. हल्ली थकव्याबरोबर तिला चिंताही ग्रासे.

एक दिवस मोठ्या दोघींनी विचारले होते. ममा बडीअम्मी (दादीमाँ) आणि फूफीजी म्हणत होत्या की 'आम्हाला नवीन ममी येणार आहे. खरं का? कशी असेल ती?' नूर एकदम स्तब्ध झाली. मुलींशी थातूरमातूर बोलून विषय बदलला. मुलींना टी.व्ही. पाहायला बडीअम्मीच्या खोलीत पिटाळले आणि डोक्याला हात

लावून स्वस्थ बसली. मनात काहूर उठले होते. गेले काही दिवस तिलाही कुणकुण लागली होती. तिच्या अम्मीनेही विचारले होते. खरंच असं काही घडणार आहे का?

तिला नेहमी वाटे साजिदपेक्षा रूपाने आपण उणे आहोत. त्याची कसर ती स्वत:ला अतिशय व्यवस्थित ठेवून करे. तिचा स्वभावही लाघवी होता. हसताना गालाला खळ्या पडत. केस दाट कुरळे होते. बांधा कमनीय होता. साज शृंगारात प्रवीण होती. खुलून दिसतील अशी कपड्यांची निवड असे. साजिदची सुरुवातीची रूपाबद्दलची नाराजगी संपली. संसारात रुळला. पाठोपाठ तीन मुली झाल्या. नूर घरात गुरफटल्यावरही रात्री स्वत:चे साधे रूप खुलवूनच बेडरूममध्ये जाई. साजिदचा स्वभाव तसा रंगेलच होता. कॉलेजमधल्या मुली त्याच्या देखणेपणावर मरत. शिवाय तो उत्तम क्रिकेटियर होता. त्याची राहणीही नीटनेटकी आधुनिक होती. कधी कधी सणाला खास काश्मिरी पायजमा कुडता घातला की इतका देखणा दिसे, की नूर कोणाची नजर लागू नये म्हणून त्याच्या तळपायाला काजळाचा ठिपका लावी. तो पण पहिली रंगेली विसरून नूरवर खूप प्रेम करू लागला. त्याचा भाऊ म्हणे, ''भाबीजान, मेरे होनेवाली बिबीको आप जैसे रहनेको सिखाना.''

त्या भावाच्या मृत्यूनंतर मोठी बहीण घरी वरचेवर येऊ लागली. सुरुवातीला दु:ख विसरण्यासाठी असे. हळूहळू सासू-सासऱ्यांच्या कुजबुजीतले मेहेर, निकाह, कौम, मजहब हे शब्द चुकून माकून कानी पडू लागले होते. साजिदही घराबाहेर जास्त वेळ काढू लागला. घाटीतील वातावरण सुधारले होते. मित्रांकडे जाणे-येणे होई. कधी कधी तिला आणि मुलींना घेऊन फिरायला जाई. नत्थुराम स्वीटस्च्या दुकानातले सामोसे, आलु-टिक्की, चाट सर्वांना आवडे. अचानकच यात बदल होत गेला. बाहेर एकटाच जाई. घरात राहणेही कमी झाले. पूर्वीची शारीरिक ओढ आता कमी झाली तरी दुरावा नव्हता. हल्ली हा दुरावा डोकावू लागला होता हे जिचे तिलाच कळते. तिला ते आतल्या आत उमजत होते.

या आठ-दहा वर्षांत तिचा पगार चांगलाच वाढला होता. घरातील सर्वांचे लक्ष हळूहळू त्यावरच केंद्रित झाले. तिचा दीर गेल्यावर आता वंश कसा चालायचा? हिला तर फक्त मुलीच आहेत. ''साजिदचा वंश कसा चालायचा'' असे तिला ऐकू येईलशा स्वरात सासू-सासरे बोलायचे. हळूहळू सासू म्हणू लागली एवढे गहने, एवढा मेहेर त्या मुलीला दिला आहे तो परत थोडाच मागता येतो? सगळे दुसऱ्याच घरात जाणार ना? साजिदला दुसरा भाऊही नाही. मग साजिदनेच त्या मुलीशी निकाह करावा म्हणजे घरातली संपत्ती घरातच येईल. नूरला तलाक थोडाच द्यायचा आहे? ती बडी बहू राहणारच ना? साजिदच्या बहिणीनेच या मागणीचा जोर धरला होता. म्हणे मजहबमें दूसरी मंजूर है आणि वारीस हवाच. साजिदचा विचार करायला हवा ना? नूरने ऐकले होते ती मुलगी फारच देखणी आहे. ब्यूटी कॉन्टेस्टमध्ये

जाईल इतकी आहे. हल्ली साजिदही अधूनमधून 'तिकडे' जातो म्हणे. कधीकधी रात्री जागी होऊन ती साजिदच्या कुशीत शिरून कातरपणे विचारे तुम्ही दुसरा निकाह करणार का? माझ्यावरचे प्रेम संपले का? तो हळुवारपणे तिला थोपटे. हलकेच चुंबन घेई आणि कूस बदले. ती काय समजायचे ते समजे. तीन मुलींनंतर मूल नको असे दोघांनी ठरवले होते. आता त्यालाही वारस हवा होता. मुलगा एवढा महत्त्वाचा असतो? या तीनही मुली मेहेर आणतीलच ना? पण पुढचे कोणी काय बघितले आहे? कोणीच तिच्या उदासपणाकडे लक्ष देईना. घटस्फोट देणार नाहीत. नोकरीचा नगद पैसा हवाच. त्या मुलीच्या वडिलांची हरवान भागात मोठी इस्टेट. कोठी आहे. सर्व तिचेच आहे. म्हणजे साजिद तिकडे जाणार? पुढे मागे तलाक दिला तर? भरवसा कशाचाच नाही.

मुलगा हवा होता. होत नव्हता. हळूहळू वय वाढत होते. घरकाम, चिंता, काळजी, मुलींची उस्तवारी यात पहिली नूर राहिली नाही. डोळ्यांखाली काळी वर्तुळे वाढू लागली. मुलगा व्हावा म्हणून ती पिराला मन्नत मागू लागली. घराची टापटीप, मुलींची निगा राखणे कमी झाले. ती स्वत:ही खूप खराब झाली. मी श्रीनगरला गेले होते. साजिदच्या आमंत्रणावरूनच गेले होते. एक दिवस तिने विचारले, "आन्टीजी तुमच्या शहरात मुलगा होण्यासाठी काही जडी बुटी मिळतात का? तुम्ही नवस फेडायला वैष्णवदेवीला जाता. तुमच्याकडे कोणता भगवान माझा नवस पुरा करेल? मी येईन तिकडे." मी काय सांगणार तिला? पुण्यासारख्या शहरातही मुलीच्या गर्भाची जन्माला येण्याआधीच हत्या करतात. पुण्यातले सर्व देव देवता आठवले, माझी श्रद्धा म्हणून मी वैष्णवदेवीला गेले. नूर आली तरी सर्व देवांना नवस करून मुलगा होणार आहे का? शास्त्रीय जनुकीय कारणे तिला काय समजावून सांगू? त्यासाठी साजिद मदत करणार आहे का? मुलगा म्हणजेच वारस नाही हे माझ्यासारख्या मानलेल्या आन्टीने समजावून तो समजणार का? तो तर त्या मुलीकडे मला त्याची नातेवाईक म्हणून घेऊन गेला होता. तिचे अनुपम सौंदर्य मी जर विसरू शकत नाही तर नूर काय करेल?

पंचाहत्तर वर्षांपूर्वी माझ्या वडिलांच्या आईने (आजीने) माझ्या आईला मूल होत नाही म्हणून त्यांना दुसरे लग्न करायला सुचवले होते. डॉक्टर वडिलांनी ठाम नकार दिला होता. आईवडिलांच्या लग्नानंतर तीस वर्षांने आजी आजोबा वारल्यानंतर उतारवयात माझा जन्म झाला. धर्म, जात, प्रदेश, संस्कार, शिक्षण याचा प्रभाव असेल; पण नूरची कहाणी ऐकून माझ्या मनात मात्र आले– आजीचा प्रस्ताव ऐकून सत्तर वर्षांपूर्वी आईला काय वाटले असेल? काळ बदलला धर्म बदलला, प्रांत बदलला पण समस्या बदलल्या नाहीत.

मी नूरला म्हटले, "मी तुझ्यासाठी पुण्याला गेल्यावर नवस बोलेन. आमचा

गणेशभगवान पावतो म्हणतात.'' पुण्यातील दगडूशेठ गणपतीला खरोखर जाऊन आले म्हटले नूर आणि मुली सुखात राहू देत एवढंच मागते. अवघ्या दहा-बारा दिवसात मी रशिदच्या घरी राहून काश्मिरी स्त्रियांच्या दु:खाचे, प्रश्नांचे, मन:स्थितीचे विविध पैलू पाहिले. हे सर्व मुस्लीम समाजातले, बुरख्याआडचे दु:ख आहे.

दोन वर्षे उलटली. साजिदचा निकाह झाला. तो हरवानला ४ दिवस राहतो. तीन दिवस आईवडिलांकडे येतो. मुली लाडक्या आहेतच. नूरशीही चांगला वागतो. अजून दोघींनाही मुलगा झाला नाही. त्याने मला हरवानला बोलावले आहे पण शादीला मात्र बोलावले नव्हते. मनात येते नूरलाच मुलगा झाला आणि तिला मुलगीच झाली तर?

शाहीनची मुलगी

शाहीनचे वय तिच्या मुलीच्या मानाने जास्तच वाटत होते. तिच्या नवऱ्याचे वयही बरेच वाटत होते. तरुणपण संपल्यागतच दोघं वाटत होती. मुलगी अवघी अडीच-तीन वर्षांची दिसत होती. श्रीनगरमध्ये मला अशी अनेक जोडपी भेटली. वाटायचे, यांची मुले कधी मोठी होणार? तोवर यांची वयं किती वाढतील? त्यातून काश्मिरची स्फोटक परिस्थिती; घरातून बाहेर पडलेला माणूस परत येईलच अशी कधीकधी शाश्वती नसते. मनात प्रश्न साचत होते; पण विचारणे अवघड वाटत होते. प्रश्न भावनेचा होता. त्यातून मी एहसानच्या घरची पाहुणी. वेगळ्या राज्यातली, वेगळ्या जातीची, वेगळ्या धर्माची. सगळेच अशुद्ध आणि अवघड होते. एहसानला विचारावे तर शाहीन तिचीच मोठी नणंद. सरळसरळ कशी विचारणार? आणखी दोन-तीन वेळा भेट झाल्यावर शाहीनलाच स्पष्ट विचारले. तशी चांगली बोलघेवडी आणि लाघवी होती. तिचा नवरा आफरीदही भला माणूस वाटला. त्याचा छोटासा स्वत:चा व्यवसाय होता. लहानसे घर माणसांनी भरलेले होते. माझेही स्वागत अगत्याने, प्रेमाने झाले होते. त्याचे घर जवळच होते. पायीपायी जाण्याइतक्या अंतरावर होते. पण थंडी आणि मधूनमधून होणारी बर्फवृष्टी यामुळे आम्ही पायी जात नव्हतो किंवा मी एकटीही जात नव्हते. सलवार कमीज घातला तरी शेजारच्या सरदारणीसारखी दिसू बोलू शकत नव्हते. माझ्या कपाळावरची कुंकवाची टिकली ही माझी ओळख होती. सध्या विंटर हॉलिडे असल्याने एहसानला सुट्टी होती. त्यामुळे तीच माझ्याबरोबर सगळीकडे हिंडत फिरत होती.

मी पुण्याला परत जायचा दिवस जवळ येत होता. एक दिवस दुपारीच शाहीन खास मला भेटायला आली. त्यांचा चहा, माझा सॅफरॉन कहावा करायला एहसान किचनमध्ये गेली. मला दिलेल्या खोलीत आम्ही दोघीच होतो. मी जरा चाचरतच तिला विचारले, ''शाहीन, आप बुरा ना मानना। मुझे गलत नही समझना। मेरे मनमें

एक सवाल है,'' शाहीन म्हणाली, ''मला समजले अम्मा. माझी उमर इतकी बडी–करीब फोर्टी टू है आणि माझी बेटी फक्त दोन वर्षांची कशी हेच विचारायचे होते ना? काय सांगू आम्हा काश्मिरी बायकांची हालत कशी आहे ते? मी काही आता तरुण मुलगी नाही. पण इन्शाल्ला मला एक मुलगी तरी आहे. 'वांझ' नाही हेच खूप झाले. आणखी मूल कसे होणार? बेटी झाल्यानंतर पिरियड येणेच बंद झाले. लग्न पण उशिराच झाले. मुलगीही उशिराच झाली. या सगळ्याला कारण आहे इथली घाटीची परिस्थिती आणि वातावरण.

''मी वयात आले आणि इथले वातावरण इतके बिघडले की, लग्न करणे मुश्कील झाले. दिवस कितीही वाईट असले तरी वय थांबून राहत नाही. वय वाढत होते. अडचणीही वाढत होत्या. अम्मा नुसते सौंदर्य असून भागत नाही. नशीबही हवे. मधल्या काळात इथले हिंदू जसे संपले तसे काश्मिरी मुस्लीमही कमी होऊ लागले. विशेषत: तरुण मुस्लीम उग्रवाद्यांना थारा दिला नाही, तर हल्ला होतोच. सुक्या बरोबर ओली लाकडेही जळतात. मग लग्न कुठले? दोन वेळा मला मेहेर आला. वातावरण निवळण्याची वाट पाहत असताना दोन्ही मुले मारली गेली. एक दहशतवाद्यांनी मारला. एक सरकारी कचेरीतल्या स्फोटात गेला. दोष माझा नव्हता, वेळ तशी आली होती. पण माझ्यावर अपशकुनी शिक्का बसला. हळूहळू वातावरण निवळले; पण लग्नाची मागणी येईना. शेवटी आफरीदमियाँशी माझे लग्न झाले. त्यांची पहिली बायको वारली होती. लग्न, प्रेम, मुले या सर्वांवर आतंकवादाची काळीकुट्ट छाया पसरली होती. तुम्ही पंडितांवरचे अत्याचार वाचले असतील. नंतर आम्ही शिल्लक उरलो. आमचेही दुर्दैव ऐका. आमच्या काळ्या बुरख्याआडचे दुःख कोणाला सांगणार? कोण ऐकणार? कोण विश्वास ठेवणार?

''माझे लग्न अगदी साधेपणाने झाले. घाटीमध्ये दहशत शिल्लक होती. आमचे घर असे मध्यवस्तीत लालचौकाजवळ. मधूनमधून हल्ले होत होतेच, विशेषत: १५ ऑगस्ट २६ जानेवारीच्या आगे मागे ते वाढतात. लग्नाचे सगळे विधी पुरे झाले. हनीमून वगैरे सवाल नव्हताच. सुहागरात घरातच होती. माझे वय ३८ तर अफरिदमियाँ पंचेचाळीस वर्षांचे असतील. तरीही मला सुहागरातीची उत्सुकता होती. मनात मिलनाच्या भावना होत्या. रात्री मला माडीवरच्या खोलीत बसवले होते. नेहमीप्रमाणे वीज नव्हतीच. पण यावेळी मेणबत्तीचा प्रकाश चांगला वाटत होता. घुंगट काढला आणि सर्व घर हादरले. स्फोटाचा आवाज भरून राहिला होता. सटासट गोळीबारांचे आवाज आले. मी भीतीने थरथरत उभे होते. आफरीदमियाँ कॉटखाली लपले होते. खालच्या मजल्यावर गडबड ऐकू येत होती. घर नवीन, माणसे नवीन, आपले माणूसही नवीनच. मी गोंधळून गेले. काय करावे सुचेना एवढ्यात दाणदाण आवाज करत पोलीस वर आले. बरोबर मियाँची खाला होती.

मी घुंगट घेतला होता. तिने सांगितले, "नई दुल्हन है। शौहर नीचे है उनका इन्तजार करत उभी आहे." मला "व्हेरी व्हेरी सॉरी" म्हणत सर्वजण रूमबाहेर गेले. त्यांनी त्यांची ड्यूटी केली होती. मियाँसाब कॉटखालून बाहेर आले. मला कॉटवर बसवून दोन्ही हात पसरून अल्लातालाचा आशिर्वाद मागितला. घरातल्या कोणाचाही कसलाही तपास झाला नाही. उलट लग्नाची मिठाई खाऊन सर्वांनी आम्हाला आशिर्वाद दिले. अम्मा, अल्लातालाची कसम, मनात याचा इतका खौफ बसला की जवळ यायला सहा महिने लागले. शेजारच्या घरात स्फोट झाला होता. फायरिंग झाले होते. मीलनाच्या क्षणी कानात स्फोटाचा आवाज येई. बदन थंड-कडक मुडद्यासारखे होई. आफरीदमियाँची स्थिती वेगळी नव्हती. पण ते सावरले. घरात सासूसासरे म्हणू लागले दोन लडके खाल्लेली ही मनहूस डायन आहे. तिला घटस्फोट देऊन दुसरे लग्न कर. मग आणखी भीती! हळूहळू आम्ही मनाने जास्त जवळ आलो. लग्नानंतर तीन वर्षांनंतर मुलीचा जन्म झाला.

"माझ्यासारख्या कैकजणी तुम्हाला भेटतील. आतंकवादाचा हा पण एक चेहरा आहे. वतन सोडून आम्ही कुठे जाणार? मियाँसाबना घाटीबाहेर नोकरी कुठे मिळणार? 'काश्मिरी मुस्लीम' हा चेहरा राहणारच ना? मात्र आमच्या मुलीला खूप खूप शिकवणार आहोत. तिला खुल्या आकाशात जाऊ दे. काश्मिरमध्ये लग्न करून मुलगी बाहेर गेली तर तिचा वारसाहक्क नष्ट होतो. तो झाला तरी चालेल. पण ती फुलू दे. आपले भवितव्य उज्ज्वल करू दे. शाहीनच्या डोळ्यांतून अश्रूंच्या सरी वाहत होत्या. झन्ना (झरना-झरा) तिच्या मांडीवर शांत झोपली होती. माझे मन हे सर्व ऐकून सुन्न झाले होते. धर्म, जात, राज्य, देश, माणुसकी नसलेल्या आतंकवादाचे असे वेगवेगळे चटके किती जणांना बसले आहेत. बसत राहतील. साझिया, शाहीन, नूर सगळ्यांच्या वेगवेगळ्या कहाण्या. काळ्या बुरख्याआड दडलेल्या.

सत्य घटनेवर आधारित.

काश्मिरमध्ये अपत्य जन्माचे प्रमाण घटण्याचे कारण– 'दहशतवादाची मनातील सुप्त भीती' असे न्यूज चॅनेलवर थोड्या दिवसांपूर्वी सांगितले होते. त्याचे अनुभव मी २००५ सालीच ऐकले होते. शाहीन त्यातलीच एक.

सकिनाचे गोठलेले दुःख

सकिनाला माझ्याकडे पुण्याला यायचे आहे. असे तिने सांगितले. माझीही काही हरकत नव्हती. मी काश्मिरहून परत आल्यावर अर्थातच पहिला फोन रशिदला केला. प्रवास काही थोडाथोडका नव्हता. तोही एकटीने केला होता. घडलेल्या घटनाही साध्यासुध्या नव्हत्या, की भेटलेले लोक आपल्यातुपल्यासारखे नव्हते. अनेक वयोगटांच्या लोकांना भेटले, त्यातलीच ही सकिना. जरा सवडीने तिलाही

फोन केला. म्हटले पुण्याला कधी येतेस. तुझे काम इथे होईल. ती म्हणाली सध्या जबरदस्त बर्फ पडत आहे. रोड सतत बंद होत आहे. बर्फबारी कमी झाली की येईन. तिथे तेव्हा चिलेकनान चालू होता. अगदी दाल लेकही गोठले होते. सकिनाचे येणे लांबणीवर पडले, कारण नेहरू टनेल सतत बंद होत होता. हळूहळू बर्फ कमी झाला. नॅशनल हायवे नं. १ चालू झाला. तिला परत फोन केला तेव्हा ती म्हणाली, ''मी आता येऊ शकते. पंधरा दिवसानंतर परत फोन करा. म्हणजे नक्की तारीख सांगते. जम्मूहून थेट पुण्यापर्यंत ट्रेन आहे का? मी त्यानेच येईन. आप स्टेशनपर जरूर आना.''

पंधरा दिवसानंतर परत फोन केला. फोन मीच करत होते. रशिद व्यतिरिक्त मी माझा नंबर कोणालाही दिला नव्हता. दोन दिवसानंतर परत फोन केला. लागला नाही. त्याच दिवशी रात्री टी.व्ही.वर पाहिले, काश्मिरला भूकंपाचा जोरदार धक्का बसला. खेडीपाडी उद्ध्वस्त झाली. सकिनाही जवळच्या खेड्यातच राहत होती. सैन्याच्या मदतीने स्थिरस्थावर व्हायला महिना लागला. मी फोन करत होते. लागत नव्हता. फोनही उद्ध्वस्त झाले होते. दिवस महिने उलटले. घराच्या आवराआवरीत तिचा नंबर लिहिलेला कागद हरवला. डायरीत नंबर लिहून ठेवायला मी विसरले होते, पण मी तिला विसरले नाही. तिचा प्रॉब्लेम दूर करण्यासाठी ती इतक्या लांब दूरदेशी माझ्यावरच्या विश्वासाने येणार होती. काय झाले असेल तिचे आणि तिच्या आईचे.

सकिना तरुण होती. वडील बॉम्बस्फोटात गेल्यापासून लग्न न करता घर संभाळत होती. भाऊ लापता होता. लापता म्हणजे काय? शोध घेतला नाही का? तक्रार केली नाही का? विचारल्यावर सर्वजण चूप झाले. आपण समजून घ्यायचे. मारला गेला किंवा उसपार गेला. कधीकधी लपून छपून यायचा. चार पैसे द्यायचा. दालचावल पोटाला मिळत होते. तो आला की घराची दारे-खिडक्या बंद असत. तो गेल्यावर घरात सामानसुमान भरलेले दिसे. गोश्त शिजत असे. हळूहळू सर्वांना याची सवय झाली. घरोघर यातील काही ना काही घडत होतेच. काश्मिरचा आतंकवाद म्हणून संपत नव्हता. छुपा पाठिंबा आणि मागणी तसा पुरवठा होत होता. हळूहळू भावाबरोबर 'उसपार' गेलेली इतर तरुण मुलंही येऊ लागली. सकिनाची आई त्यांच्यासाठीही जेवण बनवू लागली. टुरिस्ट सीझन नसला, बर्फबारी असली की सगळे रात्रीचे वस्तीला राहू लागले. कधी दोघे तिघे तर कधी पाच-सहा जणही असत. अम्मी बरोबर सकिनाही दिवसभर काम करत असे. रात्री झोपण्यासाठी मोडक्या जिन्याने माडीवर जाई. तिची आई जिन्यात बसून राही. भाऊ बिनघोर झोपलेला असे. एक-दोन दिवसातच सर्वजण गुपचूप अंधारात नाहीसे होत. काही दिवस शांत जात आणि अचानक कोंबिंग होई. पोलीस तपास करत. त्यांचेही खबरे

असतच. एकदा संशयाने सकिनाची लेडी डॉक्टरकडून तपासणी झाली. तिचा काही वेळा गर्भपात झाला आहे हे समजले. घरात कोणी पुरुष सापडला नाही. पण रेशन, गॅस सिलेंडर, मिल्क पावडर, चहा, साखर, उत्तम तांदूळ, ड्रायफ्रूट असे सामान भरलेले मिळाले. सर्वांचे कपडे नवीन घेतलेले होते. पण सतत पोट पाडून सकिना खचली होती. तिचे हाल आईला बघवत नव्हते.

एक दिवस आलेल्या 'त्या' पाहुण्यांना आईने सांगितले सकिना घरी नाही. आत्याच्या गावी गेली आहे. काही दिवस श्रीनगरलाच राहणार आहे. सकिना न मिळाल्याने पिसाटलेल्या 'त्यांनी' तिच्या आईलाच धरले. म्हणाले, ''वो नही तो येभी चलेगी.'' तिच्यावर बलात्कार केला. ती पलंगावर कोसळली. हलते-चालते -खाते पण शब्दही कोणाशी बोलत नाही. वाचाच हरवली आहे. रडतही नाही. अश्रू थिजले आहेत. तिचा देह फक्त स्त्रीचाच आहे आईचा नाही हे तिला कळले आहे. भाऊ तेव्हापासून नाहीसाच झाला. सकिना आईची सेवा करते. भावाची आर्थिक मदत बंद झाली तरी घर चालवते आहे. दालचावल शिजतेय. माझी तिची भेट झाल्यावर म्हणाली आन्टीजी मला पुण्याला यायचे आहे. पोटात काही वाढायला नको म्हणून गर्भाशयच काढून टाकायचा आहे. बलात्कार असले तरी ते शरीराला आणि निसर्गाला समजत नव्हते. गोठलेल्या बर्फातले हे दुःख दूर करायला मी तिला पुण्याला ये म्हटले. पण निसर्गाच्या रुद्रावतारात तिचा पत्ताच हरवला. मनाला माझ्या निष्काळजीपणाची बोच कायम राहिली. एका तरुण मुलीचे काळ्या बुरख्याआड दडलेले दुःख मला अजूनही अस्वस्थ करून सोडते. सांगताना शब्द अडखळतात, भिजतात आणि गोठतात. आतंकवादाचा असाही चेहरा मला दिसला.

■

शंकाकुशंकांचे जाळे

आत्ता उतारवयात काश्मिरला येताना निव्वळ पर्यटक ही दृष्टी नव्हती की भविष्याची स्वप्ने नव्हती. आणि हॉटेलमध्ये वास्तव्यही नव्हते. मुस्लीम समाजातील वेगवेगळ्या वयोगटातील लोकांना भेटत होते. सर्वप्रथम रशिदच्या वडिलांना भेटले. मीही अब्बाजीच म्हणू लागले. त्यांचे दोन तीन मित्रही भेटले. जे मौलवी होते. ते बऱ्यापैकी कर्मठ होते. रशिद मला अम्मा म्हणत होता, मी त्याच्याच घरी राहते हे त्यांना रुचले नसावे. त्यातून मी शुद्ध शाकाहारी असल्यामुळे तेही शाकाहारीच जेवण घेत. अब्बाजींना रोज गोश्त लागतेच. रशिदच्या घरचा स्वयंपाक एकदम झणझणीत म्हणजे तिखटजाळ म्हणावा असाच असतो. पण माझ्यासाठी अगदी कमी मिरची मसाला घालून करत. अब्बाजीही त्यांना बेचव वाटणारे हे जेवण माझ्यासाठी खात. त्यांनीही मला बहीण म्हणून स्वीकारले होते.

प्रथग घराजवळचे मौलवी भेटले ते दिल्लीतील राजकारणी लोकांना एकांगी दृष्टिकोनातून पाहत होते. त्यांची मते त्यांचे विचार पटले नाहीत तरी मी ऐकून घेतले. रशिदने त्यांच्या स्वभावाची आधी थोडी कल्पना देऊन ठेवली होती. हिंदू समाजाविषयीचा आकस, फक्त आपलाच धर्म श्रेष्ठ याविषयीच बोलले. काश्मिरी मुसलमान समाज सोडून इतर समाजाविषयी त्यांना कणभरही माया नव्हती. खबर नव्हती. दोन मित्रांना मात्र आपले बालपणापासूनचे सर्व काश्मिरी पंडित मित्र सोडून गेले याचे दुःख होते. त्यांचे म्हणणे पंडितांनी असे निघून जायला नको होते. काहीजण मारले गेले असले तरी बाकी इथेच राहिले असते. पंडितांवर अत्याचार झाल्याचे सर्वच मान्य करत होते. तेव्हाचे राज्यसरकारही हतबल होते. अतिरेक्यांना रोखू शकत नव्हते. अतिरेक्यांनी कब्जा करूनच सर्व ताब्यात घेतले होते. केंद्रसरकारही निष्क्रिय वागत होते. आम्हालाही त्यांचे हाल दिसत होतेच. पण आमच्यावर बंदुका

रोखून आम्हाला घरात डांबले. एकेक अतिरेकी एकेका घरात दहशतीसाठी थांबला. मॅडम शेवटी आपली जान महत्त्वाची. आपको मालूम है ना? बिरबलकी बंदरियाने पानीसे बचने के लिए अपनेही बच्चेको पाँव के नीचे रख दिया! या अल्ला! कयामत ही आयी कश्मिरघाटीपर. कदाचित हे नक्राश्रूही असतील असे मनात आलेच. इथे येण्याआधी वाचलेल्या सर्व पुस्तकांचे संदर्भ मनात होतेच. सारखे वाटत होते त्यांना विचारावे, 'तुम्ही दहा पाच मेला असतात तरी शंभर पंडित वाचले असते ना? सरकार तुमच्याच कौमचे होते, तेव्हा तुमचे पारडे जड होतेच.

आम्ही पेपरमध्ये वाचले की हब्बाकादलची सर्व पंडित कॉलनी मुस्लीम समाजाच्याच ताब्यात गेली. त्यांनी त्यावर कब्जा केला. मग आता ती घरे पंडितांना बोलावून सन्मानाने परत का करत नाही? का अजूनही तुम्हाला अतिरेक्यांचे भय वाटते? काश्मिर हा भारताचा भाग आहे. तुम्ही भारतीय आहात ना? मग फक्त तुम्हालाच का खास ३७० कलमाचे अधिकार हवेत? समान नागरी कायदा का नको? स्वायतत्ता का हवी? तुम्ही १५ ऑगस्ट आणि २६ जानेवारी साजरा करता का? भारतीय आहात तर हे दोन राष्ट्रीय महत्त्वाचे दिवस का मानत नाही? शुक्रवारची सुट्टी मी समजू शकते. पण शाळेपासून राष्ट्रगीत राष्ट्रध्वजाचा सन्मान मुलांना शिकवायला नको का? एका राष्ट्रात राहून तुमच्या राज्याचा ध्वज वेगळा का? भारत माझा देश आहे ही शिकवण तुम्ही पाळता का? तुम्हाला कोण जवळचे वाटते? पाकिस्तान की हिंदुस्थान? पण मलाही थोडीफार भीती वाटलीच. संपूर्ण राज्य पाकिस्तानने पोखरलेले आहे. तिथे माझे एकटीचे मूक रुदन म्हणजे हतबलताच होती. आणि हे काय सरकारला माहीत नसेल? केंद्रसरकार, राज्यसरकार सर्वांना माहीत आहे की या दोन दिवशी (१५ ऑगस्ट व २६ जानेवारी) हिंसाचार उलट वाढतातच. पाकिस्तानचा झेंडा फडकवला जातो.

ज्या वातावरणात, ज्या घरात, ज्या समाजातील मंडळींशी बोलत होते तिथे ते योग्य नाही असे मनात आलेच. कारण मी पण बिरबलाची माकडीणच होते. मला सुखरूप पुण्याला परत जायचे होते. 'वेडात दौडले वीर मराठे सात' याप्रमाणे एकटीने एक साहस केले पण आता 'तसलं' काही साहस नको होतं. जन्मापासूनचे मनावरचे संस्कार मी हिंदू आहे बजावत होते. रशिद मुलासारखे वागत असला तरी तो धर्माने मुस्लीम आहे हेही मनात असेच. असे ऐकले होते, विशेषत: काश्मिरला येताना, 'एकटा मुसलमान खूप चांगला सुस्वभावी असतो. एकाचे दहा झाले की त्यांच्या मनावर धार्मिक पगडा बसतो. दहाचे शंभर झाले की ते कडवे जातीयवादी मुस्लीम बनतात. धर्मांध होतात आणि शंभराचे हजार झाले की हिंदूंचा द्वेष करणारे, त्यांची मालमत्ता हडप करू पाहण्याच्या विचाराचे होतात. दहा हजार झाले की ती बळकावण्यासाठी हल्लेखोर होतात आणि हाच दहशतवादी होण्याचा पाया असतो.'

जनाब हबिबउल्लाखान बरेचसे पुरोगामी विचाराचे होते. त्यांनी काश्मिर बाहेर प्रवासही केला होता. नोकरीनिमित्त देशात वेगवेगळ्या भागात राहिले होते. सरकारी नोकरीतून निवृत्त होते. वाचनही बऱ्यापैकी होते. त्यांनी सांगितले, प्रत्येक प्रदेश (राज्य) एखाद्या जंगलाप्रमाणे असतो. त्यात हत्ती असतात. गवे असतात. अस्वले असतात. कोल्हे, लांडगे असतात. वाघ, सिंह, हरणे आणि ससेही असतात. प्रत्येकाची जीवनपद्धती एकमेकांच्या जगण्यामरण्यावर आणि माणसाने नाश केलेल्या, वाचवलेल्या पर्यावरणावर अवलंबून असते. शेर जसा जंगलाचा एक घटक आहे तसाच ससाही आहे. या सर्वांचा समतोल असेल तरच ते जंगल परिपूर्ण होते. नुसतेच वाघ, नुसतेच हत्ती उपयोगी नाहीत. तसेच नुसती हरणे आणि ससेही नकोत. एखादा घटक कमी किंवा नष्ट झाला की पर्यावरणाचा तोल ढासळतो.

आज काश्मिरघाटीचाही तोल असाच ढासळलेला आहे. पंडित मंडळी वादी सोडून निघून गेल्यामुळे इथली बुद्धिमत्ता निघून गेली. सांस्कृतिक संतुलन असमतोल झाले आहे. जेव्हा पंडित परत येतील तेव्हा काश्मिरवादी परिपूर्ण होईल. त्यांचे म्हणणे खूपच सुसंगत, आश्वासक वाटले. अशी मंडळी किती असतील? ती काही करू शकतील का? की सगळेच फक्त बोलके शंख असतील? याचा अंदाज कसा यावा? पंडितमंडळी खरोखरच परत येतील का? त्यासाठी लागणारी कृतीशीलता, इच्छाशक्ती एकातरी राजकीय अथवा सामाजिक नेतृत्वाकडे आहे का? उदंड असणाऱ्या राजकीय, सामाजिक संस्था यासाठी काही प्रयत्न करतील का? साधे धरणग्रस्तांचे पुनर्वसन नीट करू न शकणारे सर्वपक्षीय नेते पंडित विस्थापितांना आपल्या मायभूमीत परत आणू शकतील का? की सर्व हिंदू पंडितांनी फक्त 'नमस्ते शारदेदेवी काश्मिरपूरवासिनी' एवढी प्रार्थनाच म्हणायची? या पंडितांसाठी संपूर्ण भारतभर अहिंसक आंदोलन उभे करण्याची ताकत आज कोणात आहे? देशाच्या फाळणीमुळे झालेले निर्वासित आणि आता देशातच होणारे निर्वासित यांच्यात फरक काय? काही हिंदू, काही शीख जरूर दिसले. हिंदू बहुतेक पंजाबी असावेत असा अंदाज आहे. पण काश्मिरी पंडित होते का? ते परत आले तर काश्मिरी मुस्लिम समाज त्यांना स्विकारेल का? काश्मिरी पंडित स्थलांतरित झाले. जम्मू आणि उर्वरित भारतात विखुरले. अगदी पुण्यातसुद्धा आहेत. हळूहळू सत्य पचवून स्वत:ची घडी बसवत आहेत.

पण जे हजारो पंडित जम्मूला आखनूर रस्त्यावर मिश्रीवाला आणि आणखीही काही जागी विस्थापित कॉलनीत किडा मुंगीसारखे जगत आहेत, त्यांचे काय? नेहरूटनेल, (बनिहाल पास) पलीकडचे काश्मिरखोरे ही त्यांची जन्मभूमी आता त्यांची राहिली नाही. तिथे आपली घरे, शेती, उद्योगधंदे होते. तिथला उत्तम तांदूळ आपण खात होतो. तिथली थंड हवा आपली होती. तिथे फुलणारे गुलाब आपले

होते. हे सर्व त्यांनी विसरायचे का? मृत सग्यासोयऱ्यांप्रमाणे आपली भूमी आपल्यासाठी मृत झाली समजायचे का? यातले उरात सलणारे दु:ख तुम्हा-आम्हाला कदाचित समजणार नाही, इतके आपण सुरक्षित आहोत असेच मला काश्मिरला जाऊन आल्यापासून वाटत आहे. ज्याचे जळते त्यालाच आग काय आहे समजते म्हणतात. सुरक्षित हस्तिदंती मनोऱ्यात बसून मला होणारे दु:ख ढोंगी नसले तरी नपुसंक होते. या विस्थापित पंडितांना प्रत्येक कुटुंबामागे फक्त सहाशे रु. मिळतात. काही ठिकाणी थोडा फार निकृष्ट दर्जाचा शिधाही मिळतो म्हणे आणि वनरूम किचन अशी जागा दिलेली आहे. दलदल, चिखल अशा अनेक गैरसोयी आहेत. कुठे त्या हब्बाकादलच्या मोठमोठ्या हवेल्या, कुठे ही खुराडी!

काहीजण केंद्रसरकार-राज्य सरकारच्या नोकरीत सामावले गेले. आता जम्मूच्या डोग्रा या हिंदू जमातीला वाटते हे उपरे काश्मिरी आपल्या नोकऱ्या बळकावत आहेत. आम्ही मूळ रहिवासी मागे पडत आहोत. या द्वेष भावनेची कुजबुज मलाही ऐकायला मिळाली. राजकीय पक्ष यांना चिथावणी द्यायला टपलेले आहेतच. अर्थात खानसाहेबांसमोर मी फारसे काही व्यक्त करू शकले नाही, तरी थोडेफार बोलणे झालेच. त्यांनी सांगितलेला जंगलचा कायदा बरोबर असेल, पण हा कायदा कोणी हातात घेतला याचे उत्तर मात्र मिळत नव्हते. उजाड, भकास पंडित कॉलनीत खरोखरच पंडित परत यावे असे वाटत असेल तर या पुरोगामी विचाराच्या मुस्लीम समाजाने पुढाकार घ्यावा. आपल्या मित्रांना माघारी बोलवावे. बळकावलेल्या हवेल्या त्यांच्या ताब्यात द्याव्यात. छातीचा कोट करून धर्मांधांपासून त्यांचे रक्षण करावे. हे का घडत नव्हते याचे उत्तर या मंडळींजवळ नव्हते. मी खोदून विचारल्यावर त्यांनी विषयांतरच केले. मलाही जास्त ताणून धरता येत नव्हते.

तरीही मी विचारलेच, सर्व काश्मिरी पंडित संपूर्ण काश्मिरमधून असे एकदम का निघून गेले? तुम्ही त्यांना जाऊ नका असे का सांगितले नाही? एका मुस्लीम व्यक्तीने उत्तर दिले– त्या वेळी काश्मिरचे राज्यपाल जगमोहन हे होते. हिंदुत्ववादी होते. मुस्लीम समाजावर त्यांचा बिलकुल विश्वास नव्हता. त्यांना काश्मिर अल्पसंख्याक करायचे होते. त्यांनी पंडितांना एकत्र बोलावून सांगितले तुम्ही पंधरा-वीस दिवसांसाठी काश्मिर खोऱ्याबाहेर जा. मी वाहने देतो. मला पाकिस्तानी अतिरेकी शोधायचे आहेत. ज्या अतिरेक्यांनी तुमच्यावर अत्याचार केलेत त्यांना मुस्लीम घरात सहज आश्रय मिळतो. त्यासाठी कोंबिंग ऑपरेशन करावे लागेल. घराघरात घुसून शोधून त्यांना मारावे लागेल. त्यात तुमचा बळी जायला नको. त्यासाठी मला काश्मिर खोऱ्यात फक्त मुस्लिमच राहायला हवेत. म्हणजे हे सोयीचे होईल. काम होताच मी तुम्हाला परत बोलावेन. महत्त्वाच्या वस्तूंसह पंडित जम्मूकडे गेले. पण तेवढ्यात हे कोंबिंग ऑपरेशनच रद्द झाले. उलट मिलिटंटचा जोर वाढला. मग इतर

गावातले पंडितही जिवाच्या भीतीने निघून गेले. पंडित निघून गेले आणि मिलिटंट इथेच राहिले. असा इतिहास त्यांनी सांगितला. खरे खोटे करण्याची माझी ताकद नाही. पण ऐकतानाही कसेतरीच वाटले. एका व्यक्तीच्या सांगण्यावरून हजारो लोकांनी आपले घरदार सोडले असेल? की आणखी काही कारणे आहेत? घटना काही असोत. निर्णय काही असोत. विस्थापित पंडित आणि रहिवासी काश्मिरी मुस्लीम हा हळवा, नाजूक, जिव्हाळ्याचा प्रश्न झाला आहे. पेपरमध्ये जम्मू म्हटले की गांजू, मद्रू, भट, वांछू अशी नावे येतात. पंडितांच्या प्रतिक्रिया वाचतो. त्यांचे हाल वाचून हळहळतो. तेच श्रीनगर म्हटले की हनिफ, इकबाल, मसूद, जिलानी अशी नावे येतात. टी.व्ही. असो, वर्तमानपत्र असो अथवा प्रत्यक्ष भेटीतील मुलाखती असोत माझ्या दृष्टीने सत्य एवढेच होते ही रुंदावलेली खोल जीव घेणारी दरी कोणता राजकीय पक्ष अथवा सामाजिक कार्यकर्ते सांधतील का? की आणखी एखादा महात्मा जन्मायची वाट पहायची? मने जुळण्यासाठी एकत्रीकरणासाठी किंवा पुन्हा अत्याचारी फाळणी-विभाजनासाठी? याचे उत्तर भविष्यकाळच देईल. माझ्यासारखी सामान्य स्त्री फक्त काही व्यक्तींशी सुसंवाद साधू शकते. कुठल्याही अभिनिवेशाशिवाय. फक्त सद्‌हेतूने इथे शांतता नांदावी म्हणून.

अब्बाजींचे मित्र, मौलवी, त्यांच्या वयाचे नातेवाईक यांच्याबरोबर बराच वेळ गप्पा झाल्या. निष्पन्न काही नाही. आम्ही वाचलो, आम्ही जगतो आहोत एवढेच. मात्र यांची मुले १९८५-८६ च्या काळात शिकायला जात होती, तेव्हा संध्याकाळी परत येतील याची शाश्वती वाटत नव्हती. शिवाय ती बाहेर कोणाच्या संगतीत काय करत होती माहीत नव्हते. त्या वेळी या मुलांचा दिनक्रम, मित्रमंडळी याविषयी कोणी काही जाणून घेतले नसेल का? आणि असेल तर त्या दिवसांविषयी सर्वजण एकदम चूप होते. जणू मधली वर्षे पुसून टाकायची आहेत. १९८८-८९ ते २००१-२००२ या काळात आता मला भेटणारी मंडळी काय करत होती? अब्बाजी आणि त्यांची ही मित्रमंडळी पन्नाशीच्या घरात असणार. त्यांचे घरसंसार कसे चालत होते. व्यवसाय उद्योग कसे चालत होते? गुजराण कशी होत होती? फक्त अल्लातालाच्या मेहरबानीने पोट भरत होते? अन्न, वस्त्र, निवारा मिळत होता? कामाला न जाताही पैसा मिळत होता? याच काळात अतिरेकी सक्रिय होते. बॉम्बस्फोट घडत होते. यात यांचे कोणी मृत्युमुखी पडले का? यांचे 'कोणी' अतिरेक्यांना सामील झाले का? माझ्या मनात प्रश्नच प्रश्न होते. खानसाहेब फक्त म्हणाले थोडी शांतता असेल तरच कामावर जायचे. फायलींचा ढीग उपसायचा. पण खरे म्हणजे काही काम, त्याची अंमलबजावणी करायला प्रशासन हजरच नव्हते. राष्ट्रपती राजवट जरा बरी होती. काही कामे निश्चित मार्गी लागली. नाहीतर आम्ही फक्त पगार घेणारे होतो. घरात जमेल तेवढे रेशन, इंधन भरून ठेवायचे

आणि बाहेर दंगा सुरू झाला, कर्फ्यू झाला की आठ आठ दिवस घरात दडी मारून बसायचे. फार वाईट दिवस होते.

त्याच दिवशी संध्याकाळी एकीकडे चहापानासाठी गेलो. आता मी सराईतपणे लून कहावा, सॅफरॉन कहावा पिऊ लागले होते. कुलच्यांचे विविध प्रकार खात होते. थंडीला सरावले होते. कांगडी वापरायला शिकले होते. याठिकाणी रशिदचे काही मित्र जमले होते. इकबाल, युसूफ हिलाल, गफार, गुलजार इत्यादी आठ-दहा जण होते. सर्वांच्या मागे जनाब लावून एकमेकांशी आदबीने बोलत होते. नाहीतर पुढे साब लावायचे. सर्वजण चाळिशीच्या आतबाहेरचे होते. वेगवेगळ्या व्यवसायातले होते. तिघेजण हॉटेल व्यवसायातले होते. यावर्षी २००५ ला बर्फातही भरपूर पर्यटक आले म्हणून खूष होते. मे नंतर सप्टेंबर पर्यंत सर्व हॉटेल्स बुक झाली होती. एकाचे रेस्टॉरंट (धाबा) होते. हॉटेल व्यावसायिक म्हणाले, महाराष्ट्रातून खूप पर्यटक येतात. पण ते तेथील ट्रॅव्हल कंपनीबरोबर. इथे त्यांना फक्त हॉटेल स्टे (निवास) आणि किचनची सोय हवी असते. त्यांचे महाराज बरोबर असतात. इथल्या बांधलेल्या दुकानातून भाजी व रेशन खरेदी केले की त्यांचे काम भागते. बंगालीसुद्धा ग्रुप करूनच आपल्या कुकसह येतात. फार घासाघीस करून वस्तू घेतात. या दोन्ही राज्यातले लोक लोकल रेस्टॉरंट, धाबा यात फारच कमी जातात. कंपनी दाखवेल तेवढीच ठिकाणे पाहून संध्याकाळी हॉटेलवर आले की फार क्वचित फिरायला बाहेर पडतात. तेही फक्त दाललेक कडेकडेने हॉटेलच्या आसपासच फिरतात. टूर ऑपरेटर सांगेल त्या दुकानातून किंवा सरकारी एम्पोरियम मधूनच खरेदी करतात. आधी खूप हिंडून माल पाहून किंमती विचारून शेवटी खरेदी करतात. लोकल मार्केट टाळतात. हॉटेल, धाबे, मार्केट, टॅक्सी सबकुछ पर्यटकांवरच अवलंबून असलेली साखळी आहे.

हिलालखान यांचा स्वत:चा व्यवसाय आहे. गालिचे विकण्याचा आणि फर्निचर विकण्याचा. गफारमियाँची ट्रान्सपोर्ट कंपनी आहे. तर युसूफ, अशरफ कॉम्प्युटर इंजिनिअर आहेत. केंद्रसरकारच्या सेवेत असल्याने सर्वांत सुखी होते. अर्थात त्यांची शिक्षणे राज्याबाहेर झाल्याने बाहेरच्या जगाशी ओळख होती. आमच्या रशिदची ट्रॅव्हल एजन्सी जवळजवळ बंद असल्यासारखीच होती. सर्वजण सुशिक्षित, पदवीधर दोन किंवा तीन मुले असणारी, सर्वांचा काही ना काही कारणाने बाहेरच्या जगाशी संबंध आल्याने बऱ्यापैकी उदारमतवादी वाटले. १९८५, ८६, ८७ साली दहशतवाद बहरात येऊ लागला तेव्हा सर्वजण ऐन तारुण्यात गधे पंचविशीत असे होते. करिअरच्या सुरुवातीलाच यांना दहशतवादाची झळ पोचली. शिक्षणाचाही उपयोग नव्हता. फक्त आला दिवस ढकलायचा होता. नोकरी नाही, उद्योगधंदा चालत नाही, व्यवसायाच्या वेगवेगळ्या वाटा नाहीत, कोणी मार्गदर्शक नाहीत. कट्ट्यावर,

चौकात, बागेत अथवा कोणाच्या तरी घरी जमून गप्पा मारण्यात वेळ घालवावा लागे. सर्वजण भरडले जात होते. इकबाल दहा वर्षे बेकार होता. हिलालखानचे कार्पेट, फर्निचर विकत घ्यायला कोणी येत नव्हते. बऱ्याच जणांना घरचे काही पाठबळही नव्हते. गुलजारसाबचे काश्मिरी वस्तूंचे एम्पोरियम होते. वस्तू, माल होता. पण तो हल्ल्यातून, आगीतून वाचेल याची शाश्वती नव्हती. विकत घ्यायला पर्यटकही नव्हते. दूर खेड्यात शेतीवाडी होती. ती पण अगदी तुटपुंजी होती. बागा ओसाड पडल्या होत्या. खेड्यात जाऊन काही मिळणार नव्हते. शहरात बोलायला मित्र तरी होते. हळूहळू सगळ्यांची लग्ने झाली. तीही अशा दहशतीच्या छायेत. प्रत्येकाला काहीतरी उद्योग हवा होता. पण कशाच्या जोरावर चालवायचे? कोणाच्या मदतीने काढायचे? एम.ए. एलएल.बी. होऊन टेलिफोन बूथ चालवायचा. कारण संसार मांडलाय. बायकोचे पोट भरायला हवे. गुलजारसाब वाट पाहत होते थोडेतरी पर्यटक येतील. आपल्या दुकानात थोडीतरी खरेदी करतील, आपल्याला कमिशनचे थोडेतरी पैसे रोख मिळतील. दुकानात बसून फक्त हीच आशा करत राहायचे.

रशिदही रोज ऑफिस उघडायचा. फोनचे बील भरायचा. बुकिंग करा म्हणून इकडचे तिकडचे फोन यायचे. पर्यटकांचे नाही. मग काही दिवस आपले डबल ग्रॅज्युएशनचे शिक्षण बाजूला ठेवले आणि एल.आय.सी. किंवा इतर एजन्सीचे काम करू लागला. त्यातून कोणताही आनंद, समाधान अथवा भरपूर पैसेही मिळत नव्हते. आईकडून मिळालेले स्वत:चे घर होते. वडिलांची पेन्शन होती. थोडीफार सरकारी मदतही मिळत होती, बायकोची नोकरी या सर्वांच्या मदतीने गुजराण होत होती. या सर्वांपुढे आणखी एक मार्ग होता. काश्मिरवादी सोडण्याचा, मध्यपूर्वेत मुस्लीम देशात छोटी-मोठी नोकरी मिळवून जाण्याचा, नाहीतर पंजाब, हरियाणा, दिल्ली असे स्थलांतरित होण्याचा. रशिदच्या मनातही हा विचार आला होता. तोवर त्याचे लग्न झाले होते. एहसान श्रीनगर सोडायला तयार नव्हती. तेवढ्यात आईचा मृत्यू झाला आणि भावालाही कॅन्सर झाल्याचे थोड्या महिन्यांनी कळले. त्याच्यापुढे आता पर्याय नव्हता. वयस्कर वडील श्रीनगर सोडून कुठेही गेले नव्हते. जाणार नव्हते. त्याच्या एकट्यावर सर्व जबाबदारी आली. त्यामुळे काश्मिरबाहेर जाण्याचा विचार सोडून द्यावा लागला. एहसान एका शाळेत नोकरी करत होती. तिच्या पगारात घरखर्च होत होता. पण आपण काही कमावत नाही ही खंत कशी कमी होणार? मग त्याने ट्रॅव्हल एजन्सीवरच लक्ष केंद्रित करण्याचे ठरवले. आणि त्याचे मला यासंदर्भात पत्र आले. ही आमच्या परिचयाची सुरुवात. आज त्या परिचयामुळे, नात्यामुळे या मंडळींना भेटत होते. माझ्या अल्पमतीप्रमाणे त्यांची मते-विचार-दृष्टिकोन जाणून घेण्याचा प्रयत्न करत होते.

गफारमियाँचा ट्रक आणि टुरिस्ट टॅक्सीचा बिझनेस होता. ठीक चालला होता.

पण कधी मिलिटंट ट्रकमधील माल लंपास करत. टॅक्सी पळवून नेत. त्यातून होणारे नुकसान मोठे होते. इन्शुरन्स कंपन्या फार थोडी नुकसान भरपाई देत. ती मिळण्यासाठी कंपनीचे लोक आणि सरकारी कर्मचारी यांचे 'जंगी' चहापाणी करावे लागे आणि फार थोडी रक्कम हाती पडे. गफारमियाँ सांगत होते. त्याची पांढरीशुभ्र मारुतीव्हॅन होती. राज्य सरकारने कॉंट्रॅक्टवर घेतली होती. एक दिवस एका सरकारी ऑफिस समोरून तो चहा प्यायला शेजारी दुकानात गेला असता टॅक्सी चोरीला गेली. त्याने तक्रार वगैरे नोंदवली. टॅक्सी सापडली नाहीच. पण तिचे अवशेष जवळच्या गावी मिळाले. बॉम्बस्फोटाने टॅक्सी उडवण्यात आली होती. कोण मेले कोण जगले. कोणी हे काम कशासाठी केले कळले नाही. कळणारही नव्हते. मात्र टॅक्सीची नुकसान भरपाई मिळाली. नवीन टॅक्सीही घेतली. ही पण टॅक्सी उडवली जाणार नाही याची काय खात्री? ही भीती त्याच्या बोलण्यातून जाणवत होती.

एकदा त्याचा ट्रकही जम्मूमधून माल घेऊन येताना पळवला. माल काढून घेतला. त्याची भरपाई मिळाली. पण अशा सर्व घटना मनात भय निर्माण करून जातात. गफारमियाँच्या घरी गोशा पाळतात. त्यांची बायको उर्दू माध्यमातून शिकलेली आहे. ते स्वत: पंजाबमध्ये राहून मेकॅनिकल इंजिनिअरींग डिप्लोमा झालेले आहेत. स्वत:च्या मेहनतीने त्यांनी या ट्रान्सपोर्टच्या धंद्यात नाव कमावले. पण ही आत्ताची शांतता निर्माण झाल्यानंतरची गोष्ट आहे. सध्या त्यांच्या दोन टॅक्सी पर्यटकांच्या सेवेला हजर आहेत. दोन ट्रक माल वाहतुकीचे काम करत आहेत. सीझनमध्ये बऱ्यापैकी पैसा मिळतो. व्यवसायाच्या सुरुवातीला गफारमियाँने स्वत: ट्रक चालवला आहे. आजही खास पाहुण्यांसाठी ते स्वत: टॅक्सी चालवतात. शिक्षण संपवून काश्मिरला परतल्यावर कसलाही उद्योगधंदा नव्हता. कौटुंबिक जबाबदारी मोठी होती. लग्न, दोन मुलंही झाली होती. १९९० च्या आतंकवादात शेतीवाडी उद्ध्वस्त झाली होती. १९६५ सालीच ते अगदी लहान असताना काही जमीन पी.ओ.के.च्या हद्दीत गेली होती. गाव सीमेच्या अगदी जवळचे. इकडचे तिकडचे गोळीबार झेलणारे. आतंकवाद्यांच्या दृष्टीने गाव-घर सोयीचे होते. शेवटी सर्व कुटुंबाने गाव-शेती-घर सोडले आणि श्रीनगरला एका खोपटात राहायला आले. जान आणि इज्जत बचावण्यासाठी.

तरुणपण शिक्षणासाठी मोलमजुरीवर पंजाबात गेले. तिथे खलिस्तानची चळवळ होतीच. मग शिक्षण पूर्ण करून श्रीनगरला आले. पोटापाण्यासाठी काय करावे या विवंचनेत. त्यांच्यासमोर दोनच पर्याय होते. ऐन तारुण्यात जहाल मतवाद्यांच्या शिकवणुकीनंतर अतिरेकी बनून 'उसपार' कडून पैसे कमावणे किंवा धोका पत्करून स्वत: व्यवसाय करणे. त्यांनी दुसरा मार्ग स्वीकारला. कदाचित शिक्षण आणि खलिस्तान चळवळीचा आतंकवाद पाहिलेला होता म्हणूनही असावे. पंजाबातील

खलिस्तानवादी चळवळ, त्यामुळे निर्माण झालेली दहशत मी, माझे यजमान आणि माझ्या एका मैत्रिणीने अनुभवली आहे. १९८७ मध्ये आम्ही तिथे चंदीगडला गेलो होतो. आमच्याबरोबर यांच्या शीख मित्राची पत्नी होती. चंदीगडहून ती परत दिल्लीला येणार होती आणि आम्ही चंदीगड ते भटिंडा असा प्रवास करणार होतो. त्यांची मुलगी चंदीगडला राहत होती. दोन दिवस तिचा पाहुणचार घेऊन, चंदीगड पाहून-फिरून एका लक्झरी बसने भटिंडाकडे निघालो. ऑपरेशन ब्लू स्टार नंतर इंदिरा गांधींची हत्या नुकतीच झाली होती. पण अशांत पंजाब शांत होत होता. आम्ही पंजाबच्या अंतर्भागातून बसने जात होतो. तेव्हा दूरदर्शन वाहिन्यांचा सुळसुळाट नसल्याने पंजाबी आतंकवाद्यांनी केलेली हानी दृश्य स्वरूपात सतत पाहायला मिळाली नव्हती. आज पूर्वेचे नक्षलवादी, आंध्रातले, महाराष्ट्रातले नक्षलवादी किंवा काश्मिरचे आतंकवादी यांनी केलेला हाहाकार आपण टी.व्ही. वर शांतपणे जेवताना, खात-पीत पाहतो. तो तेव्हा पाहिलेला नव्हता. साहजिकच जळलेली बस, उद्ध्वस्त बसस्थानके, काहीशी उजाड शेते, रस्त्यावरची कमी रहदारी जाणवली तरी त्याची भीती, बोच कमी वाटली. आम्ही भटिंडाला पोहोचलो. बसअड्डा– त्याची मुख्य इमारत, पडझड झाली होती. नुकताच तिथल्या पोलीस अधिकाऱ्याचा खूनही झाला होता. आम्हाला बसस्टॉपवरून घ्यायला यजमानांचा मित्र आला होता. त्याच्याच घरी आम्ही दोन दिवस राहणार होतो. रात्री गप्पा मारताना तो सांगत होता, त्याचा कारखाना या खलिस्तानवादी चळवळीमुळे जवळजवळ बंद पडत आला होता. त्याला विचारले, "तुमची सरदार शेजाऱ्यांशी भांडणे होत नाहीत का?" तो म्हणाला, दोन्ही जमातीत (हिंदू आणि शीख) मारामाऱ्या होतात. मग एकमेकांशी बोलाचाली बंद होते. पण शेवटी एकाच गावातले रहिवासी. कुठे जाणार? परत बातचीत करायला लागतो. फक्त आता कुठेही बाहेर जाण्यासाठी आम्ही दोघं नवरा-बायको एकत्र जात नाही. जर काही मिस-हॅप घडले तर मुलांना दोघांपैकी एकतरी पालक राहील असे वाटते. ऐकून अंगावर भीतीने सरसरून काटा आला. तसे नोकरीच्या निमित्ताने आम्ही बिहारमध्ये असताना हिंदू-मुस्लीम दंगल पाहिली होती. आत्ता आत्ता झालेले मुंबईतले बॉम्बस्फोट अनुभवले होते. पण एकूण आपण महाराष्ट्रियन सुरक्षितपणे राहिलो. कोणत्याही भयापासून मुक्त राहिलो. डोक्यावर सतत टांगती तलवार ही आपली वैयक्तिक पातळीवरची गोष्ट असते. पण आतंकवाद, त्याची दहशत अथवा युद्ध, लढाई इ. पासून महाराष्ट्र तसा सुरक्षित राहिला. माझ्या पिढीलापण फाळणीचे चटके बसले नाहीत. पण ज्यांना ते सहन करावे लागले त्यांच्या करुण कहाण्या बिहारमध्ये ऐकल्या होत्या आणि पाकिस्तानबरोबरच्या १९६५ सालच्या युद्धाआधी बांगलादेशातून आलेले हिंदू निर्वासितदेखील पाहिले होते. त्यांच्यावरच्या अत्याचारांच्या कहाण्या ऐकल्या होत्या. त्यातून उफाळलेली

हिंदू-मुस्लीम दंगल, बिहार-बंगाल, ओरिसा या भागात कशी झाली होती हे स्वत: अनुभवले होते. जमशेदपूर ते मुसाबनी या परिसरात त्या वेळी हिंदू-मुस्लीम ही जातीय दंगल पेटली होती. त्याचे चटके आमच्या जादूगोडा येथील युरेनियम मिल प्रोजेक्टला देखील बसले होते. सर्व काम दहा वर्षं मागे गेले होते.

माझ्या लहान मुलाने मुस्लीम भाजीवाल्याला मारताना पाहून विचारले होते. "रहीमचाचाला कोणी मारले? का मारले?" याचे उत्तर मला तेव्हाही देता आले नव्हते. रहीमचाचा बिहारी मुस्लीम, त्याच्या बापजाद्यांसह तिथेच जन्मला, वाढला आणि या कत्तलीत मारला गेला. बकरी आणि कोल्ह्याच्या गोष्टीची आठवण झाली. "तू नाही तर तुझ्या आईने या झऱ्याचे पाणी प्यायले आहे. म्हणून मी तुला मारणार." अशी कोल्ह्याची विचारसरणी. आमचा वॉचमन दरबारसिंग म्हणाला होता, "बिबीजी, फाळणीत आमची सगळी जायदाद गेली. आम्ही बेघर झालेलो. माझे वडील निर्वासित म्हणून घरदार आणि माझ्या मृत आईला सोडून भारतात आले. त्यांनी काय चूक केली, म्हणून त्यांना हे भोगावे लागले. आम्ही लहान भावंडं मनात हे दु:ख ठेवूनच वाढलो. करीमचाचाने गुन्हा केला नसला तरी त्याला लोकांनी मारले कारण १९४७ पासूनचा हा धुमसता राग आता उफाळून वर आला. बिबीजी बदला घेण्याची भावना जेव्हा नष्ट होईल तेव्हा जगात नक्कीच शांतता नांदेल. पण जोपर्यंत मनुष्य जात आहे तोपर्यंत बदला-राग-सूड या दुष्ट भावना– प्यार, भाईचारा, देशभक्ती या सद्भावनांसोबत राहणारच. हा माणसाच्या जंगलाचा कायदा आहे." जादुगोड्याला जाताना एक घाटरस्ता आणि जंगल लागायचे. पण असा जंगलाचा कायदा एका छोट्या खेड्यातही असेल याची मला तेव्हा कल्पना नव्हती. काश्मिरमध्ये सुद्धा या सर्वांचे म्हणणे ऐकताना जाणवत होते. मला काही भोगावे लागले नाही म्हणून माझे विचार, माझ्या भावना एका वेशीपाशी येऊन थांबल्या.

हिलालखान सांगत होता. तो चांगला शिकला-सवरलेला. पदवीधर. उर्दू माध्यमातून त्याने पदवीचे शिक्षण घेतलेले. पोलिटिकल सायन्स हा विषय घेऊन बी.ए. झाला होता. नोकरी नाही तेव्हा नाईलाजाने टेलिफोन बूथ चालवू लागला. तो सांगत होता दाललेक पाहत मी रेडिओ लावून बसायचो. द्वेषांध प्रचार, द्वेषांध संगीत गाणी ऐकायचो. गाणी कसली? तर आझादीची स्वप्ने दाखवणारी. आझादी कसली? आझाद काश्मिर देश निर्माण करणारी. जास्तीत जास्त इस्लामी प्रवचने चालायची. मग मनात नाना विचार येत. कधी कधी वाटायचे या दाललेकमधे सगळे श्रीनगर बुडवून टाकावे. बूथवर कधी फोन आला तर तोदेखील धमकीचा असायचा. किंवा नको तिथे, नको ते निरोप पोहोचवण्यासाठी असायचा. अक्षरश: माशा मारत बसावे लागे. फोन कोण कुणाला करणार? पर्यटक अत्यंत तुरळक प्रमाणात येत होते. मग मिळेल ती पुस्तके वाचत असे. मात्र श्रीनगर सोडून जावे असे मनात येत नव्हते

किंवा 'उसपार' जाऊन दुसरा मार्ग पत्करावा असेही वाटले नाही. कसेबसे पोट भरत होते आणि कुटुंबाची जबाबदारी नव्हती म्हणून असेल किंवा हिंसकवृत्ती आवडत नसेल म्हणूनही असेल. दहा वर्षं होणाऱ्या संस्कारांचा संबंध त्याने आपल्या हलाखीच्या परिस्थितीला लागू दिला नाही.

रशिदचा संबंध एका गुजराथी कुटुंबाशी आल्यानंतर तोही फार बदलत गेला आणि दहशतवादाचा राग करू लागला. अश्रफ म्हणाला, "अम्मा, कधी कधी वाटते, ही सरकारी नोकरी आहे. काम करा अथवा न करा पगार मिळतो. पण माझ्या शिक्षणाचा काही उपयोग होतो का? घरात काही सुधारणा कराव्या म्हटले तर पहिला विरोध बायको करते. आमच्याकडे प्रेमविवाह होत नाहीत. अम्मा-आत्या-मावश्या अशा कुटुंबातील वयस्क स्त्रिया लग्न ठरवतात. काही उच्चभ्रू समाजात प्रेमविवाह होतात. पण आम्ही मध्यमवर्गीय माणसे. माझे वडील खेड्यातील साधे शेतकरी. दोघेही अनपढ, बायकोने हायर-सेकंडरी पास केले आहे. संसार उत्तम करते, पण एकच मूल असावे हे तिला पटत नाही. एवढेच नव्हे तर आज मी तुम्हाला भेटायला आलोय हे तिला माहीत नाही. कारण एका हिंदू आईविषयी वाटणारी ममता ती समजून घेऊ शकत नाही. तिच्यावरचे संस्कार वेगळे आहेत. मी मुंबई पाहिलेली आहे. मुंबईतील स्त्रिया किती धीट आहेत. स्वतःच्या पायावर उभ्या आहेत हे मी पाहिले आहे. माझा शिक्षणापुरताच संबंध होता. मुस्लीम नातेवाईकांच्या घरी राहिलो. कॉलेजमध्ये माझे कितीतरी हिंदू मित्र होते. त्यांना मुस्लिमांचे वावडे नाही. पण मी काश्मिरी आहे म्हटल्यावर त्यांचा दृष्टिकोन बदले. कारण काश्मिरमध्ये सरसकट सर्व मुस्लीम हिंदूंवर अन्याय करतात, त्यांना छळतात अशी त्यांची समजूत होती. हळूहळू मी काश्मिरी आहे हे सांगायचे बंद केले. मग संशयाची दृष्टी कमी झाली."

शब्बीर म्हणाला, "अम्मा, मुस्लिमांवर काही कमी अत्याचार झाले नाहीत. ×××× यांच्या घरातले तीन तरुण आतंकवादी होते त्यामुळे दहशतवादापासून त्यांना संरक्षण होते असे नाही. कारण या मिलिटंट मधेही वेगवेगळे गट आहेतच. मग हा या गटाचा, हा आपले ऐकत नाही, तर त्याला उडवा. ही रानटी प्रवृत्ती सर्व मनुष्य जातीत आहे. धार्मिक वादापेक्षाही आपला-तुपला हा वाद जास्त चिघळलेला आहे. जेव्हा मुंबईत बॉम्बस्फोट झाले, बाबरी मशीद पडली, गोध्राची दंगल झाली तेव्हा इथे काश्मिर शांत होते." त्याच्या या सांगण्यावर मी काय बोलणार? आठवायचा प्रयत्न केला तरी काही आठवत नव्हते. देशभरातील घडलेल्या घटना आठवत नव्हत्या. इतके मन सुन्न झाले होते. हिंदू पंडितांच्या छळाविषयी मी वाचले होते; पण मुस्लिमांचाही असा छळ झाला हे माझ्यासाठी नवे होते. तो म्हणाला, "आमचे नेहमी सँडविच होत असे. आमच्या आई-वडिलांना पटत नसूनही घरातली

तरुण मुलं अतिरेकी झाली आहेत हे स्वीकारावे लागत होते. बेकारी, वाढती लोकसंख्या आणि राजकीय नेत्यांनी चालवलेला राज्याचा खेळखंडोबा. यामुळे चिघळलेला काश्मिर प्रश्न आमच्या तरुण भावंडांना अस्वस्थ करत होता. मग त्यांच्या सहवासात जे लोक आले त्यांचा प्रभाव या तरुणांच्या मनावर पडत होता. अम्मा, काही हजार महिना मिळत असतील तर खोट्या स्वप्नांना गोड मानून आमच्याच वयाची तरुण मुलं दहशतवादाचे शिक्षण घेण्यासाठी समजावण्यापलीकडे गेली होती याचे दु:ख होत होते. पण आम्ही काय करू शकत होतो. कारण शेवटी पोट आणि जीव सर्वांत महत्त्वाचे. त्यांच्या कुटुंबाला पैसा मिळत होता. रेशन आणता येत होते. गॅस-सिलेंडर मिळत होता. नाहीतरी असे मरायचेच ते तसे मरायचे हे त्यांनी स्वीकारले होते.

''हळूहळू आमच्यातली तेढ वाढत गेली. दुराव्याची दरी रुंदावत गेली. ते आणि आम्ही असे नकळतच काश्मिरच्या तरुणाईचे दोन भाग होत गेले. त्यांना आपले काश्मिर स्वतंत्र देश किंवा आपल्या धर्माच्या पाकिस्तानचा भाग बनेल असे तीव्रतेने वाटू लागले. स्वतंत्र काश्मिर हे त्यांचे स्वप्न होते आणि ते किती खोटे होते हे त्यांना कळत नव्हते, ही खरी शोकांतिका आहे. हे आमचे मित्र कसे म्हणायचे? ते मित्र नव्हतेच. पण शत्रूही नव्हते. कारण त्यात आमची नाती-गोती अडकलेली होती. त्यातले काही शरण आल्याचे नाटक करीत. त्यामुळे त्यांना सरकारकडून पैसा मिळत होता म्हणे. मग जवान मध्यमवयीन, बुढे शरण येत. दवा-दारू करत. खाऊन पिऊन तंदुरुस्त होत नंतर काही महिन्यांतच 'उसपार' जात. आणि मग हळूच इकडे येऊन आपल्या संघटनेत सामील होत. हे काय सरकारला कळत नव्हते? सरकार पण आमचेच. मग सगळीकडे तेरी भी चूप. मेरी भी चूप.

''आम्ही या लोकांशी कितीही नाते-गोते तोडले तरीसुद्धा जम्मू ते कन्याकुमारी आणि जैसलमेर ते कलकत्ता एवढ्या प्रदेशातील जनता आमच्यावर विश्वास ठेवायला तयार नव्हती. आम्ही विश्वासघातकी, खोटे बोलणारे आणि सर्वांच्या दृष्टीने काश्मिर म्हणजे फक्त आतंकवाद्यांचे बलस्थान बनले होते. जम्मू किंवा लडाख घेत नाही. खरे म्हणजे हे सारे प्रांत भिन्न आहेत. पण सरकारच्या दृष्टीने ते सर्व एक आहेत. त्या ×××× यांच्या घरात दुसऱ्या गटाचे आतंकवादी घुसले आणि त्यांनी त्यांच्या दोन तरुण मुलांचे छिन्न-विछिन्न देह त्यांच्यासमोर टाकले. घरातल्या स्त्रिया रडू लागल्या तेव्हा मशीनगनच्या धाकाने त्यांना गप्प केले. घरातली चीजवस्तू लुटली. लुटले गेलेले आणि लुटणारे एकाच कौमचे होते. ते गेले आणि त्यांचा मागोवा घेत फौजी लोक आले. अंगणात आपल्या दहशतवादी मुलांचे मृतदेह पडलेले. पण आई-वडिलांना ती आपली मुले आहेत हे नाकारावे लागले. त्यांचा दफनविधीही करता आला नाही. त्यांच्यासाठी फतेहा पढता आला नाही. फौजी लोक ते देह घेऊन

निघून गेले. आई-वडील फक्त रडत राहिले.''

इकबाल सांगत होता, ''मॅडमजी, मिलिटंट कुठे नाहीत? महाराष्ट्रातही आहेतच ना?'' आणि त्याने चंद्रपूरपासूनची नक्षलवादी लोकांची यादी आणि त्यांचे बळी याविषयी मला सांगितले. त्याचे वाचन भरपूर. सतत इंटरनेट वापरणारा हा तरुण इतिहास विषयातला द्विपदवीधर आहे. वडिलांच्या व्यवसायामुळे बराच हिंडलेला आहे. काश्मिरच्या दृष्टीने थोडा बचावात्मक पवित्रा घेत त्याने गुरखा लिबरेशन फ्रंटपासून बोडो चळवळ, नागांची-नागालँडची मागणी, त्यासाठी झालेल्या हिंसा, स्वतंत्र खलिस्तानची मागणी, त्यातील हत्या, बॉम्बस्फोट, तामिळ लिबरेशन फ्रंटचे अतिरेकी हल्ले त्यात झालेली राजीव गांधींची हत्या याबद्दल सांगत आपली बाजू मांडण्याचा प्रयत्न केला. त्याचा आवेश, त्वेष, तसा जहालच होता. तो असत्य असे काहीच सांगत नव्हता मात्र त्याच्या वैयक्तिक दृष्टिकोनातून सांगत होता.

प्रत्येकजण आपल्या दृष्टिकोनातूनच स्वत:ची मते मांडत असतो. उत्तम मांडणी, भाषेवर प्रभुत्व असले की समोरच्या व्यक्तींना ते हळूहळू पटू लागते. आमच्या दार्जिलिंगच्या ट्रीपमध्ये माझी योगायोगाने गोरखा आंदोलनाचे नेते सुभाष घिशिंग यांची भेट झाली होती. एका सार्वजनिक सभेत ते आवेशाने पहाडी प्रदेशाचे वेगळे राज्य गोरखालॅण्डची मागणी करत होते. सर्व गुरखा मंडळींत उभी राहून लक्षपूर्वक भाषण ऐकणारी मी पर्यटक आहे हे लगेच ध्यानात येत होते. कोपरा मीटिंग होती. एका टेबलावर उभे राहून ते पहाडी संस्कृती, प्लेनवरची संस्कृती यातील फरक हिरिरीने सांगत होते. ऐकताना वाटत होते ते बरोबर सांगताहेत. या गोष्टीला आता बरीच वर्षे लोटली आहेत. त्यामुळे आता काश्मिरमध्ये इकबालचे बोलणे ऐकताना सावध आणि सतर्क होते. इतक्या वर्षांत खरे खोटे ओळखता आले नाही तरी खरेही वाटत नव्हते. त्याचे म्हणणे खरे वाटले तरी त्यात दडलेला खोटेपणा आतून जाणवत होताच. कधी आपण अशा भावनेला आवाहन करणाऱ्या बोलण्यात गुंतून जातो तर कधी फक्त त्रयस्थपणे अवलोकन करतो. आणि ही स्थिती मी कोलकत्यापासून पूर्वांचल पर्यंत अनुभवली होती. काही कामानिमित्त आम्ही नागालॅण्ड, मणीपूर इकडे गेलो होतो. त्या वेळी त्या भागातल्या स्वतंत्र मागण्यांच्या वेगवेगळ्या चळवळी जोरात होत्या. कोहिमामध्ये मुख्य रस्त्यावरच्या एका हॉटेलमध्ये उतरलो होतो. संध्याकाळी चार वाजताच अंधार झाला. सूर्योदयही असाच लवकर पहाटे चार-साडेचार वाजता होतो. दिवसही तसे थंडीचेच होते. जैसलमेरला गेलो होतो तेव्हा सूर्यास्त पाहायला मुद्दाम वाळवंटातील 'साम' नावाच्या ठिकाणी गेलो होतो. तिथे सूर्योदयही उशिरा सूर्यास्तही उशिरा. भारतातील निसर्गाचे हे वैविध्य पाहताना माणसांचेही विविध नमुने भेटले. जवळजवळ संपूर्ण भारतात प्रवास करण्याचे भाग्य मला लाभले. पण काही प्रदेश आणि तेथील माणसे यांच्याशी माझे खरोखरचे

ऋणानुबंध जमले. तर काही ठिकाणी भीतीने ग्रासले. त्यापैकीच एक कोहिमा– नागालॅण्डची राजधानी.

आमचे हॉटेल तसे बरे होते. मुख्य चौकाजवळ होते. चार वाजता अंधार पडता पडता आम्ही हॉटेलवर परतलो होतो. मला बाहेर हिंडून आल्यावर बाहेरच्या कुठल्याही रेस्टॉरंटमध्ये काही खावेसेच वाटेना. आम्ही दोघांनीही बरोबरच्या करून घेतलेल्या तिखटमिठाच्या पुऱ्या, ब्रेड, बटर, चहा आणि केळी खाल्ली. आमच्या बरोबरचे दोघेजण नॉनव्हेज खाण्यासाठी बाहेर गेले. आम्ही पूर्ण शाकाहारी म्हणून खोलीवर परतलो. संपूर्ण नागालॅण्ड मांसाहारीच आहे. तिथे 'मिथून' नावाचा रेडा आणि बैल यांच्यामधला एक प्राणी असतो. त्याचे मांस आवडीने खाल्ले जाते. परदेशात चिकन मीट मी पाहिले होते. नायजेरियात बकरी सोलून टांगलेलीही पाहिली होती. पण मुंडक्यासकट आडदांड मिथून सोलून टांगलेला पाहिल्यावर मला चहाकॉफी प्यायचीही इच्छा होईना. त्याचे निर्जीव टपटपीत मृत डोळेच आठवत राहिले. साहजिकच नंतर बरोबरच्या पुऱ्या, ब्रेड, बटर, चटणी, लोणचे, लाडू, चिवडा आणि विकत मिळणारी केळी याचाच आमच्या पोटाला आधार होता. कधी कधी केळ्यांकडेही मी संशयाने पाही. या भागात केळी विपुल आणि चांगली दणदणीत आकाराची होती. एक खाल्ले की पोट भरून जाई. आमचे खाणे लवकर आटोपले. अंधार पडला की वीज असेल याची खात्री नाही बहुतेक नसतेच. बाल्कनीत बसले होते. बघता बघता काही नागा तरुणतरुणी मधल्या चौकात जमा झाल्या. एक जीप आली त्यात सर्वजण चढले. जीप उघडी होती. त्यांच्या हातात बंदुका होत्या. दोन फैरी त्यांनी हवेत झाडल्या आणि बघता बघता जीप सुसाट वेगाने नाहीशी झाली. बंदुकीचा आवाज ऐकताच मी रुममध्ये येऊन चटकन् दारे खिडक्या बंद केल्या. फक्त एका खिडकीला छोटीशी फट ठेवून बाहेरची हालचाल निरखू लागले. रस्ता आधीच सुनसान होता आता तर अगदीच निर्मनुष्य झाला. रस्त्यावर चुकून दिसणारी कुत्रीही गायब झाली. बेडवर निजून पेपर वाचण्यात हे गुंग होते. बुलेटचा आवाज ऐकून त्यांनी फक्त भिवया उंचावल्या! मी म्हणाले 'नागा!' साधारण अर्धातास झाला असेल नसेल दुरून सायरन ऐकू आला. मी धीर करून खिडकी जरा उघडली. एक आर्मीची किंवा पोलिसांचाही असेल. जीप होती. सायरन वाजवत ती पहिल्या जीपच्या मागे गेली. ही जीप पण उघडीच होती. आत फौजी की पोलीस होते. सर्वांच्या खांद्यावर मशीनगन्स होत्या. बाहेर सन्नाटा होता. कसलाही कोणाचाही आवाज नव्हता. अगदी कावळ्यांचाही. अर्थात नागा सर्वभक्षी असल्याने कावळे-चिमण्या दडूनच असतात. कर्फ्यूची ऑर्डर नसली तरी अघोषित कर्फ्यू संध्याकाळी पाच नंतर असतोच. भरीला वीजही नसते. हॉटेलात जनरेटर असला तरी दिवे अगदी मिणमिणतेच असतात. शिवाय दारे खिडक्यांना जाड पडदे होते.

थंडीमुळे खिडक्याही बंदच होत्या. खोलीत बसून बसून तुरुंगात असल्यासारखे वाटत होते. आमचे मित्रही ही भानगड पाहून जेवण करून लवकरच परतले. मग गप्पा मारत बसल्यावर जरा माणसात असल्यासारखे वाटले. मंद उजेडामुळे वाचनही अशक्य होते. आणि जनरेटरचे दिवेही रात्री साडेनऊ-दहालाच बंद होत. मुंबईत आयुष्य काढल्यावर हे सगळे नवीनच होते. थ्रिल होते.

दहशतवादाची मी पाहिलेली ही दुसरी चुणूक! त्याआधी १९६३ किंवा १९६४ साली असेल जादुगोड्याहून कोलकाता पाहण्यासाठी आम्ही काहीजण गेलो होतो. जादुगोड्याला खाणीवर राहत असल्याने कामगारांसाठी काही चित्रपट कधीतरी दाखवत. त्यात पडद्यासमोर कामगारवर्ग आणि मागच्या बाजूस आम्ही अधिकारीवर्गाची फॅमिली असे बसत असू. त्यामुळे उलट्या ॲक्शनने सर्व चित्रपट पाहायचा. म्हणजे साडीचा पदर डाव्या खांद्याऐवजी उजवीकडे दिसायचा. तेव्हा दूरदर्शन नव्हते. रेडिओही जेमतेमच चाले. साहजिक कोलकाता म्हणजे थिएटरमध्ये सिनेमा हवाच. माझ्या हौसेसाठी सर्वजण 'लव्ह इन टोकियो' सिनेमा पाहायला गेलो. चित्रपट जवळजवळ संपत आला होता. आणि अचानक काही मंडळी स्क्रिनसमोर आली. त्यानी बंगालीत ओरडत सगळ्यांना चित्रपटगृहाबाहेर काढले. आम्हीही बाहेर पडलो. माझा जीव चित्रपटाचा शेवट काय यात अडकलेला. पाय निघत नव्हता. पण नाईलाजाने मुलांना काखोटीला मारून बाहेर पडलो. सर्व प्रेक्षक भराभर चित्रपटगृहापासून दूर पळत होते. आम्हीही महाराष्ट्र मंडळाच्या रस्त्याला लागलो. बरेच अंतर गेल्यावर मागे वळून पाहिले चित्रपटगृहाच्या बाजूने धूर येत होता. नक्षलवाद्यांनी आग लावली होती. ही दहशतवादाशी पहिली ओळख. त्या वेळी पश्चिम बंगालमध्ये नक्षलवादी चळवळीचा जोर होता.

नंतर आत्ताआत्ता १९८७-८८ साली आमची कोलकात्याला बदली झाली. उपनगरात सॉल्ट लेक भागात राहत होतो. माझे एक दूरचे नातेवाईक त्या वेळी आसाममध्ये टी-इस्टेट मॅनेजर होते. ते आम्हाला सतत बोलावत होते. भला मोठा ब्रिटिश काळचा बंगला. अवतीभवती पाच-सहा एकराची बाग होती. नारळ, पेरू, अननस, केळी, फणस इत्यादी फळझाडे होती. तशीच फुलझाडेही होती. या माझ्या मामेजाऊबाईंना शेतीची आवड असल्याने त्यांनी खूप भाजी, धान्य इत्यादी लावले होते. घरचा भाजीपाला, हाताखाली नोकरचाकर असा सारा थाटमाट होता. आम्हालाही आसामला जाणे आवडणार होते. त्या चार वर्षांत चारवेळा रजा घेतली कामरूपरेल्वेचं रिझर्व्हेशन केलं. पण जाऊ शकलो नाही. कधी ब्रह्मपुत्रा आडवी यायची तर कधी आसूच्या भडकलेल्या हिंसाचारामुळे चार-चार दिवस आसाम बंद असे. नंतर माझ्या या मामेदिरांनी या सर्वाला कंटाळून टी-गार्डनची नोकरीच सोडली आणि ते महाराष्ट्रात आले. नंतर आमचेही आसामला जाणे राहूनच गेले. त्यांना नागा हिंसाचारापासून सर्व

पूर्वांचल चळवळींना तोंड द्यावे लागले होते. त्यांच्या गोष्टी ऐकल्यावर आपण महाराष्ट्रात किती सुरक्षित आहोत असे मला पूर्वी वाटायचे. आज घटकेला 'ती' सुरक्षितता कुठेच नाही. मग मुंबईचा बॉम्बस्फोट असो, त्सुनामी लाटा असोत किंवा काश्मिरमध्ये अनुभवलेला गोळीबार असो. एकूण सुरक्षितता ही मानण्यावरच असते. आत्ता बऱ्याचशा सुरक्षित (झालेल्या) वाटणाऱ्या श्रीनगरमध्ये मी होते. बरोबर मानलेला मुलगा रशिद होता. कहावा पीत, कुलचा, नद्रू भजी खात गप्पा मारत होतो. विषय होता 'दहशतवाद' आणि रशिदच्या मित्रमंडळींचे अनुभव, त्यांची मते. सुरक्षित ठिकाणी चहा पीत गप्पा मारायला ठीक होते. पण जेव्हा अशा प्रसंगाना सामोरे जायची वेळ येते त्या वेळी यातले क्रौर्य पाहून आपले धैर्य मात्र गळून पडते. म्हणूनच मला इकबालशी वाद घालता आला नाही. कारण दोन दिवस आधीच मी अनुभव घेतला होता. मरणाला भीत नाही म्हणताना गोळीबाराचा आवाज ऐकल्यावर भीती वाटली होतीच.

कहावाचे घोट घेताना मनात विचार आला सतत अशा वातावरणात आपण राहू शकू का? राहिलो तर आपली विचारसरणी कशी होईल? कोणी असे बोलायला आले तर आपण काय बोलू? माझ्याजवळ या प्रश्नांना उत्तर नव्हते. रशिदपासून इकबालपर्यंत सर्वांचे अनुभव ऐकले होते. फारसे सुखावह नव्हते पण सांगणारे सर्वजण सुशिक्षित होते. सावध, कदाचित वाढवून, चढवूनही सांगत असतील. कोणाच्या घरी काय हादसा झाला हे मी कधीही विचारले नाही. कदाचित ते जखमेवरची खपली काढणेही झाले असते. त्यांनी आपणहून जे सांगितले ते मी ऐकले. कदाचित त्यांच्या दृष्टीने ही नाण्याची दुसरी बाजू असेल. मी थोडेफार लिहिते हे रशिदने त्यांना सांगितले होते. पण यावर लिहा आमचीही एक बाजू आहे ती समजावून घेऊन सर्वांसमोर मांडा असे मला कोणीही म्हटले नाही. उलट सर्वांनी मला निक्षून सांगितले होते, 'तुम्ही हे सर्व बोलणे, आमची दुःखे विसरू जा. आमची कश्मिरियत अनुभवायला चांगल्या हवामानात या.' मी काय धाडस केले होते याची या मंडळींना अजिबात कल्पना नाही. ती त्यांना येताही कामा नये असे रशिदने बजावले होते. तोही परत परत सांगत होता. 'अम्मा, जो हुआ वो भूल जाओ। हमभी सब भूलकर नयी जिंदगी जी रहे हैं।' पण विसरायचे म्हटले तरी सर्व गोष्टी विसरता येत नाहीत. सत्य-असत्य काही असो त्यांच्या कहाण्या त्यांनी मला सांगितल्या होत्या. कदाचित त्यांच्या घरी कोणी मिलिटंट झाले असतील, कदाचित त्यांच्या घरी कोणाचे फौजींनी हाल केले असतील. कदाचित त्यांच्या घरी कोणाचा आतंकवाद्यांनी छळ केला असेल. त्यांच्यावर किती विश्वास ठेवायचा हा ज्याचा त्याचा वैयक्तिक दृष्टिकोन असेल. मला तरी या सांगण्यावर बराच विश्वास ठेवावासा वाटला. मी रोखल्या नजरेने पाहिले तर कोणी नजर चुकवली नाही. चेहऱ्यावर फक्त दुःख होते. कैफियत नव्हती.

युनूस, नाझीर, फारुख, सर्फराज आदी शिकणारी मुलेही मला नंतर भेटली. हे शिकणारे विद्यार्थी, शिकून बेकार असणारे तरुण, थोडीफार नोकरी, छोटासा धंदा करणारी यांचीही मते अशीच होती. साधारण विशीच्या दरम्यानच्या मुलांना वाटत होते आपण का शिकतो आहोत? सर्फराजला मेडिकलला जायचे होते सध्या तो बी.एस्.सी. करत होता. राखीव कोट्यातून मेडिकलसाठी त्याला कुठेही ॲडमिशन मिळाली असती. त्याला पीसफुल पुण्याला यायची इच्छा होती. कोणते कॉलेज चांगले असे त्याने मला विचारले. नाझीर दिल्लीला शिकतो आहे. काही घरगुती कामासाठी श्रीनगरला आला. बर्फवृष्टीमुळे दोन दिवस हायवे बंद झाला म्हणून अडकला. त्यालाही राखीव कोट्यातूनच प्रवेश मिळाला होता. त्यालाही काश्मिरघाटी बाहेरच राहायचे आहे. त्यासाठी उच्चशिक्षण घ्यायचेय. इथे स्वर्ग असेल, पण तो लोकांच्या दृष्टीने; त्याच्या मते हे एक साचलेल्या पाण्याचे डबके आहे. इथे विकास शून्य आहे हे तो ठासून सांगत होता. पर्यटन हे जगण्याचे मुख्य साधन आहे हे त्याला बिलकुल मान्य नाही. दुसऱ्याच्या मेहेरबानीवर अवलंबून म्हणजे पर्यटन, असेही त्याचे मत होते. विकास असा साधत नाही. विकासासाठी फक्त सरकारवर अवलंबून न राहता देशातील सर्व लोकांनी मदत केली पाहिजे. मी विचारले, "म्हणजे काय?" त्याचे म्हणणे इथे वेगवेगळे उद्योगधंदे सुरू व्हायला हवेत. त्यांच्या सुरक्षिततेसाठी लष्कर आहेच. म्हणजे हे रहिवासी काहीही न करता लष्कराच्या जिवावर सुरक्षितता मागत होते. सगळे काही राज्यसरकार, विशेषत: केंद्र सरकारने करावे अशी अपेक्षा मला तरी जाणवली. किंवा तो आपला हक्कच आहे असेच सर्वांचे मत दिसले. कारण काय, तर आम्ही दहशतवादात पोळलो आहोत. युनूसचे म्हणणे किंमत मोजल्याशिवाय यश मिळत नाही. आमच्या बालपणाने ही किंमत मोजली आहे. आमचे तारुण्यही ही किंमत मोजण्यात संपणार का? थोड्या जहाल विचारांचा युनूस मला विचारत होता. म्हणाला, 'आम्ही दहशतवादाकडे का वळलो याचा विचार करता का? कधीकधी मशीनगनच्या गोळ्या खाण्यापेक्षा हातात एके सत्तेचाळीस घेऊन गोळ्या घालणे बरे वाटते. कुत्र्याच्या मरणाने माणसे मारली जातात. मारणारेही आपलेच असतात. मग ते अतिरेकी असोत अथवा सिक्युरिटीचे लोक असोत. रस्त्यावरचा लष्करी पहारा उबग आणतो. प्रत्येकाची आमच्याकडे पाहण्याची नजर संशयीच असते. अगदी सर्व पर्यटकांचीही. का तर आम्ही काश्मिरी आहोत. इलाज नाही. आम्ही आमच्या हातानेच स्वत:च्या पायावर कुऱ्हाड मारून घेतली आहे. आमचे काका, मामा आझाद काश्मिरच्या स्वप्नामागे गेले. स्वप्नाचे तुकडे झाले. पण त्यामुळे आम्ही जखमी झालो.' तो आणि त्याचा मित्र कुठेतरी कामानिमित्त काश्मिरघाटी बाहेर गेले होते. हॉटेलमध्ये राहिले. रात्री त्यांच्या रुमच्या दारावर टकटक झाली. पोलीस चौकशीला आले होते. त्यांनी

हॉटेलच्या रजिस्टरमध्ये आपले नाव, पत्ता, राज्य लिहिले होते. रात्रभर चौकशीसाठी छळले. कोठून आलात? श्रीनगर. काश्मिर. नाव काय युनूस आणि मकबूल एवढे निमित्त पुरेसे होते. दुसरे दिवशी काम अर्धे सोडून त्यांनी गाव सोडले. ते सुद्धा पोलिसात हजेरी लावूनच. हा अपमान त्यांच्या जिव्हारी लागला होता. तो म्हणाला, ''तुमच्या मुलाला असे टॉर्चर करतील का? नाही. कारण तो हिंदू आहे.''

फारुख म्हणाला, ''मी इथेच शिकतो आहे. पण पुढे काय? बेकारी. घाटी सोडून कुठेही गेलो तरी लोक 'काश्मिरी' म्हणून माझ्याकडे संशयानेच पाहणार. आम्ही इथे जन्माला आलो हा आमचा गुन्हा आहे का? तुम्ही पाहता आहातच आमचा रंग, दिसणं, बोलणं लगेच वेगळं लक्षात येतं. नंदनवन म्हणणं सोपे आहे. पण इथल्या कायनातला (चराचर सृष्टी) लागलेल्या आगीत आम्ही भाजून निघतो आहोत. टुरिस्टही येतात, नंदनवन पाहतात, परत जातात. कधीकधी कोरडी सहानुभूती जरूर दाखवतात. ती आम्हाला नको. माझं गंधारबल भागातलं गाव आज मलाच पारखं झालं आहे. इथे राहून धोका पत्करून शिक्षण घेऊन परत गावी जाईन की नाही माहीत नाही. जाऊन करू तरी काय? आम्हाला कामधंदा हवा आहे. आज सॉफ्टवेअरसारखे उद्योग इथे यायला तयार नाहीत. सतत दहशतीच्या छायेत राहून माझे वडील जवळजवळ पागल झाले आहेत. त्यांच्या हातून कालिन विणण्याचे काम आता होत नाही. आणि कालिन आता कोणी श्रीमंत असेल तरच खरेदी करतात. मला घरी जाववत नाही. आईचे भकास डोळे पाहवत नाही. सर्व उद्‌ध्वस्त झाल्याच्या खुणा मी पुसू शकत नाही. मग खूप लाज वाटते. एका अतिरेक्याच्या बदल्यात मंत्र्याची मुलगी सुटू शकते. पण माझी फूफी (आत्या) मात्र मरते. आम्हालाही इच्छा आहे स्वतंत्र व्यक्ती म्हणून जगण्याची. ३७० कलमाचा फायदा आम्हा सामान्यांना मिळत नाही. आम्हाला हे कलमही नीटसे कळत नाही. कुठलाही राजकीय पक्ष फक्त स्वत:चा स्वार्थ पाहतो. त्यांच्या फायद्यासाठी हे कलम आहे. केंद्र सरकारची सर्व मदत फक्त या मूठभर लोकांना मिळते.'' यावर सर्वांचे एकमत होते. ''पण ३७० कलम रद्द व्हावे म्हणून तुम्ही काही का करत नाही'' मी विचारलेच. फक्त गुळमुळीत उत्तर मिळाले, ''ये सब बुजुर्गोंने किया है उन्होने सुधारना चाहिये. हम पढनेवाले यूथ क्या कर सकते हैं?'' जशी काही यांना यूथ शक्तीची ताकद माहीतच नाही. असे मला वाटले. काश्मिर हा त्यांच्या जिव्हाळ्याचा प्रश्न असल्याने त्याबद्दल त्यांच्या स्वत:च्या इच्छा, आशा, अपेक्षा होत्या. राजकारण, समाजकार्य, पत्रकारिता अशा कशाशीच माझा संबंध नव्हता. एक पर्यटक म्हणून मी काश्मिरला आले होते. माझ्या या मुलांचे जीवन शांततेत जावे हीच माझी भावना आहे. बऱ्याच गप्पा झाल्या. एका पिढीचा दृष्टिकोन कळला. मी त्यांचा निरोप घेतला.

स्त्रियांचे तसेच पुरुषांचे तीन प्रातिनिधिक वर्ग मला भेटले. अब्बाजी म्हणजे रशिदचे वडील वय अंदाजे (७३-७४) वर्षं असावे. त्यांनाही नीटसे माहीत नव्हते. आझादीच्या वेळी सोळा-सतरा वर्षांचे होते असे म्हणत होते. दम्याने बेजार असल्याने अंथरुणाला खिळून होते. वीज गेली आणि नेब्युलायझेशन घेतले नाही की ऑक्सिजन लावावा लागे. इनहेलर तर प्रमाणाबाहेर वापरत होते. दिवसभर कसल्या ना कसल्या गोळ्या-औषधे घेत. सर्व पसारा त्यांच्या प्रशस्त बेडवरच मांडलेला होता. एका टीपॉयवर गरम पाणी, तस्त, चहाचा थर्मास असे. अंघोळ, स्पंजिंग, कपडे बदलणे नाही. सतत एकच एक फिरन घातलेला. त्यांना नमाज पढतानाही मी पाहिले नाही. छाती शेकत तक्क्याला रेलून बसलेले असत. आडवे झोपताच येत नव्हते. ब्लँकेट-रजई पांघरून बसल्या बसल्याच झोपत. चार वाक्ये बोलले की खोकल्याची उबळ येई.

अब्बाजी सरकारी नोकरीतून निवृत्त झाले होते. बऱ्यापैकी पेन्शन येई ती औषधात खर्च होई. थोडेफार घरखर्चालाही देत असत. रशिदची बहीण सासरची चांगलीच श्रीमंत होती. धाकटा भाऊ आशू नुकताच कॅन्सरने गेला होता. आशूचा अचानक मृत्यू पचवणे अब्बाजी आणि रशिदला जड जात होते. त्याचा नुकताच साखरपुडा झाला होता. माझ्या अब्बाजींच्या खूप गप्पा झाल्या. स्वातंत्र्यापूर्वीचा काळ त्यांना चांगला आठवत होता. चिघळलेल्या काश्मिर प्रश्नाचे खापर ते नेहरूंवर फोडत होते. युनोला नावं ठेवत होते. आर या पार तेव्हाच झाले असते तर असे सततचे टेन्शन राहिले नसते. आता तर प्रश्न सुटण्याऐवजी चिघळतच आहे म्हणायचे. त्यांचे काही नातेवाईक पी.ओ.के.त आहेत तर त्यांचे हाल आणखी वाईट आहेत म्हणाले, "आगे क्या होगा अल्ला परवरदिगार जाने" म्हणत. पूर्वीच्या काश्मिरचे वर्णन (१९६० चे) मला सतत सांगत. इथे कसा भाईचारा होता, अमन, शांती होती. केशराची शेते फुलत होती. सफरचंदे फुलत होती. त्यांना इथल्या पाण्याची गोडी होती. इथल्या निसर्गाचा रंग होता. जीवन सरळ साधे होते. मने साफ होती. भयभीती नव्हती. आम्ही सुखी होतो. मग पलीकडून कोणी आले आणि सर्व गोष्टीला आग लागली.

त्यांचे मित्रही असेच सत्तरीच्या आसपासचे. त्यांना आता मशिदीतून होणाऱ्या प्रचाराच्या, मुलांच्या काळजीच्या, दहशतवादाच्या काही आठवणीच तेवढ्या आठवतात. बाकीचे विस्मरण झाले आहे. मुंबईच्या बॉम्बस्फोटात आमचे नातेवाईक परिचित सुखरूप आहेत, हे कळले तेव्हा त्यांचा जीव भांड्यात पडला आणि मरणाऱ्यांविषयी हळहळ वाटली.

अब्बाजींच्या काही गोष्टी मुळीच पटत नव्हत्या, पण त्यामुळे त्यांनी भोगलेल्या दु:खद घटनांचे मोल कमी ठरत नाही. भाऊ व बहिणीचा नवरा बॉम्बस्फोटात मरणे

दु:खदच होते. भाजी आणायला दोघे बाजारात गेले होते. घरी देहाचे तुकडे आले. जे झाले ते झाले, आता आहे ते संभाळणे महत्त्वाचे होते. कदाचित यातूनच एखादा अमन सेतू उभा राहील. जोपर्यंत आपण पाकिस्तानला धडा शिकवू शकत नाही. आतंकवाद निपटू शकत नाही. काश्मिरींना भारतीयच आहात हे मनातून पटवून देऊ शकत नाही– अतिरेकी, फुटीरच समजत राहणार. दूषित दृष्टीनेच पाहणार. कारण अमेरिकेला 'ब्र' म्हणायची हिंमत नाही. चीनचे भय सतत आहेच. आपल्या देशात गावागणिक नाना प्रश्न आहेत ते निपटू शकत नाहीत. कारण हा दिल्ली ते गल्ली पर्यंतचा राजकारण्यांचा खेळ आहे. राजकारण ही तळ नसलेली काळे दूषित पाणी असलेली खोल विहीर आहे. हा विषय सामान्यांच्या आवाक्याबाहेरचा आहे. चार लेख लिहून, दहा पुस्तके लिहून राजकारण बदलत नाही. त्या चिखलात उतरून 'राडा'च करायला हवा नाहीतर स्वत:चे स्वच्छ इस्त्रीचे कपडे जपण्याची यातायात करत राहायची. कोणीतरी सुधारणा करायची वाट पाहायची. कोणी देवदूत येईल काश्मिर प्रश्न सोडवेल. पाकिस्तानला शहाणपणा शिकवेल. अमेरिकेला जरब बसवेल. चीनवर डोळे वटारेल. पूर्वांचलमध्ये शांतता नांदेल. बांगलादेशी मैत्रीने वागतील अशी यादी वाढतच जाईल पण असे काहीच घडणार नाही. कोणी महात्मा जन्म घेणार नाही. क्रांतीचे स्फुल्लिंग कधीच विझलेले आहे. उरले आहे ते पांढऱ्या राखेतले विझलेले काळे कोळसे.

उद्या पुण्याला माझ्या दारात जर कोणी मशीनगन घेऊन दार उघडायला सांगितले तर मी निमूटपणे दार उघडेन. घर लुटू देईन. जीव वाचवेन. मुलीबाळी घरात नाहीत म्हणून सुटकेचा नि:श्वास टाकेन. प्रतिकार करून, मरून काय होणार आहे? फक्त अशा सततच्या लपंडावाने कधीतरी कोसळून जाईन.

जूनमध्ये रशिद अचानक पुण्याला आमच्या घरी आला. मी केलेले अतिरेक्यांना भेटण्याचे दु:साहस त्याला अजिबात आवडले नव्हते. हे त्याने परत परत माझ्या यजमानांना सांगितले. भाबडेपणाने मी काही मंडळीना त्यांच्या भेटीसाठी बोलावले. पण त्याची मुस्लीम बाजू विचारात अथवा ऐकून न घेता फक्त पंडितांवरच्या अत्याचाराचा जाब विचारला गेला. 'तू काही का त्यांच्यासाठी केले नाहीस.' आणि गप्पांचा तोलच गेला. नंतर रशिद म्हणाला, "अम्मा आपके ये दोस्त बहोत इंटलिजेंट हैं। उनका कहना ही बराबर है। लेकिन हमारी जो हालत वहाँ थी और है वैसी पूनामे होगी तो वो लोक कैसे रिॲक्ट होंगे? फेस करेंगे? अपनी जान बचायेंगे या दुसरेको बचायेंगे? हमारा वो कल था अब हमारा आज कैसा है? समझ लेना चाहिये। उनका स्टडी भी बहोत था, लेकिन आप जिस तरह जिस ढंगसे जिस भावनाओंके साथ काश्मिरी मुस्लीम समाज से मिली, वैसे वो मिले हैं क्या? उन्होंने क्या क्या देखा? बॉम्बब्लास्टसे आप जैसे गुजर गयी, वैसे वो गये हैं? बंकर मे छिपे

हैं? उनको लगता है हरएक काश्मिरी मुसलमान आतंकवादी से कनेक्शन रखताही है। अगर ऐसा होता तो काश्मिर कबका पाकिस्तान का होता। मुझे दुःख हुआ। अल्ला न करे पर अगर उनके घरपर मिलिटंट आयेंगे घरमें रहेंगे तो ये लोग कैसा मुकाबला करेंगे? पूना कितना सुरक्षित है, अमन है, शांती है। इन्शाल्ला ऐसाही हमेशा रहे। आप सुबह जाती है। शामको देरसे आती है। अंकल को आपके सेहतके सिवा दुसरी चिंता नही रहती। घरवालोंको चिंतासे दिलकी बिमारी नही होती। अगर इन्फर्मेशन सेंटर उस बिल्डिंग के बगैर पहले उडा देते तो? तुम्ही दहा वेळा तिथे गेलात. तेही भर दुपारी गर्दीच्या वेळी अगर कुछ बुरा होता तो? आप सिर्फ टुरिस्ट नही, ना सोशल वर्कर है, ना जर्नालिस्ट ना मिडिया पर्सन है। आप हमारी अम्मा हैं। काश्मिरकी अम्मा हैं। मैं जिंदा नही रह पाता अम्मा।'' त्याचे डोळे भरून आले. यावर मी काय बोलणार? तो आमच्या घरी पाच दिवस होता. वनस्थळी ग्रामीण विकास केंद्राच्या ऑफिसात त्याला घेऊन गेले. निर्मलाताईंची भेट झाली. एकाच्या घरी जेवायला घेऊन गेले. तो आनंदाने परत गेला.

■

स्थलांतरीत पक्षी

माझे विमान दुपारचे होते. तरी मी सकाळी दहा वाजताच चहा नाश्ता करून निघाले. सिक्युरिटी चेकिंगमुळे लवकर जाणे आवश्यक होते. रशिद, एहसान, त्यांचे दोन मित्र मला पोचवायला आले होते. माझ्याबरोबर आलेले पर्यटकही होते. बघता बघता आठ-दहा दिवस संपले. खूप काही पाहिले. खूप काही अनुभवले. काही अत्यंत कटू अनुभवातून गेले. दु:खद आणि शरम वाटावी असेही पाहिले. जीवावर बेतेल असे धाडसही केले. स्त्रीत्वाची विटंबना पाहिली. मृत्यू गोळ्यांचा सटासट आवाज करत जवळून गेला. अत्यंत दुष्ट बुद्धीच्या, दुसऱ्याच्या जिवाची पर्वा न करणाऱ्यांनी मला शूट करू का म्हणून विचारले आणि बंकरमध्ये ढकलून माझा जीवही वाचवला. माझ्या प्रश्नाचे उत्तर मला मिळाले नाही. नंतरही अनेक प्रश्नांची गाठोडी मनात बांधून ठेवली. मी फार काही करू शकत नव्हते. यातून काय निष्पन्न होईल हे माहीत नाही. एका कोवळ्या जिवाला क्षणभर आराम मिळेल एवढे उपचार केले. आणि माझ्या ऐपतीप्रमाणे डॉक्टरी उपचारासाठी त्यावेळी जवळ होते तेवढे पैसे दिले. या सर्वांचे पुढे काय होणार हे मला कधीही कळणार नाही. जाणून घ्यायची अजिबात इच्छा नाही. पुन्हा काश्मिरला जाईन की नाही माहीत नाही. जर गेलेच तर फक्त निसर्ग आणि निसर्गच पाहीन. माणुसकीला काळिमा आणणाऱ्या कोणालाही भेटणार नाही. आपण अगदी क्षुद्र आहोत. आपण कोणाला फार काही मदत करू शकत नाही ही जाणीव मनात ठेवूनच श्रीनगर सोडत होते. फक्त तेथील मला भेटलेले लोक आणि मी त्यांची ऐकून घेतलेली मते एवढ्यापुरतेच हे लिखाण आहे. कुठल्या प्रकारचा पूर्वानुभव, विचार, वाचन यामागे नाही. कोणतेही सार काढण्याची माझी क्षमताही नाही. मला एका काश्मिरी मुस्लीम तरुणाचे पुत्रवत प्रेम मिळाले. मी त्याच्या घरी राहिले. त्याची पत्नी माझ्याशी अत्यंत प्रेमाने, अगदी

आपण सिनेमात पाहतो तशी आदर्श बहूप्रमाणे वागली. मी मुस्लीम घरी राहिल्याने मुस्लीम मंडळींनाच भेटले. बोलले तेही घरगुती स्वरूपात. त्यामुळे माझ्या विचारांना, ऐकण्याला सामाजिक राजकीय अथवा सांस्कृतिक परिमाण नाही. काश्मिरी गाणी सोडली तर काश्मिरी संगीत याविषयी मला काही माहिती नाही. खरेदीकडे मी पाठच फिरवली होती. फक्त शाकाहारी काश्मिरी पदार्थ मात्र खाल्ले.

एअर पोर्टवर सिक्युरिटी चेकिंगला जाण्याआधी गळाभेटी झाल्या. एहसानच्या, माझ्या डोळ्यात पाणी आले. मी आपल्या पद्धतीने मस्तकावर हात ठेवून त्यांना आशीर्वाद दिला. उजवा हात हृदयाशी नेऊन रशिद काही प्रार्थना पुटपुटला. माझ्या सुखरूप प्रवासासाठी आणि प्रकृती चांगली रहावी म्हणून ही प्रार्थना होती. आमच्या भेटीची सुरुवात 'जय शिवशंकर'ने झाली होती. आता जाताना त्या दोघांनी 'जय शिवशंकर' म्हटले. मी म्हणाले 'खुदा हाफिज!' मागे वळून न पाहता मी सिक्युरिटी चेकिंगला गेले. पूर्ण आत आल्यावर काचेतून पाहिले, काचेपलीकडे रशिद-एहसान उभे होते. एअरक्राफ्टमध्ये चलण्याचा कॉल आला. एका मागोमाग एक आम्ही विमानाच्या दिशेने चालू लागलो. विमान आकाशात झेपावले. मला खात्री आहे, विमान आकाशात दिसेनासे होईपर्यंत दोघेही काचेपलीकडे उभे असणार.

विमान जम्मूला उतरत होते. मागचे सगळे विसरून मला जम्मूला फिरायचे होते. अंधुकसा धागा मिळाला होता. त्याचा शोध घ्यायचा होता. श्री. सच्चिदानंद शेवडे यांच्याकडून एक नाव कळले होते. जम्मूमध्ये साठे आडनावाचे एक कुटुंब राहते.

जम्मू एअरपोर्टवर उतरले. आता मनात काहीही विचार नव्हते. श्रीनगरला अतिरेक्यांना भेटावे असा विचार मनात आला. जिद्दीने तो अमलात आणला. अतिरेक्यांनी लष्कराचे अत्याचार दाखवण्यासाठी बलात्कार पीडित स्त्रियांच्या भेटीला नेले. त्यातून स्त्रियांच्या दुःखाची गोठलेली खाई नजरेसमोर आली. जगात दोनच जाती– नर आणि मादी. आणि त्यातील पुरुष धर्म-देश-वय न पाहता स्त्री जातीची विटंबना करतो. नंतरही मुस्लीम स्त्रियांच्या दुःखाच्या गोष्टीच ऐकल्या. ते सर्व विसरणे शक्य नसले तरी आता मी काश्मिरघाटी सोडून जम्मू-काश्मिरच्या हिवाळी राजधानीत आले होते. बनिहालच्या पुढची चिलेकनानची थंडी इथे नव्हती. पण हवा छान थंड होती. एअरपोर्टपासून इथे हिंदू समाज आहे. जाणवण्या इतक्या सिंदूर लावलेल्या स्त्रिया दिसत होत्या. रघुनाथ मंदिराशेजारी आर.एस.एस. किंवा भाजपाचे ऑफिस होते. श्री. आनंद हर्डीकर तिथे राहिले होते. मी पण ते महाराष्ट्र मंडळाच्या धर्तीवर असेल समजून विचारायला गेले. इथे आम्ही स्त्रियांना राहण्याची परवानगी देत नाही. इथे फक्त पुरुष, तेही कार्यकर्ता असले तर राहू शकतात. अत्यंत सुंदर हिंदीत रोखठोक उत्तर मिळाले. अर्थात हॉटेल्स काही कमी नव्हती. रशिदचे दोन मित्र

होते. त्यांनीही बोलावले होते. आणखी एक नाव माझ्यापाशी होते. त्यांचा पत्ता, फोन डिरेक्टरीतून शोधायचा होता. स्वच्छ महाराष्ट्रीयन नाव होते, श्री. हेमंतराव साठे. फोनवर कळले ते पॅरालेलिसने आजारी आहेत. जवळच त्यांचे बंधू राहतात. के. के. साठे. त्यांचे आणखी एक भाऊही जम्मूला राहतात. अशी साठे मंडळींची तीन घरे जुन्या जम्मूत आहेत. राजतिलक रस्त्यावर पत्ता शोधून मी के. के. साठे यांचेकडे जायचे ठरवले.

हॉटेलमध्ये सामान ठेवून मिश्रीवाला या पंडितनिर्वासितांच्या कॅम्पमध्ये आधी गेले. दुःखाने गच्च भरलेली कॉलनी आहे. हब्बाकादलच्या कोठ्या सोडून इथे खुराड्यात राहणाऱ्या मंडळींना मी काय सांत्वनाचे शब्द ऐकवणार? माझी ती योग्यताच नाही. जेमतेम दोन चार कुटुंबांना भेटून मी हॉटेलवर परत आले. परत एकदा रघुनाथ मंदिरात जाऊन आले. पोटपूजा उरकून चक्क विश्रांती घेतली. वाटले, फार फिरणे झाले. आता उद्या फक्त साठे मंडळींना भेटायचे. बघू या तरी कुठले आहेत. त्यांना अजिबात मराठी येत नव्हते, हे फोनवरून कळले होते. पण ते हिंदीतून परत परत सांगत होते आम्ही मूळचे महाराष्ट्रातील मराठी कोकणस्थ ब्राह्मण आहोत.

मी राजतिलक रोडवर काका चप्पलवाल्या दुकानाशेजारी के. के. साठे यांच्या घरी गेले. श्री. कात्यायनीकुमार काशिनाथराव साठे. मूळ पुरुष सातारचे काशिनाथराव आणि त्यांचे बंधू त्र्यंबकराव. पानिपतच्या युद्धात पेशव्यांचा पराभव झाल्यावर सैन्य जीव वाचवायला पळू लागले. हे दोघे भाऊ काशिनाथरावांच्या पत्नीसह जम्मू भागात आले. राजाने अभय आणि आश्रय दिल्यावर तिथेच स्थायिक झाले. त्र्यंबकरावानी संन्यास घेतला. काशीनाथरावांचा वंश जम्मूत वाढत गेला. या काशिनाथराव भास्करराव साठे यांचे ८५ वर्षांचे पणतू म्हणजे आत्ताचे के. के. साठे. त्यांचे चुलतभाऊ हेमंतराव साठे. सर्वजण आपल्या नावापुढे राव लावतात. स्त्रियांची नावे सावित्रीबाई, अंबिकाबाई, गोपिकाबाई अशी लग्नात बदललेली आहेत. या सर्व स्त्रिया जम्मू भागातील डोग्रा आणि काश्मिरी ब्राह्मण समाजातील आहेत. यांच्या मुलींचे विवाह काश्मिरी ब्राह्मण अथवा डोग्रा हिंदूंशीच झालेले आहेत. काश्मिर खोऱ्यात अत्याचार वाढले तेव्हा व्याही, जावई सर्वच जम्मूला येऊन स्थायिक झाले. डोग्रा ही रजपूतांसारखी लढवय्यी जमात आहे. लष्करात डोग्रा पलटण आहे. आणि घरातील कोणीतरी लष्करात जायला हवेच. साठे मंडळीही लष्करी पेशातलीच आहेत. अगदी पेशव्यांच्या काळापासून. पण स्वत:ला कोकणस्थ ब्राह्मणच म्हणतात आणि शुद्ध शाकाहारीच आहेत.

मी चार-पाच तास त्यांच्या घरी होते. माहितीचा खजानाच कळत होता. आग्रहाने जेवायला ठेवून घेतले. साठे मंडळी सरकार दरबारी साठेच आडनाव आणि

ब्राह्मणजातच लावतात. त्यांचे त्यामुळे थोडेफार नुकसानही होते असे माझ्याही मनात आले. पण आपण परशुरामाचे वंशज आहोत याचा जाज्वल्य अभिमान असणाऱ्या साठ्यांपुढे मला हा विचार बोलून दाखवण्याचा धीर झाला नाही. ते सांगत होते आमचे कुलदैवत कोकणात व्याडेश्वर (गुहागर) हे आहे. कुलस्वामिनी मराठवाड्यात आंबेजोगाई येथील श्री योगेश्वरी आहे. साठ्यांच्या सुनबाई सावित्री यांनी मला काही चालीरीती विचारून समजावून घेतल्या. माझ्या माहेरी सर्व साग्रसंगीत होत असल्याने मला माहीत होते हे माझे नशीब. वसंतपंचमी हा इथे मोठा सण असतो. गुढी उभी करतात. त्या दिवशी देवाला श्रीखंडाचा नैवेद्य असतो. श्रीखंडदेखील दह्याचा चक्का करूनच करतात. आणि रंग चढेल एवढे शुद्ध केशर वापरतात. आश्विन महिन्यात योगेश्वरीचे नवरात्र असते. पाच सवाष्णी आणि पाच कुमारिकांना जेवायला बोलावतात. नैवेद्याला चक्क पुरणपोळी असते. एका फुलक्यावर वाटलेले पुरण पसरून त्यावर दुसरा फुलका ठेवून चिकटवून पुरणपोळी करतात. मी मनातल्या मनात त्यांना नमस्कार केला. मनात आले, चितळ्यांनी आमची घरी पुरणपोळी करायची सवय घालवली आहे. श्रीखंडही जनसेवा, काका हलवाई, चितळे यांचेच आमच्या देवाला लागते. कुठे सातारा, कुठे पुणे, कुठे जम्मू पण पुरणपोळी तीही गुळाचीच आणि केशरी श्रीखंड यांचे नाते अतूट आहे हेच खरे. साठे जेवताना चित्राहुतीही घालतात. सर्वांच्या उत्तर भारतीय पद्धतीने मुंजीही झालेल्या आहेत. सर्वजण संकष्टीचा उपास करतात. करंजीसारखा तळून मोदकाचा नैवेद्यही दाखवतात. भाद्रपदात गणपतीही बसवतात. किती दिवसाचा हे काही मी विचारले नाही. कोकणस्थांचा गणपती दीड दिवसाचा असतो हे कदाचित त्यांनाच जास्त माहीत असणार. फक्त बोडण या प्रकाराची त्यांना माहिती नव्हती.

काळाच्या ओघात काय काय घडत असते. साठ्यांकडे गेल्या पंचाहत्तर वर्षांत (त्यांना आठवतं तेव्हापासून) एकही मराठी व्यक्ती गेलेली नाही. मी गेल्याचा त्यांना अतिशय आनंद झाला. जेवण झाल्यावर एकवीस रु. दक्षिणा देऊन शाल, नारळ दिला आणि खास जम्मूचा सुप्रसिद्ध राजमा पोतं भरून दिला. त्यांनी परत जम्मूला आल्यावर त्यांच्याच घरी राहण्याचे आमंत्रण दिले. मी त्यांना पुण्याचे आमंत्रण दिले. गुहागर, आंबेजोगाईला जाऊ म्हणून सांगितले. साठ्यांच्या नातसुनेला या देवांना जायचे आहे. कुलदेवतांच्या दर्शनाने अशांत परिस्थिती निवळेल, नवऱ्याचा व्यवसाय सुरळीत चालू होईल अशी तिला आशा आहे. इथून नवस करून तो फेडायला मी वैष्णवदेवीला, जम्मूला गेले होते. योगायोगाची मला गंमत वाटली. निघताना साठ्यांना खाली वाकून मराठी पद्धतीने नमस्कार केल्यावर ते म्हणाले एक इच्छा आहे. खूप मराठी मंडळी वैष्णवदेवीला येतात. त्यांना आमच्याकडे पायधूळ झाडायला सांगा. तुम्ही आपले माहेर समजून परत या. आणि शक्य झाल्यास साताऱ्यात

आमच्या मूळ पुरुषांपैकी कोणी वंशज आहेत का पाहा. त्यांनाही सांगा स्थलांतरित झालो तरी आमचे कूळ आणि मूळ साताराचे आहे. त्यांचे काम मला अजून जमले नाही याची मात्र खंत आहे. पेशव्यांचे सरदार काशीनाथराव भास्करराव साठे, सातारा जे पानिपतावर बेपत्ता झाले त्यांचे वंशज आज जम्मूत त्यांची अजून आठवण काढताहेत.

माझ्या काश्मिर ट्रीपच्या शेवटच्या दिवशी मला माझ्या जाती-धर्माचे घर भेटले. त्यांचा पाहुणचार घेतला. अम्मा म्हणून रशिदचा पाहुणचार घेतला. आणखी दोन पाच मुस्लीम कुटुंबात जेवले. थोडी दु:खी झाले. थोडी रमले. थोडी सुखावले. दहशतवाद्यांचाही पाहुणचार घेऊन जेवले, दोन-चार तास बरोबर थांबले. बलात्कारित स्त्रियांनी कहावा पाजला आणि स्त्रीत्वाच्या दु:खाचे घोटही दिले. मला भेटलेल्या चांगल्या माणसांच्या सहवासाने शांततेचे प्रतीक असणाऱ्या शुभ्र बर्फाच्या अनुपम दर्शनाने मी स्वत: समृद्ध झाले. आता कसलीही, कुठेही प्रवासाची इच्छा राहिली नाही की लोकांना भेटायची इच्छा नाही. पण पुढचे कोण सांगणार? रशिद बोलावतोच आहे. पण या सर्वांपेक्षा परमसखा-बंधू-पिता असा हिमालय मला वेगवेगळ्या भागात सतत बोलावत आहे. आणि त्याचे बोलावणे तेवढेच उत्कट असेल तर मी परत हिमालयातल्या कुठल्या ना कुठल्या भागात जाईनही. हिमशिखरे सर्वांनाच साद घालतात. आपण जातो. निमित्त कोणते ना कोणते असते. कारण कोणी ना कोणी असते. आपण फक्त कृती करतो. माझी काश्मिर भेट ही अशीच आणि एवढीच होती. ना खंत ना खेद वाटण्याच्या वयात आलेले हे अनुभव लिहिले आहेत. कारण आता सुखदु:खे समेकृत्वा लाभालाभौ जयाजयौ: । इति.

■

दहशतवादी

फिर्दोसने सर्फराजची ओळख करून दिलेली. फिर्दोस, सर्फराज, इमरान, फरदिन, साहील असा पाचजणांचा ग्रुप. सगळे उच्चशिक्षित, पण परिस्थितीमुळे अजून चांगल्या नोकरीत स्थिरावले नव्हते. विशेषत: सर्फराज सध्या फारच अडचणीत होता. चिंतेत होता. त्याच्या अब्बूंचा अंत:काल होऊन पंधरा दिवस उलटून गेले होते. एक्केचाळीसाव्या दिवशी फतेहा पढून सुतक संपवायचे होते. अब्बूंच्या आत्म्याला कयामततक जन्नत मिळावी म्हणून सर्वांनी नमाज अदा करायचा. नंतर घरात तो, त्याची बायको समीरा, छोटी मुलगी आशियाना एवढेच दोन मजली घरात उरणार होते. घर बांधले तेव्हा घर भरलेले होते. काश्मिरचे वातावरण निवळत होते. पण छुटपुट हादसे होतच होते. तसाच एक घरासमोर झाला. घराचे बरेच नुकसान झाले. अल्लातालाची शुकर, घरात कोणाला काही झाले नाही. सरकारी मुझावझा (नुकसान भरपाई) मिळण्यासाठी चायपानी दिल्यावर काम झाले. सर्फराजच्या मनात चांगले घर बांधायचे होते. पण एवढे पैसे नव्हते. अशफाक– त्याचा भाऊ म्हणाला, सध्या साधच घर बांधूया. इन्शाला, परवरदिगारची इच्छा असेल तर पुढे हैदरपुरा इथे चांगली कोठी बांधूया. सहा महिन्यात चिलेकनान सुरू होईल. आपण कसेही राहू पण छोटी आशियाना, बीमार अम्मी आणि अब्बूंचे हाल होतील. तेव्हा मिळाला तो पैसा आणि अब्बूंच्या फंडाचा पैसा जमा करून हे घर बांधले. घर तयार झाले आणि अशफाकचे लग्न ठरले. साखरपुडा झाला आणि अम्मी खूप आजारी पडली. पंधरा वर्षांच्या दहशतीचा ताण तिच्या मनावर होता. दोन्ही मुले आणि त्यांचे अब्बू घराबाहेर पडल्यावर ते घरी परतेपर्यंत ती तोंडात पाणीसुद्धा घ्यायची नाही. जसे रोज़ाचे उपास करत होती. सारखी अल्लाची दुवा मागत असायची. शेवटी चिंतेने पोखरून तिला हृदयविकार जडला. तशीच सोसत राहिली. हार्ट अ‍ॅटॅक आला तेव्हा

काश्मिरघाटीत कडकडीत बंद होता. श्रीनगरच्या रस्त्यावर चिटपाखरूही नव्हते. पोलिसांच्या, सिक्युरिटी फोर्सच्या हातापाया पडून तिला हॉस्पिटलमध्ये नेले. जीव वाचला तरी चिंतेने हृदयात ठाण मांडले होते.

सर्फराज ग्रॅज्युएट झाला पण नोकरी नव्हती. अशफाकचेही शिक्षण पुरे होत आले. त्यांचे अब्बूही रिटायर झाले. त्यात शकुराचे लग्नही झाले. मिलिटंटच्या भीतीने तिला चार वर्षे घरात लपवूनच ठेवले होते. जरा परिस्थिती सुधारताच तिचे लग्न करून दिले होते, पण या तरुण मुलांचे काय? वातावरण तंग असले तरीही दोघांना मुली सांगून येत होत्या. दोघेही देखणे, ऐटबाज होते. नीटनेटके राहत. सफाईदार इंग्लिश बोलत. उर्दू, पुश्तु, हिंदी, काश्मिरी भाषा उत्तम येणाऱ्यांना 'उसपार'ची मंडळी शोधत असत. उसपारचा 'खौफ़' मिळणाऱ्या सुबत्तेपेक्षा जास्त होता. कोंबिंग ऑपरेशन आणि एन्काऊंटर यात काय होते हे अम्मीला चांगले माहीत होते. मुले चांगली असली तरी हालात वाईट होते. अजूनही मशिदीतून भारताविरुद्ध प्रचार होत होता. वादीची कश्मिरियत बाहेरचे लोक ढासळवत होते. बटमलभागात अनोळखी लोकांची वर्दळ वाढली होती. घाटीतले पंडित संपले तेव्हा दहशतवादाची नजर स्थानिक काश्मिरी मुस्लिमांवर पडू लागली. अशीही दहा वर्षे उलटली. सर्फराजचे लग्न केले. तिची सरकारी नोकरी ही मोठी जमेची बाजू होती. सर्फराज कधी एल आय सी एजंट तर कधी ट्रॅव्हल एजंट म्हणून काम करत होता. अशफाकही इंजिनिअर झाला तरी छोटीमोठीच कामे करत होता. शांततेने जगायचे दिवस आले तर अम्मीला हृदयविकाराने घेरले. घाईघाईने अशफाकचेही लग्न ठरवले. आणि ती अल्लाला प्यारी झाली. पंधरा वर्षे दहशतीचा ताण मनावर होता तो संपला.

एक्केचाळीस दिवसानंतर सुतक संपले. सर्वांचे रुटीन सुरू झाले. अचानक अशफाक आजारी पडला. बघता बघता दुखणे वाढले. शेवटी दिल्लीला न्यायचे ठरवले. पण दिल्लीला जाण्याआधीच त्याने दम तोडला. या धक्क्याने अब्बू आजारी पडले. अंथरुणालाच खिळले. तेही पैगंबरवासी झाले. आता त्यांची पेन्शन बंद होणार होती. फंड कधीच संपून गेला होता. वेळोवेळी घेतलेले कर्ज मात्र शिल्लक होते. घर समीराच्याच पगारावर चालले होते. आशियाना मोठी होत होती. तिच्या शाळेच्या मागण्या वाढत होत्या. जीवनावश्यक वस्तूंची महागाईदेखील वाढत होती. पगार जेमतेम पुरत होता. पुढे काय? म्हणूनच सर्फराज चिंतेत होता. फतेहाचा नमाज म्हणजे खर्च होणारच. पैसा कुठून आणायचा? झोप उडाली होती. त्यात भर पडली जवळच्या दोस्ताने सुचवलेल्या उपायाची. त्याने पैसे मिळवायचा एक उपाय सांगितला होता. त्या विचारानेही त्याला गरगरत होते. पैसा मिळावा म्हणून सरकारचा नकली मिलिटंट व्हायचे! असे काही मिलिटंट होते अशी कुजबुजही त्याने ऐकली होती. यासाठी गरजू तरुण शोधले जात. या नकली मिलिटंटनी मिडियापुढे शरण यायचे. मग सरकार सर्वांना तुरुंगात ठेवे.

यासाठी या तरुण मुलांना वीस, पंचवीस हजार मिळत. पोलिसांनाही बक्षीस मिळे. बढती मिळे. सरकारचा नावलौकिक होई. चार-सहा महिन्यांनी या मुलांची सुटका होई. सगळे नाटकच असले तरी जोखमीचे होते आणि सरकारचा तरी काय भरवसा? एन्काऊंटर करण्यासाठीही नकली मिलिटंट उपयोगी पडत. मग समीराने आणि लाडक्या आशियानाने काय करायचे? परत नकली असली तरी देशाशी गद्दारीच ना? कौममध्ये 'उसपार'चा धब्बा लागणारच. जरी कित्येक घरांमध्ये उसपारवाले असले तरी दुसऱ्याच्या घरावर दगड फेकणे सोपे असते. ज्याने सुचवले तो चांगला दोस्त आहे. त्याला या प्रकाराची माहिती कशी? आता विश्वास कोणावर ठेवायचा? सल्ला विचारायला अशफाकही हयात नव्हता. फिर्दोस, इमरान वगैरे अशफाकचे मित्र पण वयाने लहान. सर्फराजला ओक्साबोक्शी छाती पिटून रडावेसे वाटले. या वर्षात घरातून तीन जनाजे निघाले तरीही तो असा ढासळला नव्हता. आज मात्र खचला होता. मनात पैशाची काळजी थैमान घालत होती. नात्यात अगदी बहिणी कडूनही पैसे मिळत नव्हते. मित्राचा सुझाव आठवत होता. नकली मिलिटंट व्हायचे की खरोखर उसपार जाऊन लाखो रुपये मिळवायचे?

रात्र रात्र झोप लागेना. असली नकलीच्या भोवऱ्यात तो गरगर फिरू लागला. झेलमला पूर येऊन त्यात तो अडकल्याचे स्वप्नात दिसू लागले. स्वप्नात दिसायचे लाडली बेटी हाका मारून सांगत आहे– 'पापा संभालो. पानी गहरा है, उसपार जाओगे तो बाहर आना मुश्किल है. पापा जल्दी इसपार आईये. मै हाथ पकडूंगी उसपास मत जाना. वहाँ खतरा है' तरीही तो गटांगळ्या खात होता. भोवऱ्याच्या तळाशी नोटांची बंडले दिसत असत. ला इला इल्ल्ला महंमद रसूलन इल्ल्ला आवाज कानावर येई 'पापा, पापा' अशा हाकाही कानी येत. पाण्याचा भोवरा फिरत फिरत झेलमच्या उसपार जाई आणि तो दचकून जागा होई. दरदरून घाम आलेला असे. हातपाय थंड पडत. तो डोके दाबून रात्र रात्र बसून राही.

२००७ साली मी परत काश्मिरला गेले. पण सर्फराज भेटला नाही. फिर्दोस, इमरान, फरदीन, साहील या मित्रांनीही त्याच्याविषयी बोलणे टाळले. मी पण खोदून विचारू शकले नाही. मनात अनामिक भीतीही होती. सर्फराजचे पुढे काय झाले हे मला कधीच कळणार नव्हते. आतंकवादाचा आणखी एक चेहरा दिसत होता. S.T.F. म्हणजे सिक्युरिटी टास्क फोर्स याला सरेंडर टेरेरिस्ट फोर्स असंही कुजबुजत म्हणतात हेही समजले, ऐकले होते.

■

धगधगता ज्वालामुखी

कुठेही प्रवास करताना माझे मन दिसणाऱ्या, घडणाऱ्या गोष्टी टिपकागदासारखे अलगद टिपून घेते. यावेळी काश्मिरमधे फिरताना बरोबर सतरा वर्षांची तरुण नात होती. तिला काश्मिर दाखवताना मी पण नव्याने पाहत होते. आता २००५ चा आतंकवादी चेहरा पाहायचा नव्हता. पण तो वारंवार वेगवेगळ्या स्वरूपात, वेगवेगळ्या ठिकाणी वेगळ्या लोकांसह समोर येत होता. खरे म्हणजे यावेळी फक्त पर्यटक म्हणून हिंडायचे होते. पण जाणवणाऱ्या, घडणाऱ्या गोष्टी मनाला डाचतच राहिल्या. आम्ही दोघीच स्वतंत्रपणे गेलो होतो. माझा मानलेला मुलगा काश्मिरी मुसलमान आहे. त्याच्या आणि त्याच्या बहिणीच्या घरीच आम्ही राहत होतो. मुस्लीम धर्माचा अथवा काश्मिरचा माझा अभ्यास नाही तरीही सारखं वाटत होतं, पर्यटक म्हणून मी नुसता सुंदर निसर्ग पाहू शकत नाही. या मागचा एक वेगळा चेहरा सतत डोकावत होता. दबलेला, जळलेला, घाबरलेला, दडपणाखाली असलेला, धर्माचे पांघरूण स्वत:वर घालून घेणारा. गोठलेल्या बर्फाखाली काळ्या बुरख्याआड दडलेला. सुशिक्षित, कमी शिक्षित, मध्यमवर्गीय, उच्चभ्रू, कनिष्ठ सर्व तऱ्हेची माणसे यावेळी जास्त जवळून निरखता आली. माझ्या कुवतीनुसार मी त्यांना जाणून घेण्याचा प्रयत्न करत होते. रशिद (नाव वेगळे आहे) त्याचेही दोन चेहरे दिसले. त्याचे घर अस्सल मोहल्ल्यात आहे. गल्लीबोळ, आजुबाजूचे कडवे मुसलमान, जवळची मशीद. मुल्ला मौलवी आणि बेताचे शिकलेले धार्मिकवृत्तीचे लोक यांच्याशी यावेळीही गप्पा मारल्या. त्यांच्या चाकोरीत राहिलेल्या आयांशी गप्पा मारल्या. एकीचा मुलगा उच्च शिक्षण घेऊन बेंगलोरला नोकरी करतो. ती तक्रार करत होती त्याला इकडे यायला आवडत नाही. दाल लेकला जाऊन इडली दोसा असले पदार्थ खातो. मुलगीही घाटी बाहेरच आहे. इतर जवळ राहतात, पण

त्यांनाही घाटीबाहेर जायचे आहे. असे बाहेर काय आहे म्हणून मुलांना घाटीबाहेर जायचे आहे? परिस्थिती अत्यंत वाईट होती. कोणीही येऊन मुलींना उचलून नेत असे. तरीही आम्ही इथेच राहिलो. मुलींना घरात माळ्यांवर लपवून, झाकून ठेवून त्यांची अब्रू इज्जत संभाळली. शादी करून दिली. आता मिलिटन्सीही कमी झाली आहे, मग आपले वतन सोडायचे का? ती गृहिणी फक्त उर्दू लिहिणे-वाचणे एवढंच शिकली होती. हा मोहल्ला एवढंच तिचं जग आहे. ८७ ते ९६ ती घराबाहेरही पडली नाही. आताही हजरत बाल, एक-दोन जिहाराती (धार्मिक स्थळ) एवढीच बाहेर गेलेली असावी. ती मला विचारत होती. ही तरुण मुले असे का वागतात? बाहेर काय हे मी तिला कसे समजावून सांगू? स्वयंपाकावर मात्र आमचा संवाद जमत होता. पण मी शुद्ध शाकाहारी इथे तर रोजच नॉनव्हेज असतं. तरीही वरी ही मसाल्याची वडी, कडमसागचं लोणचं कसं करायचे हे तिने काश्मिरीत समजावून सांगितलं. माझ्या डोक्यात काही शिरलं नाही हा भाग वेगळा.

काश्मिरी लोकांत राहण्याने, त्यांच्याच बरोबर मोटारीतून फिरत असल्याने रात्री उशिरा फिरताना काही वाटत नव्हते. दाल लेकच्या मरीन ड्राईव्हवर आता पर्यटकांची रहदारी सुरू झाली होती. पण इतरत्र मात्र चिडीचूप असे. संपूर्ण शहरात सर्व मशिदींवरून लाऊडस्पिकरमधून पाच वेळेचे नमाज व खुतबा दणदणीत आवाजात ऐकू येई. त्या वेळी तमाम मुस्लीम स्त्रिया ओढणीने डोके झाकून घेत. अगदी उच्च शिक्षित तरुण मुलीही हा रिवाज पाळत. त्या मानाने रशिदची बहीण जरा आधुनिक वाटली. कॉलेजात लेक्चरर आहे. हिंदू समाजात जास्त वावरलेली आहे. मॅनेजर गावाला गेला होता म्हणून, सध्या ती नवऱ्याची शोरूम चालवत होती. चांगलीच सधन आहे, पण सर्व गोष्टींची किंमत पैशात मोजायची सवय आहे. स्वत:ची इंडिका विमानाच्या वेगाने चालवते. प्रवासही खूप केलेला आहे. लग्न, दोन मुले झाल्यानंतर नवऱ्याने घर संभाळून तिला ग्रॅज्युएट केले. अबोल, सज्जन, सभ्य, साधासुधा नवरा तिच्या रूपाच्या आधीन होता. एकूणच ज्या ज्या श्रीमंत, सुशिक्षित स्त्रिया पाहिल्या त्या स्वत:चे रूप, कपडे याबाबत जास्तच जागरूक वाटल्या. त्यांना मुंबईच्या स्त्रिया फारच साध्या वाटल्या. चांगल्या परिस्थितीतील स्त्रियांनी दिल्ली, आग्रा आणि अजमेर पाहिले आहे. काश्मिरची परिस्थिती सुधारल्यानंतर हा बराच मोठा बदल झाला आहे. १५ वर्षांच्या दहशतवादानंतर सामाजिक परिस्थितीतही बदल झाला. बाहेरच्या जगातील प्रकाशाचे झाड दिसले. उच्च शिक्षणासाठी तरुण मुले-मुली खोऱ्याबाहेर पडू लागली. २००५ ते २००७ मध्ये यात लक्षणीय वाढ झाली आहे. पण सर्वांचा ओढा पुण्याकडे जाणवला. सुरक्षितता, स्वतंत्र विद्यापिठातील सुविधा आवडतात. शिवाय शिक्षणही चांगले. बऱ्याच पालकांना इंग्लिश मिडियम मधून शिकणाऱ्या आपल्या मुलांना विशेषत: तरुण मुलींना उच्च शिक्षणासाठी पुण्यालाच

पाठवायचे आहे. ८-१० पालक असं सांगणारे भेटले. ५-६ जणांच्या मुली इथे शिकतही आहेत. आम्ही परत येताना सगळ्यांच्या आयांनी मुलींना देण्यासाठी आणि माझ्या नातीसाठी थोडा थोडा खाऊ दिला होता. काश्मिरमध्ये हल्लीच्या आया मुलींच्या शिक्षणाबद्दल जास्त जागरूक दिसल्या, चिंतायुक्तही वाटल्या. दिल्लीलाही मुले शिकत आहे. पण दिल्ली मुलींसाठी सेफ नाही असे म्हणत होत्या. काश्मिरसाठी सर्व राज्यात सर्व शैक्षणिक संस्थात राखीव जागा आहेतच. त्याचा फायदा होतोच. जम्मू भागातील मुलांपेक्षा खोऱ्यातील मुलांना जास्त फायदा मिळतो.

१५ वर्षांच्या पराकोटीच्या आतंकवादाच्यावेळी मुली आणि स्त्रियांवर फारच बंधने होती. शिक्षण फक्त उर्दूतून दिले जाई. तेही प्रामुख्याने धार्मिकच असे. शेजारपाजारचे हिंदू मारले होते. परागंदा झाले होते. निर्वासित झाले होते. त्यांची घरे त्यांच्या शेजाऱ्यांनीच बळकावलेली होती. मुस्लीम धर्मप्रचाराचा अतिरेक चालला होता. मशिदी, दर्गे, जिहारत आतंकवाद्यांचे अड्डे बनले होते. काश्मिर सरकारची फूस होतीच. मुलांच्या, विशेषत: वाढत्या वयाच्या मुलांवर याचे परिणाम होत होते. त्यांची मानसिकता इकडे तिकडे हेलकावत होती. सहजतेने पैसा मिळत होता. कधी चैनीसाठी, तर कधी गरजेपोटी घ्यावा लागत होता. सर्फराज भेटला तेव्हा तो अशाच दुविधेत होता. सर्फराजची सत्यघटना जवळून पाहिली आणि हळहळले. मुलींना तर आवाजच नव्हता. त्यांना बाहेर पडताना बुरखाच घालावा लागे. तेव्हाची ती तरुण पिढी आता ३५-४० च्या मागेपुढे आली आहे. आता त्यांचे मतपरिवर्तन होत आहे. आतंकवादाला विरोध आहे. पण हे सर्व आर्थिक स्तरावर मर्यादित आहे.

रशिदच्या बहिणीच्या घरी मौलवी दोघांना (मुलांना) कुराण शिकवायला येत होते. तिची मुलगी हैला माझ्या नातीला म्हणायची अल्लाताला सर्वश्रेष्ठ आहे. त्यानेच सर्व जग बनवले आहे. इस्लामच सर्वश्रेष्ठ आहे, म्हणजे आहेच. तिचे वय ११-१२, मोठा भाऊ १३ चा तो मात्र गप्प असे. ही दोन्ही मुले कॉन्व्हेंट स्कूलमध्ये शिकतात. माझी नात वय १७ – ती त्यांच्याशी वाद घालायची. सर्व धर्म सारखेच आहेत. निसर्ग (युनिव्हर्स) सर्व श्रेष्ठ आहे वगैरे. ईश्वराची नावे वेगळी आहेत. धर्माची नावे वेगळी आहेत. पण सर्व एकच आहे वगैरे. मला असे कधी सांगता आले नव्हते, ते काम ती करत होती. वयाचा फरक, वातावरण परिस्थितीवर अवलंबून असतो. दोघींचे एकमत होत असे ते सलवार कुडत्यापेक्षा जीनपँट आणि टॉप हा पोषाख सुटसुटीत आहे आणि मधून मधून बाहेरचे चटपटे पदार्थ खायला हवेत. झिनत, किहू, अंशू, रेहना, नताली, सानिया यांनाही हाच पोषाख आवडतो. नताली दिल्लीत वाढलेली. उच्च शिक्षण घेतलेली. ही मामाकडे नोकरी निमित्त राहत होती. मामाही खूप वरच्या दर्जाचे सरकारी अधिकारी. माझ्या नातीचे त्यांच्याशी जास्त जमे. बाकी सर्वजणी कट्टर मुस्लिमवादी. जीनपॅन्ट-टीशर्ट घालून वरून बुरखा घालून

रशिदच्या बहिणीकडे येत. घरात येताच बुरखा काढत. टेरेसवरही फिरत. पण त्या वेळी डोक्यावर ओढणी असे. मोठ्या भावाचा त्यांना जबरदस्त धाक होता. हे भाऊ कट्टरधर्मी आहेत आणि झिनत, किटू त्यांच्या बहिणी. त्यांच्या मैत्रिणीवरही ते हुकमत गाजवत. माझी नात या भावांना आणि त्याच्या नातेवाईकांना आवडत नसे. तिच्या संगतीने आपल्या बहिणींना सुधारणेचे वारे लागेल असे वाटे. बहिणीने पॅन्ट शर्ट चोरून घेतला होता. साधे आत्ताच्या फॅशनचे कानातले, लांब झुमके, लिपस्टिक, आय ब्रो, केस कापणे याला सक्त बंदी होती. या मुली शिकलेल्या पण फक्त उर्दू शिकलेल्या. माझी नात उत्तम इंग्रजी बोलताना पाहून स्वत:ची खंत वाटे. त्या रैनाबाडी मोहल्ल्यात राहत. जातीयवादी म्हणूनच हा मोहल्ला प्रसिद्ध होता.

बदलाचे वारे या बाजूला फिरकलेले नव्हते. पण परिस्थितीचा बदल आता खूप मुलींनी स्वीकारला होता. रस्त्यावरच्या एका पेट्रोल पंपावर आता काश्मिरी मुली युनीफॉर्म घालून काम करत आहेत. कॅश त्याच संभाळतात. फक्त पेट्रोल आणि हवा भरणे यासाठी पुरुष होते. या दोन वर्षांतला मला हा मोठा बदल जाणवला. एक दिवस एक मुलगी एका गाडीवाल्याशी भांडत होती. तिने त्याचा मोबाईल हिसकावून घेतला होता. त्या माणसाने आपल्या मोबाईल कॅमेरावर तिला न विचारता तिचा फोटो काढला होता. मी सुद्धा फोटो काढू का विचारले होते. अर्थात पेट्रोल पंपावर फोटो काढायची परवानगी नाहीच. बाजूला होऊनसुद्धा त्यांनी फोटो काढायला साफ नकार दिला होता. जवळजवळ ८-१० दिवस पेट्रोल घेताना त्या मला पाहत होत्या. एकूणच मुली फोटो काढून द्यायला नाखूष होत्या. बऱ्याच रेस्टॉरंट आणि बेकरी अथवा दुकानांतून या दोन वर्षांत मुली काम करायला लागल्या होत्या. मुख्यत: पब्लिक (सार्वजनिक) ठिकाणी करत होत्या. घरातील कर्ते पुरुष गेल्यावर मुलींना बाहेर पडावं लागलं. हा पण आतंकवादाचा एक परिणाम आहे. अर्थात ही सुधारणा २००४ सालानंतर अगदी हळूहळू भीतभीत मर्यादित वेळेसाठी सुरू झाली. २००५ सालानंतर आता २००७ साली ही सुधारणा जास्त जाणवली. २००५ सालचे श्रीनगर बर्फाची चादर पांघरलेले होते. शाळा कॉलेजना विंटर हॉलिडे होता. बर्फबारीमुळे लोक घराबाहेर कमीच, अगदी जरुरीपुरतेच जात.

आता एप्रिलमध्ये वसंत ऋतू सुरू झाला होता. फुले फुलू लागली होती. श्रीनगरला शीख, पंजाबी समुदाय बराच आहे. आम्ही तिथे गेल्यानंतर बैसाखी होती. पण आपल्याकडे सणावाराला एकामेकांकडे जातो. शेजारी कोणीही असो शुभेच्छा देतो. रशिदच्या बहिणीच्या घराला लागून दोन शीख मंडळींची घरे होती. २ पुरुष उंचीची कॉमन भिंत होती. पण संवाद नव्हता. आपापल्या कुंपणात बंदिस्त होते. मात्र सर्व बागा गुलमर्ग, दाल लेक परिसर शीख मंडळींच्या कौटुंबिक सहलींमुळे गजबजलेला होता. २० दिवसांनंतर काश्मिरी मुस्लीम मंडळींचा बडा दिन असल्यामुळे

पहलगामला हेच दृश्य दिसले होते. मोठ्या चटईवर जेवणाचे १०-१२ डबे मांडलेले होते. या सामिष जेवणाला 'वाझवान' म्हणतात. लीडर नदी काठच्या सर्व मोकळ्या जागा भरलेल्या होत्या. मोठ्या परातीत ४-५ माणसे एकत्र जेवत होती. तरुण मुले भन्नाट वेगाने बाईक चालवत होती. काश्मिरी-हिंदी-इंग्रजी गाणी ठणाणत होती. लीडर नदीच्या काठी कुटुंब कबिल्यासह आम्हीही डेरा टाकला होता. हैला, अनूष, अंकिता, अमिषा घुडसवारी करत होते. कुठेही आतंकवादाचा मागमूस जाणवत नव्हता. परत येताना अनंतनागला थांबलो होतो. मधल्या १५-२० वर्षात याला इस्लामाबाद असेही म्हणतात. पॅम्पोर, खनाबल, बगलीहार हा सर्व भाग अतिरेक्यांचा पाठीराखा समजला जातो. बुरखाधारी स्त्रिया, पुरुष खान ड्रेसमध्ये (म्हणजे पठाणी ड्रेस) तरुण मुले पॅन्ट-टीशर्टमध्ये आणि मुली सलवार कमिजमध्ये होत्या. रस्त्यावरून काही खाजगी गाड्या जा-ये करत होत्या. तशाच पुण्या-मुंबईच्या प्रवासी कंपन्यांच्या बसेसही होत्या. यावर्षी एप्रिलपर्यंत पहलगामला पर्यटक जवळजवळ नव्हतेच. मागच्या वर्षी या दिवसातच पर्यटकांवर हल्ला झाला होता. असा एखादा हल्ला, नैसर्गिक अपघाताचे संकट पर्यटनावर मोठा आघात करून जाते. आज येथील मुख्य व्यवसाय पर्यटनच आहे. रशिदच्या ट्रॅव्हल एजन्सीवरही याचा परिणाम झाला आहे.

तरुण मुलांचा कल विशेषत: काश्मिरबाहेर शिक्षण घेतलेल्यांचा कल देशाबाहेर जाण्याकडे आहे. परंतु ९-११ चा वर्ल्ड टॉवरवरचा हल्ला, लंडन ट्यूब रेल्वेतले बॉम्बस्फोट यामुळे काश्मिरी मुलांना नाकारले जात आहे, अशी खंत इमरान, फिर्दोस, फरदीन, साहील यांनी व्यक्त केली. मध्यपूर्वेत जाता येतं पण तेथील हवा, पाणी, राहणी खूप रुचत नाही. नसीम तर श्रीनगर बाहेरही गेला नाही. तो ऑटोमोबाईल इंजिनिअर आहे. त्याचे आईवडील म्हणत होते, याला तुम्ही पुण्याला घेऊन जा. मात्र त्याची बहीण पुण्याला मेडिकलला शिकत आहे. तिला पुणे आवडते पण येथील खड्डे, बसची चांगली सोय नसणे आणि उन्हाळा आवडत नाही. ही सर्व मंडळी गोव्याला गेली होती. बोटीत बसून बोट चालू झाल्यावर तिची आई घाबरून म्हणू लागली. बोट थांबवा मला खाली उतरू द्या. दाल लेक मधल्या शिकाऱ्यात माझीही अशीच अवस्था झाली होती. आपला निसर्ग, आपला परिसर, आपला गाव, आपला मोहल्लाच बरा वाटतो. शेवटी मनुष्यस्वभाव. ज्या वयस्कर स्त्रिया आहेत त्यांना काश्मिरी, फारतर उर्दू येतं. त्यांचा पोषाख अस्सल काश्मिरीच असतो. सलवार कमिज वरून फिरन आणि ओढणी, तीही डोक्यावरून असतेच. भाषा येत नसली तरी त्यांच्या बोलक्या चेहऱ्याने आणि खाणाखुणा करत आमचा काश्मिरी-हिंदी संवाद जमून गेला. वसीम दादी त्यांच्या वयाच्या स्त्रियांची दुःखे सांगत होत्या. बहुतेक जणींना मधुमेह, (जेवणात कधीही गोडाचा लवलेशही नसतो.) रक्तदाब

हृदयविकार आहेतच. कारण जीवनाची अनिश्चितता, मनावर सतत चिंतेचे दडपण, तरुण मुलींची काळजी या आतंकवादाने स्त्रियांना दिलेल्या देणग्या आहेत. परिस्थिती सुधारली पण बिघडलेली प्रकृती सुधारत नाही. घरंदाज मुस्लीम स्त्रियांचे हे रूप मला नवेच होते.

दहशतवादाने काश्मिरला काय दिले याची थोडीशी कल्पना तरुण मुलांशी बोलल्यावर येते. आता डाऊनटाऊनमध्ये एक नवीनच आतंकवाद भेडसावत आहे. याचे नाव S.T.F. (स्पेशल टास्क फोर्स). यांना सरकारचा पाठिंबा तर आहेच. या लोकांविषयी उघडपणे कोणीही बोलायला तयार नाही; पण ओझरते असेही कानावर आले की जे आतंकवादी सरकारला शरण आले आहेत त्या संघटनेचे लोकही या S.T.F. मध्ये आहेत. खबऱ्या असल्यासारखीही मंडळी काम करतात. कधीही कोणाच्याही घरी हे लोक छापा घालतात. कोणालाही कुठल्याही खटल्यात गोवतात. ब्लॅकलिस्टमध्ये घालतात आणि भरपूर पैसे उकळतात. परत बोलायची चोरी. पैसे कमावण्याचा हा एक धंदाच झाला आहे. यांना म्हणे पोलिसांचीही मदत असते.

खरे-खोटे पारखता आले नाही. शोध घेता आला नाही. यावेळी तरुण नात बरोबर असल्याने मला कोणताही धोका घ्यायचा नव्हता. फक्त पर्यटक म्हणून गेल्यास या गोष्टी सहसा कोणालाही समजत नाहीत. काश्मिर राजकारणाचा अभ्यास करणाऱ्या मंडळींना कदाचित माहिती असेल. मध्यमवर्गीय मुस्लिमांना तेही डाऊनटाऊन मधे राहणाऱ्यांना हल्ली या S.T.F. ची दहशत वाटत आहे. दहशतीचे हे रूप पण मला नव्यानेच समजले. पर्यटक म्हणून नातीबरोबर हिंडताना – अर्थात ठराविक भागात – मलाही कधी भीती वाटली नाही. बराचसा भाग, रस्ते माझ्याबरोबर तिलाही कळले होते. पण तरीही खानमोहल्ला अथवा लालचौकातले अब्दुल गनीखान मार्केटमध्ये जास्त रेंगाळणे मला आवडले नाही. जरी काश्मिरी मंडळी बरोबर असली तरी कधी एकदा तिथून बाहेर पडू असेच वाटत राहिले. विशेषत: संध्याकाळनंतर अकारणच मनाला धाकधूक वाटे. तसेच लालचौकातून रात्री जातानाही वाटे.

पुण्याला परतण्याआधी दोन दिवस मी आणि नात दाल लेकवर एका रेस्टॉरंटमध्ये गेलो होतो. रशिदने मोबाईलवर मला सांगितले लालचौकात एका रॅलीमुळे ट्रॅफिक जाम आहे. तो अडकला आहे. तेव्हा आम्ही आहे तिथेच थांबावे. दाल लेक, तेथील रस्ता, मोगल गार्डन परिसरातली सर्व धाबे रेस्टॉरंट पर्यटकांनी ओसंडून वाहत होती. लालचौकात काय चालू आहे याचा कोणालाच पत्ता नव्हता. अगदी दालगेटपर्यंत सगळे कसे 'छान! छान!' होते दालगेटपाशी मात्र खास काश्मिरी ड्रेस (याला इकडे खानड्रेस म्हणतात) मधील पुरुष मंडळींची गर्दी होती. स्त्रियापण घाईघाईने परतत होत्या. टेम्पो, बसला लोक लटकत होते. आम्हालाही ऑटो दुप्पट पैसे देऊन मिळाली होती. रशिदची बायको नोकरीच्या ठिकाणीच अडकली होती. ती आम्हाला

न्यायला येणार होती. तिथून तिच्या माहेरी 'रैनाबाडीत' भागात जायचे होते आणि रात्री तिच्या घरी जेवायला जायचे होते. शेवटी रशिदच्या सांगण्याप्रमाणे ५-५॥ वाजता आम्ही दोघी ऑटो करून त्याच्या बहिणीच्या शोरूमवर आलो. बरेच रस्ते बंद होते. ट्रॅफिक वळवलेला होता. केवळ आम्हाला रस्ता माहीत होता म्हणूनच आम्ही व्यवस्थित चांगल्या नेहमीच्या रस्त्याने पोचलो. नंतर कळले हुरियत कॉन्फरन्सच्या गिलानीची तो बरा झाला याबद्दल रॅली होती. गिलानीला बरे वाटावे म्हणून छाती पिटत दुआ मागणाऱ्या लोकांची रॅली आधी पाहिली होती. फरक एवढाच की यात म्हणे लष्कर-ए-तोयबाचे लोक आपल्या झेंड्यासहित सामील झाले होते. बरोबर नात नसती तर मी रॅली पाहायला जरूर गेले असते. असे अनुभव आम्हा मुंबईकरांना नवीन नाहीत. पण काश्मिरमध्ये त्याला वेगळे परिमाण लाभते, मग ते एन्काऊंटर का असेना! राज्य बदलले की त्याचे अर्थही बदलतात.

आम्ही दोघी काही मंडळींबरोबर 'दाची गाम' या रिझर्व्ह फॉरेस्ट मधून हिंडून फिरून येत होतो. या जंगलात J.K. च्या मुख्यमंत्र्यांचे अतिशय सुंदर, सुट्टीसाठी असलेले घर आहे. इथेच एका घनदाट झाडाखाली एक चौरस दगड आहे. स्व. इंदिरा गांधीची ती आवडती जागा होती म्हणे. ओळखीमुळेच आम्हाला या जागी जायची संधी मिळाली होती. जाताना ज्या खेड्यात मी सर्वांसाठी फ्रूटज्यूस, चिप्स घेतल्या होत्या, तिथेच P.O.K. मुज्जफराबादचा मक्का कोला (कोका कोला) घेतला होता. परत येताना आणखी एक-दोन बाटल्या घ्याव्या म्हणून थांबलो. लगेजमधून इकडे दाखवायला आणायचा होता. बरोबर ती लहान मुले माझी तरुण नात. एक वयस्क बाई, फॉरेस्ट गाईड एक गार्ड आणि जीपचा ड्रायव्हर होता. सर्वजण खाली उतरलो होतो. एवढ्यात ड्रायव्हरचा मोबाईल वाजला. त्याने सर्वांना भराभर जीपमध्ये चढायला सांगितले. काचा वर करायला लावल्या. बघता बघता सर्व दुकाने बंद झाली. रस्त्यावर चिटपाखरूही दिसेना. आम्ही हरबल जवळ होतो. मी ड्रायव्हर शेजारी बसले होते. साधारण पाच-दहा मिनिटाच्या अंतरावर माझ्या बाजूलाच जरा दूरवर दिसणाऱ्या एका घराला लष्कराच्या कमांडोंनी वेढा घातला होता आणि ते हळूहळू दबकत दबकत आडोश्याने पुढे सरकत होते. लष्कराच्या लोकांनी 'मूव्ह मूव्ह' करत आम्हाला पिटाळले. सुसाट वेगाने आम्ही सटकलो. तेवढ्यात एक-दोन धमाके आणि गोळीबाराचे आवाज ऐकू येऊ लागले. आगीचे बंब ठणठणत गेले. ड्रायव्हर हळूच पुटपुटले. सालोंको फौजीने मार कर घर जलाया होगा. साधारण १० कि. मी. वर आलो. निशात बाग होती. पर्यटक रमत गमत खरेदी करत होते. ट्रॅव्हल कंपन्या आपापल्या पर्यटकांना म्हणत होते, 'चला चला वेळ झाली.' पाठीमागे काय घडले याचा मागमूसही नव्हता. श्रीनगर किंवा काश्मिरमध्ये हे कुठेही नवीन नव्हते. पण आम्हाला, विशेषतः नातीला नवीन होते. नंतर समजले

दहशतवाद्यांसाठी केलेली ती कारवाई होती. चार मेले, दोन सापडले, सहा पळून गेले (जवळच घनदाट जंगल आहे.) इत्यादी नेहमीची बातमी आम्ही ऐकली. या सर्व घटनांचा तरुण पिढीवर, विशेषत: लहान मुलांवर परिणाम होतोच. आपल्यासारखे अंगणात, सोसायटीच्या आवारात, गल्लीत खेळणे नाहीच. काय खेळायचे ते शाळेत, घरात किंवा घराच्या बंदिस्त अंगणातच. घरी मित्र तर सोडाच पण शाळेतल्या मैत्रिणीही येत नाहीतच. हिंडणे, फिरणे, जाणे-येणे मर्यादित नातेवाईक लोकांतच. साहजिकच हैला, अनूष आम्हा दोघांना सोडायला तयार नव्हते. बाहेरची दृष्टी, जग मुलांना कमी दिसते त्याचा मुलांवर परिणाम होतोच. मी ज्या ज्या मंडळींना भेटले ती मुस्लीम मंडळी दिल्ली, आग्रा, अजमेर हिंडली होती, अगदी मुलाबाळांसह. पण या फिरण्यातही खरेदी हा मुख्य भाग होता. दोन वर्षांतला हा खर्चिक बदल होता. आपणही काश्मिरला जाऊन खरेदी करतोच. यावेळी नातीमुळे माझीही खरेदी झालीच.

या बावीस दिवसांत वेगवेगळे अनुभव घेतले. तरुण मुलींची लग्ने उशिरा होत आहेत. त्यांना मुलेही उशिरा होत आहेत. लग्नासाठी नोकरी करणाऱ्या मुलींना जास्त पसंती आहे. पण मुलींना मुंबईतील मुस्लीम घरातील मुले हवी आहेत. त्यांना काश्मिरबाहेर पडायचे आहे. पण यु.पी., बिहार नको आहे. त्यांच्यामते मुंबईत व्यक्तिस्वातंत्र्य आहे. मुंबईतील मुस्लीम समाजाविषयीच्या त्यांच्या कल्पना ऐकून मी चकीत झाले. एक दिवस पाहिले, रशिदची सात वर्षांची मुलगी शाळा-शाळा खेळत होती. ती शिक्षक होती. विद्यार्थ्यांना रागवत होती. पट्टीने मारतही होती. सगळे आईजवळ बसूनच चालले होते. घराला ८-१० खोल्या आहेत. तिचे विद्यार्थी म्हणजे लोड-तक्के, वह्या, पुस्तके, स्कूल बॅग इत्यादी होते. कारण बरोबर खेळायला अवतीभवती कोणी नाहीच मग तिने स्वत:च असा मार्ग शोधून काढला होता. सकाळनगरमधील मुलांचा धुडगूस आठवून त्या अजाण मुलींबद्दल वाईट वाटले. रशिद दिवसभर अगदी रात्री ११ पर्यंत बाहेरच असतो.

अशा तऱ्हेच्या अनेक कहाण्या मला ऐकायला मिळाल्या. का कोणास ठाऊक सर्वजण मला आपल्या व्यथा सांगत होते. परक्या व्यक्तीकडून आपले खरे नाव कळणार नाही हा विश्वास वाटत असावा. तसेच आपल्या दु:खाला वाचा फुटली असेही वाटत असावे. म्हणून खऱ्या गोष्टी खऱ्या नावाने लिहिल्या नाहीत. या पुस्तकातील सर्व व्यक्ती खऱ्या असल्या तरी काश्मिरमधील परिस्थितीमुळे त्यांची खरी नावे लिहिता येत नाहीत. एहसान आणि रशिद अमिषासह जाने २००७ मध्ये मुद्दाम मला भेटण्यासाठी पुण्याला आले होते. ह्या पुस्तकाच्या प्रकाशकांच्या ऑफिसातही घेऊन गेले होते. कारण या पुस्तकातील प्रसंग अथवा व्यक्ती कोणाला कल्पित वाटायला नकोत. सत्य हे नेहमी कल्पनेपलीकडचे असू शकते. नाहीतर

एक काश्मिरी मुस्लीम तरुण आणि मी यात आई मुलाचे नाते निर्माण झाले नसते. त्यांच्या सुखदु:खात भागीदार झाले नसते. अशा तऱ्हेने काश्मिरमध्ये मुस्लीम कुटुंबात कोणी राहिले की नाही मला माहीत नाही. पण मी मुस्लीम मोहल्ला ते एरंडवण्याच्या पॉश कॉलनीसारख्या कॉलनीत रेहानाच्या घरी नातीला घेऊन राहिले. मुलीसारखीच तिने माझी सेवा केली. एहसाननेही माझ्या सुनेसारखेच प्रेम मला दिले. सर्व मुलेही अंकिताला दिदीच म्हणत होती. असे नात्याचे बंध निर्माण झाले. माझे परिचितही रशिद आणि रेहानाचा पाहुणचार घेऊन येतात. कारण ऋणानुबंधाच्या या कुठून पडलेल्या गाठी-भेटीत तुष्टता मोठी. कदाचित काही कारणाने काश्मिरला मी परत जाईनही पुढचे कोणी सांगितले आहे?

एक लढाई मी लढत आहे. या लढाईचा शेवट पराभव आहे हेही मला माहीत आहे. पण जिद्दीने चिकाटीने मी लढत आहे. कारण सर्व मित्रमंडळी आणि डॉक्टरांचे पाठबळ माझ्या मागे आहे. त्यांचे आभार कसे मानू?

■